அவனைக் கண்டீர்களா?

அவனைக் கண்டீர்களா?

பா.அ. ஜயகரன் (பி. 1964)

இலங்கையில் பிறந்து அரசியல் காரணங்களால் 1986இல் கனடாவுக்குப் புலம்பெயர்ந்து தற்போது டொரண்டோ நகரில் வாழ்ந்துவருகிறார். புலம்பெயர் தமிழ்ச் சூழலில் முக்கியமான நாடக எழுத்தாளராகவும் நெறியாளராகவும் கணிக்கப்படுகிறார். இதுவரை பதினாறு நாடகங்களை எழுதி நெறியாள்கை செய்திருக்கிறார். இவரது நாடகப் பிரதிகளில் சில 'எல்லாப் பக்கமும் வாசல்' (2000), 'என்னை விசாரணைக்கு உட்படுத்துங்கள்' (2004) எனும் நூல்களாக வெளியாகியுள்ளன. கனேடிய, இலங்கை, ஐரோப்பா, இந்தியச் சிற்றிதழ்களில் இவரது படைப்புகள் வெளியாகியுள்ளன. இவரின் சிறுகதைகள் தொகுக்கப்பட்டு, 'பா.அ. ஜயகரன் கதைகள்' (2019), 'ஆலோ ஆலோ' (2022) ஆகிய நூல்களாக வெளியாகியுள்ளன.

கனேடிய தமிழ் இலக்கியத் தோட்டத்தினால் 2021ஆம் ஆண்டின் புனைவுக்கான இயல் விருது வழங்கப்பட்டுக் கௌரவிக்கப்பட்டார். கனடாவில் வெளியான பல இசை முயற்சிகளில் இவரது பாடல்கள் வெளிவந்திருக்கின்றன. 1989இல் டொரண்டோ தமிழ்ச் சூழலில் மாற்றுக் கருத்துக்கான தளமாக உருவாகிய தமிழர் வகைதுறைவள நிலையத்தின் (தேடகம்) ஆரம்பகால உறுப்பினராக இருந்து அதன் இயக்குநர்களில் ஒருவராகத் தொடர்ந்து செயல்பட்டுவருபவர்.

பா.அ. ஜயகரன்

அவனைக் கண்டீர்களா?

காலச்சுவடு பதிப்பகம்

அன்பார்ந்த வாசகருக்கு,
வணக்கம்.

காலச்சுவடு நூலை வாங்கியமைக்கு நன்றி.

நூலின் உள்ளடக்கம், உருவாக்கம், அட்டைப்படம் இன்ன பிற அம்சங்கள் பற்றிய உங்கள் கருத்துகளையும் ஆலோசனைகளையும் காலச்சுவடு வரவேற்கிறது. தகவல், எழுத்து, வாக்கியப் பிழைகள் தென்பட்டால் கட்டாயம் தெரிவித்து உதவுங்கள். நூல் தயாரிப்பில் கடும் குறைபாடு இருப்பின் மாற்றுப் பிரதி உங்களுக்குக் கிடைக்கக் காலச்சுவடு ஏற்பாடு செய்யும்.

மின்னஞ்சல்: **publisher@kalachuvadu.com**

காலச்சுவடு நாகர்கோவில் அலுவலகத்திற்குக் கடிதம் அனுப்பலாம்.

தங்கள்
எஸ்.ஆர். சுந்தரம் (கண்ணன்)
பதிப்பாளர் — நிர்வாக இயக்குநர்

அவனைக் கண்டீர்களா? ✤ குறுநாவல்கள் ✤ ஆசிரியர்: பா.அ. ஜயகரன் ✤ © பா.அ. ஜயகரன் ✤ முதல் பதிப்பு: டிசம்பர் 2023 ✤ வெளியீடு: காலச்சுவடு பப்ளிகேஷன்ஸ் (பி) லிட்., 669, கே.பி. சாலை, நாகர்கோவில் 629001

காலச்சுவடு பதிப்பக வெளியீடு: 1271

avanaik kaNTiirkaLaa? ✤ Novelette ✤ Author: P.A. Jayakaran ✤ © P.A. Jayakaran ✤ Language: Tamil ✤ First Edition: December 2023 ✤ Size: Demy 1 x 8 ✤ Paper: 18.6 kg maplitho ✤ Pages: 216

Published by Kalachuvadu Publications Pvt. Ltd., 669, K.P. Road, Nagercoil 629001, India ✤ Phone: 91-4652-278525 ✤ e-mail: publications@kalachuvadu.com ✤ Printed at Mani offset, Chennai 600077

ISBN: 978-81-19034-97-0

12/2023/S.No. 1271, kcp 4934, 18.6 (1) ass

எந்தையும் தாயும்
அருள்லிங்கம் வாலாம்பிகை

பொருளடக்கம்

முன்னுரை	11
செல்வி மிசால் யூலியே அம்றோஸ்	13
வந்திறங்கிய கதை	27
ஜெனி-போரின் சாட்சியம்	46
சந்தி: ஒரு கதைசொல்லியின் கதை	73
நனாபுஸ்	90
சவம் எழுந்த கதை	106
அவனைக் கண்டீர்களா?	118
நீங்கள் எந்தப் பக்கம் போகிறீர்கள்?	162
புத்தன் தொலைந்த வெளி	176
இல்லாத கால்களின் வலி	191

முன்னுரை

இந்த முன்னுரையை எழுதிக்கொண்டிக்கும் இந்தக் கணத்தில் பாலஸ்த்தீனம்மீது இஸ்ரேல் மாபெரும் தாக்குதலைத் தொடுத்துக்கொண்டிருக்கிறது. அப்பாவி மக்கள் நூற்றுக்கணக்கில் கொன்று குவிக்கப்பட்டுக்கொண்டிருக்கிறார்கள். 75 ஆண்டுகளாக இஸ்ரேலின் மனிதவுரிமை மீறல்களும், போர்க் குற்றங்களும் தொடர்ந்த வண்ணம்தான் உள்ளன. போர் எனும் தனிச்சொல்லின் அகம் என்னவென்பதை ஈழத்தமிழர்களாகிய நாம் நன்கறிவோம். இறப்பின் எண்ணிக்கைக்குப் பின்னுள்ள ஒவ்வொரு மனித உயிர்களின் இருப்பை, உணர்வை, வலியை நாம் அறிவோம்.

முன்னெப்போதுமில்லாது அறம் குறித்த கேள்வி மேலெழுந்துள்ளது. உலகில் நடக்கும் அரசியல் மாற்றங்கள் அறமற்ற சமூகம் நோக்கி நம்மை நகர்த்திக் கொண்டிருக்கின்றன. குரூரத்தின் கொடும் வடிவம் நம்மை ஆக்கிரமிக்கத் தொடங்கியிருக்கிறது. குழந்தைகள், அப்பாவிப் பொதுமக்கள் இரு தரப்பாலும் கொல்லப்பட்டுக்கொண்டிருக்கிறார்கள். கண் மூடிக்கொண்டு உலகம் காணாதிருப்பது மட்டு மல்லாது, இப்படுகொலைகளுக்கு உந்துசக்தியாக இருப்பது மானிடத்தின் மீது அவநம்பிக்கையைத்தான் ஏற்படுத்துகிறது.

நாம் எழுத்துகளால் என்ன செய்துவிட முடியும்? என்ற அவநம்பிக்கை நம்மைச் சூழும்போதெல்லாம் எழுத்தின் அறத்திற்காக, எழுத்தினால் அறத்திற்காகப் போராட வேண்டிய கட்டாயத்தில் இருப்பதை நம்

அடிமனம் சுட்டிக்கொண்டுதான் இருக்கிறது. மானிடத்தின்மீது நிகழ்த்தப்பட்டுக்கொண்டிருக்கும் வன்முறையை, அறமீறல்களைத் தொடர்ச்சியாகப் பதிவுசெய்தவண்ணம் இருக்க வேண்டியிருக்கிறது.

'நனாபுஸ்' கதையில், அகதியாக வந்த பெண் குழந்தை கேட்கிறது 'நனாபுஸ் இந்தப் போரைக் கொன்றுவிட முடியுமா?' என்று. அந்தக் குழந்தையின் கேள்விக்கு நம்மிடம் பதில் இல்லை. போரினால் தம் அன்புக்குரியவர்களை இழந்த பெண்கள் போரைச் சபிப்பதை 'ஜெனி: போரின் சாட்சியம்' கதையில் நாம் காணலாம். தாய்மார்களின் சாபத்தின் பின்னரும் போர் ஓயவில்லை. ஒடுக்குமுறைக்கு எதிரான போராட்டத்தின் அறத்தை நான் நன்கு உணர்கிறேன். அதனால்தான் அம்மக்களோடு உணர்வுத் தோழமையோடு பயணிக்கிறேன். என் கதைகளிலும் அதன் பண்பைக் காண முடியும். அந்தப் போராட்டங்களிலும் அறமீறல்கள் நிகழும்போதெல்லாம் அதை மௌனமாகக் கடக்கக் கூடாது என்பதையும் நன்கு உணர்கிறேன். அதையும் பதிய வேண்டிய கடப்பாடு நமக்கே உரியதாகிறது. அறிவுப்பூர்வமான தளத்திற்கு மானிடத்தை நகர்த்தும் பாரிய பொறுப்பு நமக்குரியதாகிறது. அதுவே தொடர்ந்து எழுதுவதற்கும், செயற்படுவதற்கும் உந்துதலாய் அமைகிறது.

இந்தப் பிரதிகளைத் தொகுத்து நூலாக்கும் முயற்சிக்கு உதவிய *காலச்சுவடு பதிப்பகம்*, நண்பர் செந்தூரன், தொடர்ந்து என் படைப்புகளுக்குக் களம் அமைத்துத் தரும் சஞ்சிகைகள் *காலம், காலச்சுவடு* ஆகியவற்றுக்கும் எனது நன்றி. வாசகர்களின் வாசிப்புக்கும் கருத்துக்கும் என் அன்பான நன்றி.

ரொரன்டோ, கனடா   பா.அ. ஜயகரன்
ஒக்டோபர் 11, 2023

செல்வி மிசால் யூலியே அம்றோஸ்

சென் லூயூஸ் ஏரியை அணைத்தபடி செல்லும் ஏரிக்கரை வீதியில் மிகவும் முக்கியமான அடுக்குமாடிக் கட்டிடம் அது. குறிப்பாகப் பணம் படைத்தவர்களும், பணம்படைத்தவர் போல் காட்டிக்கொள்பவர்களும் வசித்துவரும் கட்டிடம். ஏரியைப் பார்த்தவாறு இருக்கும் வீடுகள் அனைத்தும் ஏனைய வீடுகளைவிட விலை அதிகமாய் இருந்தது. அதிலும் கட்டிடத்தின் அடுக்குகள் உயர உயர வீட்டின் விலை அதிகரித்துக் கொண்டே போனது. அந்தக் கட்டிடத்தின் கடைசி மாடி, அதாவது 30ஆவது மாடியில் 2 அறைகள் கொண்ட மூலை வீடு மிசால் யூலியே அம்றோஸ் உடையது. அந்த மாடியிலிருந்த அனைத்து வீடுகளும் இரண்டு அடுக்குகளைக் கொண்டிருந்தன. மேல் அடுக்கில் ஒரு படுக்கை அறையும், ஜக்கூசி குளியலறையுமிருந்தது. அவளது வீட்டின் வசிப்பறையின் ஒரு பக்கம் சென் லூயிஸ் ஏரியைப் பார்த்தவாறும் மறுபக்கம் நகரத்தைப் பார்த்தவாறும் இருந்தது. கீழ் அறை அவளது அலுவலகமாக மாறியிருந்தது. நகர உருவாக்கம் மற்றும் பொதுக்கட்டிடத்துறையில் அவளது கல்வியும் பட்டமும் கட்டிடக் கொத்துறாத்து தரகுத் துறையில் நிலைநாட்ட வைத்ததோடு அந்தக் கட்டிடத்தின் உயரத்துக்கும் கொணர்ந்து நிறுத்தியிருந்தது. ஒரு படத்திலும் சில தொலைக்காட்சித் தொடர்களிலும் நடித்துமிருந்தாள். அவளது

உடல்வாகும் உடலுக்கேற்ற உடைகளும் அவள் மீது ஈர்ப்பை அனைவருக்கும் ஏற்படுத்தியிருந்தது.

"கட்டிடத்தின் தரத்தைவிட உனது அழகின் திறத்தில் தான் வெற்றி தங்கியிருக்கிறது"

என பிரபல கட்டிடக் கொத்துறாத்துக்காரர் திரு. அந்தோனியோ கிவானி அடிக்கடி சொல்லிக்கொள்வார். இத்தாலி சிசிலி இவரது பூர்வீகம். இவரது தந்தையே நகரின் மாஃவ்பியா கும்பலின் தொடக்கப் பெரும்புள்ளி.

வெள்ளி மாலை நடந்த ஒரு தொழில்சார் ஒன்றுகூடலில் கலந்துகொண்டுவிட்டு இரவு ஒரு மணியளவில்தான் வந்து படுத்திருந்தாள். அந்தோனியோவின் மகன் அகஸ்டீனின் இல்லத்தில்தான் அந்தக் கூடல் நிகழ்ந்தது. அவனின் அன்புத் தொல்லையிலிருந்து மீள்வதற்கே அவளுக்கு அவ்வளவு நேரம் எடுத்திருந்தது. அகஸ்டீன் பலமுறை அவளின் காதலை வேண்டி நின்றான். அவளைவிட ஐந்து வயது அவனுக்குக் குறைவு. அவனது தந்தை அந்தோனியோவும் கிட்டத்தட்ட அதே ஈடுபாட்டை அவள் மீது வைத்திருந்தான். ஆயினும் அவளுக்கு எந்தக் குழப்பங்களும் இருந்ததாகத் தெரியவில்லை. அவளுக்குத் தனது எல்லை தெரிந்திருந்தது. தனது தொழில், சொந்த வாழ்வு குறித்த வேறுபாட்டை அவள் மிகத் தெளிவாய் அறிந்திருந்தாள். அதனால்தான் ஆண்வயப்பட்ட இந்தத் தொழிலில் அவள் குறிப்பிடத்தக்க வெற்றியை சம்பாதித்திருந்தாள்.

மார்ச் 24, 2007

சனி காலை பத்து மணியளவில் திரு அந்தோனியோவிடமிருந்து தொலைபேசி வந்தது.

"யூலி இன்று இரவுணவு அமைச்சருடன். நீ கட்டாயம் வருகிறாய். சரியாக ஆறு மணிக்கு ஓல்ட் இன்னில் சந்திப்போம். இன்னும் இருவருக்கு அழைப்புக் கொடுக்கவேண்டும் பிறகு சந்திப்போம்."

அவசரமாகப் போனை வைத்தார் அந்தோனியோ. அவருக்கு அரசியல் தொடர்புகள் அதிகம். ஆனால் ஒருபோதும் அவ்வகையான தொடர்புகளை அவர் அறிமுகப்படுத்தியது கிடையாது. படுக்கையிலிருந்து எழுந்து சாளரத் திரைகளை நீக்கினாள். இளவேனில்காலம் பனிமூட்டம் அதிகமாயிருந்தது. நகரத்தையும் ஏரியையும் மூடி பனிப் புகார் கவிந்திருந்தது. சமையலறைக்குச் சென்று பூக்கன்றுகளுக்கு நீர் விடும் குவளையை எடுத்து நீரை நிறைத்து அதில் பதினைந்து சொட்டு உரத் திரவக்கலவையைச் சேர்த்து கோப்பி மேசையிலிருந்த

ஓர்க்கிட் செடிக்கு நீரை விட்டாள். அந்த ஓர்க்கிட் செடி அவளது பழைய கணவர் காதலனாய் இருக்கும்போது வாங்கிக் கொடுத்தது. ஓர்க்கிட் பூ பழுப்பு வெள்ளை நிறத்தில் ஊடே ஊதா நிறம் இடையிடையே பரவியிருந்தது. அந்த ஓர்க்கிட் மரத்தோடு அவள் நீண்ட ஈடுபாட்டை வைத்திருந்தாள். நீண்ட நாட்களாகவே உயிர்ப்புடன் அவளோடு இருக்கும் ஒரு பொருள். ஓர்க்கிட் செடியை உற்றுப் பார்த்தாள். அதன் இலை மீது படர்ந்திருந்த தூசுகளைத் தடவி எடுத்தாள். அவ்வாறே உற்றுப் பார்த்தபடியே இருந்தாள். ஊதா மறைந்தது... பின்னர் பழுப்பு வெள்ளை மறைந்தது... இலைகளின் பச்சை கருமையாய்... பின்னர் இளகியதாய்... மெல்ல மெல்ல மறைந்தது. சுதாரித்துக் கொண்டாள். நிறங்கள் திரும்பவும் தோன்றின. பனிப் புகார் சிறிது விலகி ஏரியின் நீலம் தெரிந்தது. அந்தோனியோவுக்குத் தொலைபேசியில் அழைத்தாள்.

"யார் அந்த அமைச்சர்?"

"பொதுப்பணித்துறை அமைச்சர். அவர் எங்கட தொகுதி பாராளுமன்ற உறுப்பினர். புதிதாக பல மில்லியன் டொலர்களைப் பொதுப்பணிக்கு அரசு ஒதுக்கியிருக்கிறது. அதுக்கும் மேலாக அமைச்சர் தற்போது தனியாள். அவர் மனைவியிடமிருந்து விவாகரத்து வாங்கிவிட்டார் நீயும் தனி..."

"சரி பின்னேரம் சந்திப்போம்"

அந்தோனியோவின் அவ்வகையான இடைச்செருகல்களை அவள் விரும்பிக்கொள்வதில்லை. அமைச்சரைச் சந்திப்பது குறித்து மீண்டும் மீண்டும் சிந்தித்தாள். தொழில்சார் அனுகூலங் களைத் தரும் என்பதை அவள் வெகுவாக நம்பினாள்.

தனது வீட்டிலிருந்து 5.30ற்கே புறப்பட்டிருந்தாள் வழியில் ஏற்பட்ட போக்குவரத்து நெரிசல்களால் 6.20ற்கு 'ஓல்ட் இன்னை' வந்தடைந்தாள். பரிசாரகர் அவர்களது இருக்கைக்கு அழைத்து வந்தார். அங்கிருந்த ஒருவரைத்தவிர மற்றைய மூவரும் அறிந்தவர்கள். பிந்தியமைக்கு எல்லோரிடமும் மன்னிப்புக் கூறியபடியே தனது ஆசனத்தில் அமர்ந்தாள். அந்தோனியோ அமைச்சரிடம் அவளை அறிமுகம் செய்தார்.

"இவர் மதிப்புக்குரிய அமைச்சர் சேன் பானி. இவர் புரோக்கர் மற்றும் கொத்துராத்து மிசால் யூலியே."

அவள் அறிமுகமானதும் அமைச்சரின் முகத்தில் வெற்றிடம் தோன்றி முகம் உள் சென்று பின் பருத்துக்கொண்டது. அவளின் அழகு ஒரு கணம் அவரையும் உலுப்பியதை அனைவரும் கவனித்தனர். அமைச்சரும் சுதாரித்துக்கொண்டு "நான் ஒரு

பெண்ணைத்தான் எதிர்பார்த்தேன்... ஒரு உலக அழகியை யல்ல." என்றார்.

இந்தச் சந்திப்பு அரசியலோ, தொழில் சார்ந்ததாகவோ இருக்கவில்லை. ஒரு நல்ல அறிமுகத்திற்கான ஆரம்பமாகவே அவளுக்குப்பட்டது. அரசு திட்டமிட்டுள்ள அபிவிருத்தி முயற்சி களைப் பட்டும்படாமலும் தெரிவித்தார். அரசின் உயர்நிலை அமைச்சர்களுக்குள்ள இரகசியக் காப்பில் அவர் அக்கறையாய் இருந்தார். ஆயினும் வெளிப்படையாய் சிரித்துக் கதைத்தார். சந்திப்பு இரண்டு மணிநேரம் நீடித்தது. மிசாலும் அமைச்சரும் அறிமுக அட்டைகளைப் பறிமாறிக்கொண்டார்கள்.

"இது எனது பிரத்தேயக இலக்கம் இதைக் குறித்து வையுங்கள்"

என அமைச்சர் அவளிடம் ஒரு துண்டை நீட்டினார். பின்னர் அவருக்காகத் தரித்து நின்ற அரச லூமிசன் காரில் ஏறிக் கொண்டார். அவள் வீடு வந்து சேர இரவு 11.30 மணியாகியது. சாளரத் திரைகளை நீக்கினாள். நகரம் இரவு வெளிச்சத்தில் இருந்தது. சென் ஜோசப் மலைக்கோயிலின் உச்சத்தில் உள்ள நியோன் வெளிச்ச சிலுவை தெளிவாகத் தெரிந்தது. அரசியலில உயர் இடத்தில் உள்ள ஒருவரை முதல் தடவையாக மிக நெருக்கமாக சந்தித்திருந்தபோதும் அவள் மனத்தில் எந்த நெருடலும் தென்படவில்லை. சில வேளை அமைச்சர் மிக சாதாரணமாகப் பேசிப் பழகியதாலோ என்னவோ..? படுக்கையில் சாய்ந்தாள். முழு நீள கண்ணாடிச் சுவருக்கூடாக வானம் தெரிந்தது. மொன்றியால் நகரின் வெளிச்சத்தில் தொலைந்துபோன வெள்ளிகள் போக மிகுதி சில தென்பட்டன. சாரளத்திரைகளை மூடும் பட்டனை அழுத்தினாள். சாரளத் திரைகள் வானத்தை மூடின. அறைக்குள் இருள் கவிந்தது.

மார்ச் 29, 2007 வியாழக்கிழமை

அவள் அலுவலக அறையிலிருந்து மின் அஞ்சல்களைப் பார்த்து பதிலளித்துக்கொண்டிருந்தாள். அவளது கைத் தொலைபேசிக்கு அழைப்பொன்று வந்தது.

"ஹலோ மிசால். . . இது சேன் பானி. . . அமைச்சர்"

"ஓ. . . வணக்கம். அமைச்சர்"

"நான் அறிமுகத்திற்காக அமைச்சர் என்றேன். நீங்கள் என்னை சேன் என்றே அழைக்கலாம்."

"என்ன இன்று அலுவல்கள் ஏதும் இல்லையா. .?"

"இருக்கிறது... நான் இன்னும் சிறிது நேரத்தில் கியூபெக் நகருக்குச் செல்வதற்காக விமான நிலையத்திற்குச் செல்கிறேன். அங்கு கியூபெக் மாநில உள்துறை அமைச்சருடன் சந்திப்பு... நாளை நாம் இருவரும் ஒரு பொதுப்பணியை ஆரம்பிக்கின்றோம். நாளை இரவு மீண்டும் நகருக்கு வந்து விடுவேன். வாரக்கடைசி நாட்கள் இங்குதான் நிற்பேன். திங்கள் மீண்டும் ஒட்டாவா சென்றுவிடுவேன். நாளை இரவு உங்களுக்கு ஏதாவது அலுவல்கள் உண்டா?"

அமைச்சரிடமிருந்து இவ்வளவு கடுகதியில் தொலைபேசி அழைப்பு வருமென எதிர்பார்க்கவில்லை.

"பொறுங்கள் எனது டயறியைப் பார்க்கிறேன். இரவு முழுவதும் நித்திரை இல்லையோ..?"

"உங்களைத் திரும்பவும் தனியே சந்திக்கவேண்டும் போல் தோன்றுகிறது. அவ்வளவுதான்"

"பிற்பகல் 5 மணிக்குப் பின்பு ஒன்றுமில்லை."

"அப்படியானால் 6 மணிக்கு நாம் ஒல்ட் இன்னில் சந்திக்கலாம். நான் வந்து உங்களை அழைத்துச் செல்லலாம்."

"சரி பரவாயில்லை"

"நகருக்குத் திரும்பியவுடன் உங்களை அழைக்கிறேன்."

அலுவலக அறையிலிருந்து வெளியே வந்து குசினியிலிருந்த கோப்பிதயாரியை இயக்கி விட்டுவிட்டு மேல் அடுக்குக்குச் சென்று யக்கூசியை இயக்கி அதனுள் ஏறி அமர்ந்தாள். இள வெந்நீர் பல குழாய்களுக்கூடாக வேகமாகப் பீச்சிக் கொண்டிருந்தது. அவள் உடலின் பல பாகங்களிலும் வெந்நீர் விசையுடன் மோதி தசைகளை உலுப்பிக்கொண்டிருந்தது. அவளின் உடலில் ஏறியிருந்த இறுக்கம் மெல்ல மெல்ல இளகி இதமாயிருப்பதாய் உணர்ந்தாள்.

பெப்பரவரி 05, 2008

இரவு திடோரிடமிருந்து அழைப்பு வந்தது. திடோர்தான் அவளின் நடிப்பு சம்பந்தமான தொடர்பாளர். அவன் நடிகர்களை வேலைக்கு அமர்த்தும் பணியகமொன்றை நடத்தி வந்தான். திரைப்பட மற்றும் தொலைக்காட்சி நாடகங்களில் நடிக்கும் வாய்ப்பை அவன்தான் அவளுக்கு ஏற்படுத்திக் கொடுத்தவன். தொலைபேசியில் அவனது பெயரைப் பார்த்து விட்டு நடிப்புக்கான அழைப்பு என்றே தொலைபேசியை எடுத்தாள்.

“மிசால் சுகமாய் உள்ளாயா. . ?”

“ஆமாம் சுகமாய்த்தான் உள்ளேன்... இப்போதான் ‘டொமீன் யூலியற் அவுறல்’ வைனின் இரண்டு கிண்ணம் முடித்துவிட்டு மூன்றாவதுடன் வானத்தைப் பார்த்துக்கொண்டு கட்டிலில் குந்தியிருக்கிறேன். ஏன் என்ன விசயம். . ?”

“செய்தி பார்த்தாயா. . ?”

“இல்லையே. . . என்ன விசயம். . ?”

“செய்திச் சேவையைப் பார்... நான் உன்னை வந்து சந்திக்கிறேன். . .”

அவள் தொலைக்காட்சியைப் போட்டு செய்திச் சேவையைப் பார்த்தாள். அவள் அமைச்சரோடு எடுத்த வீடியோக்கள் படங்கள் எனப் பலவும் வந்துபோயின... செய்தியை உன்னிப்பாகப் பார்த்தாள்... பதட்டத்திலும் அச்சத்திலும் செவிகள் கேட்பதற்கு மறுத்திருந்தன... முயன்றாள்... வேறு கனேடிய செய்திச் சேவைகளை மாற்றினாள்... அவளின் படங்களும் வீடியோத் துண்டுகளும் போய்க்கொண்டிருந்தன. கண்கள் பார்ப்பதற்கு மறுத்திருந்தன. எதுவுமே அவளது கண்களுக்குத் தெரியவில்லை. கண்ணாடிக்கூடாக வெளியே பார்த்தாள்... எல்லாமே வெளிறிப்போயிருந்தது. மிகுந்த முயற்சி எடுத்துப் பார்க்க முற்பட்டாள். ஏரி உறைந்து வெண்பனி மூடிக் கிடந்தது. நகர் முழுவதும் பனி மூடிக்கிடந்தது. இடையிடையே நகரின் மின்வெளிச்சங்கள் அழகை ஊட்டியிருந்தன. ஆனாலும் அவளுக்கு எல்லாமே வெளிறி அடையாளம் தெரியாமல் இருந்தது. ஒரு கணம் தான் மூச்சு விடவில்லை என்பதாக உணர்ந்தாள். மூச்சுவிடுவதற்கு மிகுந்த முயற்சியை எடுத்தாள்... இருமினாள்... அறையிலிருந்த சாளரக் கதவை விலக்கி முகத்தை அதனருகே வைத்தாள். கடும் குளிர்காற்று முகத்தை மோதியவாறு உள் நுழைந்தது. அவ்வாறே சிறிது நேரம் இருந்தாள்... அவளின் பெயரும் அமைச்சரின் பெயரும் அவளுக்குக் கேட்டது. அவ்வாறு நின்றபடியே நகரைப் பார்த்தாள். வெண்பனி மூடிய நகரின் ஊடே அவள் கண்கள் படர்ந்தன. சென்ஜோசப் மலைக் கோயிலின் நியான் சிலுவை அவள் கண்களில் பட்டது. மூச்சை இழுத்து இழுத்து விட்டாள். யன்னலை மூடினாள். கோப்பி மேசையிலிருந்த ஓர்க்கிட் செடியைப் பார்த்தாள். அதன் பழுப்பு வெள்ளையிடையே ஊதா கலந்த பூ தெளிவாகத் தெரிந்தது. குசினிக்குள் ஓடிச்சென்று தண்ணீர் எடுத்துக் குடித்தாள். மீண்டும் சில கிண்ணங்கள் குடித்தாள். அவளுக்குத் தாகம் தீர்வதாகத் தெரியவில்லை. வாசல் அழைப்பு மணி கேட்டு கதவைத் திறந்தாள். திடோரும் அவனது துணைவர் ஜெவ்வும் வந்திருந்தார்கள். திடோரைக் கட்டி அணைத்தாள். அழுதாள். . .

"என்னால் நம்ப முடியவில்லை."

என்றவாறு அழுதாள். . . ஆத்திரத்தோடும் அவமானத்தோடும் இருந்தாள். திடோர் அவளைச் சமாதானப்படுத்தி இருக்கையில் அமர்த்தினான். திடோரும் ஜெவ்வும் அவளின் இருபுறமு மிருந்து அவளை அணைத்து ஆறுதல்படுத்திக்கொண்டிருந்தனர்.

"இப்போ இது ஒருபக்கச் செய்திதான். உனது பக்கம் ஒன்று இருக்கல்லவா. . ? செய்திக்காய் அலையும் இந்த மலங்களுக்கு நிச்சயமாய் உன்னுடைய பக்கம் அவசியம். பயப்படாதே நீ உன்னைத் தயார்படுத்திக்கொள். நான் மிகுதியைக் கவனிக்கிறேன். நல்லாய் கொதிக்கட்டும். நாளைக்கு எதிர்க்கட்சியினர் பாராளுமன்றத்தில் கேள்விக்கணை தொடுக்கப் போகிறார்கள். அமைச்சர் என்ன செய்யப்போகிறார் என்று பார்ப்போம்... பொறு. . . விசயம் நன்றாய் ஊதிப் பெருகட்டும். அதற்குப் பிறகு நாங்கள் இறங்குவோம்."

"திடோர் நீ இப்போது ஒரு வியாபாரியாய் பேசுகிறாய் ஹனி. . . அதற்கு இதுவல்ல நேரம்" என்றான் ஜெவ்ப்.

"ஏன் இவங்களுக்குத் தெரியாதா. . ? இது அமைச்சரின் பிழையென்று. மிசாலின் தனிப்பட்ட விடயங்களைக் கதைப்பது அநாகரீகம். அது பத்திரிகைத்தனம் என்று எனக்குப்படவில்லை. ஏன் இவங்களுக்கு நாம் சும்மா செய்யவேண்டும். மிசால் யார் தொடர்புகொண்டாலும் என்னிடம் பேசச்சொல். நான் இதைக் கவனிக்கிறேன்."

மிசால் எதுவுமே பேசவில்லை. இப்போ அவளுக்கு அவனது அரவணைப்பும் ஆலோசனையும் தேவைப்பட்டது. ஒரு தொலைக்காட்சிப் பேட்டி, ஒரு கிசுகிசுப் பத்திரிகைப் பேட்டி, தேசிய சஞ்சிகைக்கான பேட்டி மற்றும் அவளின் நினைவுக் குறிப்படங்கிய புத்தகம் அதற்கான பதிப்புரிமையை விற்பது. இதுவே திடோரின் திட்டம். அவனது மனதில் ஆழத்தில் உருவாகிச் செயற்படத் தொடங்கியது.

மார்ச் 01, 2008. மிசாலின் வீடு

அவள் பேட்டிகளுக்குத் தயாரானாள். திடோரும், ஜெவ்வும் அங்கு இருந்தார்கள். மொன்றியால் கிசு கிசு வாராந்திரியினர் திடோர் கேட்டதொகையை ஏற்றுக்கொண்டனர். அவர்களின் புகைப்படக் கலைஞர் மொனிக்கா பேட்டிக்கு ஒரு மணிநேரம் முன்னதாகவே வந்து படங்களை எடுக்கத் தொடங்கினாள். முன்அட்டைக்கான படம். அவள் அணிந்திருந்த ஆடை மொனிக்காவைக் கவரவில்லை. இருவரும் மிசாலின் அறைக்குள் சென்று வந்திருந்தனர். அவள் ஆடை மாற்றியிருந்தாள். அவளது

கால்பாகம் கூடவாகவே தெரிந்திருந்தது. மார்புக்கச்சையை அவள் அணியவில்லை. ஆடையின் முன்பிருந்த வெட்டு வயிற்றின் மேல்பகுதி வரையிருந்தது. அவளது நெஞ்சின் ஒரு சிறுபகுதி அழகாக வெளியில் தெரிந்தது.

“மொனிக்கா, மிசாலின் நெஞ்சுக்கு ஸ்பிரே பாவித்தாயா. . ? தூக்கலாக இருக்கிறது. ஹனி நீ நல்ல வடிவாய் இருக்கிறாய். . .” என்றான் ஜெவ்ப்.

மிசாலை பல பல கோணங்களில் வைத்துப் படம் எடுத்தாள்.

“ஹனி நீ மணி வடிவாய் இருக்கிறாய். . .” என அவள் ஒவ்வொரு தடவையும் சொல்லிக்கொண்டிருந்தாள்.

பேட்டியெடுப்பவர் தனது பேட்டியை ஆரம்பித்தார்.

“வணக்கம் செல்வி மிசால்

உங்களுக்கும் மோட்டார் சைக்கிள் பாதாளக் கோஸ்டிகளுக்கு மிடையில் தொடர்புண்டா. . ?”

“எனக்கும் அமைச்சருக்குமான தொடர்பை எல்லோரும் அறிவார்கள். கிட்டத்தட்ட ஒரு வருடமாக நாங்கள் காதலர்கள் அல்லது காதலர்போல் இருந்திருக்கிறோம். அவர் எனது வீட்டுக்கு வரும்போது. . . அவர் அப்போது வெளிவிவகார அமைச்சராக மாற்றப்பட்டிருந்தார். . . ஆப்கானிஸ்த்தானில் நேட்டோ படை நடவடிக்கை குறித்த முக்கிய ஆவணமொன்றை எனது வீட்டில் விட்டுவிட்டுச் சென்றுவிட்டார். அது இருந்த உறை அரச உயர் இரசியங்கள் அடங்கிய உத்தரவாத இலட்சினையுடன் இருந்தது. எனவே அதன் முக்கியத்துவத்தை அறிந்து நான் அதை கவனமாக வைத்ததுடன் அமைச்சருக்கும் அதைத் தெரிவித்தேன். இது நடந்து 6 மாதங்களுக்கு மேலாகிவிட்டது. அமைச்சர் அந்தக் குறிப்பை அமைச்சகத்திலிருந்து வெளியில் கொண்டுவர முடியாது. அத்துடன் அதை இங்கு வைத்துவிட்டு வேறு போயிருக்கிறார். இது அமைச்சரின் மாபெரும் தவறு. அதைப்பற்றி பத்திரிகைகள் அலட்டிக்கொள்ளாமல் எனது தனிப்பட்ட வாழ்வு குறித்து ஆராய முற்படுவதுதான் கேவலம். உண்மையான பிரச்சினையைப்பற்றிக் கதைக்காமல் என்னைக் கேவலப்படுத்துவதூடாக அமைச்சரின் முட்டாள்தனத்தை மறைக்கமுற்படுகிறீர்கள். . . நான் இந்தச் சமூகத்தோடு போராடி வாழும் பெண். என்மீதான அவதூறுகள் அல்லது எனது தனிப்பட்ட வாழ்வு குறித்த உங்களது செய்திகள் என்னை அதலபாதாளத்துள் தள்ளியுள்ளது.”

“ செல்வி மிசால் எனது கேள்விக்கு நீங்கள் பதிலளிக்க வில்லை. . . உங்களுக்கும் பாதாள கோஸ்டிகளுக்கும் சம்பந்தமுண்டா. . ?”

"எனக்குத் தெரியும் உங்கள் பத்திரிகை முகப்புக்கு ஒரு தலைப்பு தேவைப்படுகிறது. அமைச்சரின் காதலிக்குப் பாதாள கோஸ்டிகளுடன் தொடர்பு! என்பதாகவிருக்கலாம். அப்படியா.? எனது அழகிய தோற்றம் உங்கள் முகப்பை அலங்கரிக்கலாம் அல்லவா.? பழத்தை விட்டுவிட்டுத் தோலைச் சாப்பிட்டுப் பழகிவிட்டீர்கள். எனக்கு மட்டுப்படுத்தப்பட்ட நண்பர்கள் என்று ஒன்றில்லை. இவ்வுலகில் பலரைப் பார்க்கிறோம்... பலரோடு பழகுகிறோம்... சிலரை தினமும் சந்திக்கின்றோம்...பேசுகிறோம். நான் காலையில் பஸ்சுக்காகவோ அல்லது மெற்றோவுக்காகக் காத்திருக்கும் தருவாயில் பலரைச் சந்தித்துப் பேசுகிறோம். பலதைக் கதைக்கிறோம். அவ்வாறு பார்த்தால் பாதாளத்தில் உள்ளவரோடு மட்டுமல்ல வானத்தில் உள்ளவர்களோடும் தொடர்புவைத்திருக்க முடியும். இன்னம் கொஞ்சநேரம்; என்னோடு இருந்தால், உங்களுக்கும் எனக்கும் தொடர்பெனக் கொட்டையாக எழுதமுடியும். "

மார்ச் 05, 2008. மிசாலின் வீடு

மிசாலின் வரவேற்பறை ஒரு தொலைக்காட்சி ஒளிப்பதிவுக் கூடம்போல் மாறியிருந்தது. கனேடிய தொலைக்காட்சியின் தொழில்நுட்பக் கலைஞர்களும், தயாரிப்பாளரும், பேட்டித் தொகுப்பாளரும் அங்கு இருந்தனர். கனேடிய தொலைக்காட்சியின் பிரபல செய்தி வாசிப்பாளர் பீற்றர் மைக்கல் தான் பேட்டி காணவிருந்தார். பீற்றர் மைக்கலின் தெரிவு இந்தப் பேட்டியின் அவசியத்தை மேல்நிறுத்தியிருந்தது. மிசாலுக்கு இத்தகைய சூழல் புதிதொன்றுமில்லை. அவள் மிகவும் தெளிவாக இருந்தாள். இரு சோபா கதிரைகள் போடப்பட்டு ஓர்க்கிட்டுடனான கோப்பி மேசை அவர்கள் முன்னிருந்தது. கமெரா தயாரானது.

"வணக்கம் கடந்த சில வாரங்களாக கனேடிய அரசியலை உலுப்பிக் கொண்டிருக்கும் வெளிவிவகார அமைச்சர் சேன் பானியின் இரகசிய மீறல் குற்றச்சாட்டு குறித்து அனைவரும் அறிவீர்கள். இன்று அவரது காதலியாகவிருந்த செல்வி மிசால் யூலியே அம்றோஸ் அவர்களுடனான சிறப்புப் பேட்டி ஒளிபரப்பாகிறது. வணக்கம் செல்வி மிசால்

யார் இந்த பசில் லூயிஸ்.?"

"பசில் லூயிஸ் என்னுடைய முதல் காதலன். நான் அவரை மொன்றியால் பொலிடெக்கில் சந்தித்தேன். அவர் தென் அமெரிக்காவைச் சேர்ந்தவர். அவரும் என்னுடன் நகர உருவாக்கத்துறை சம்பந்தமாகப் படித்துக்கொண்டிருந்தார். அவர் ஒரு நல்ல இசைக் கலைஞன். புல்லாங்குழல் அவருடைய வாத்தியம். அவர் அப்போது தென் அமெரிக்க இசைக்குழுவை

அவனைக் கண்டீர்களா?

நடத்தி வந்தார். எமது கல்லூரியில் மட்டுமல்லாது மொன்றியால் இசைவட்டத்திலும் முக்கிய இசைக்குழுவாய் அது இருந்தது. அப்போதுதான் அவருடன் தொடர்பு ஏற்பட்டது. அவர் என்னால் மறக்க முடியாத ஒரு இனிமைக் காதலன். நாம் இருவரும் திருமணம் செய்வதாகவிருந்தோம். சென் கத்தரீனில் இருந்த பார் ஒன்றில் அவர்களது கச்சேரியை முடித்துவிட்டு இருவரும் நடந்து வந்துகொண்டிருந்தோம். இரவு 11 மணியிருக்கும்.

நாங்கள் வழமைபோல் பேசிச் சிரித்து முத்தமிட்டு காதல் வயப்பட்டு நடந்து வந்துகொண்டிருந்தோம். என்னைக் கட்டிப் பிடித்து கொஞ்சிக்கொண்டு ஸ்பானிய நடனம் ஆடும் தோரணையில் எனது இடுப்பில் கையைப் பிடித்துக்கொண்டு எனது உடலை ஒரு பக்கம் சாய்த்தான். அப்போது அவனது நெஞ்சிலிருந்து இரத்தம் பீறிட்டது. நான் லூயிஸ் என்று கதறினேன். அங்கிருந்தவர்கள் கலைந்து ஓடினார்கள். யாரோ சுடுவதாகவும் எழுந்து ஓடுமாறும் சொன்னார்கள். அவனது இரத்தத்தால் நான் தோய்ந்துபோயிருந்தேன். . .”

அவள் சொல்லி முடித்துவிட்டு ஒரு கணம் அழுதாள். அறை மௌனத்தில் உறைந்திருந்தது. திடோரினதும் ஜெவ்ப்பினதும் கண்கள் பனித்திருந்தன. திடோர் கமெராவை ஒரு கணம் நிறுத்தச் சொல்லிவிட்டு மிசாலிடம் ஒத்துத்தாளொன்றை நீட்டினான். கண்ணீரை ஒற்றிவிட்டு மீண்டும் தொடர்ந்தாள்.

“பத்திரிகைகள் குறிப்பிட்டதுபோல அவர் எந்தக் கோஸ்டிகளுடன் தொடர்புடைவர் அல்ல. எனது வாழ்வில் மறக்க முடியாதது லூயிஸ்சும். . . அவனது மரணமும். அவன் என்னைச் சரிக்காமல் விட்டிருந்தால் அந்தக் குண்டு எனது முதுகுக்குள்ளால் செல்லவேண்டியது. இரண்டு பாதாள கோஸ்டி களுக்கிடையில் நடந்த துப்பாக்கி சமரில் அவர் குண்டடிபட்டு இறந்தார். பிழையான நேரத்தில் பிழையான இடத்தில் நின்று விட்டோம். அது எனது இரத்தத்தையே உறைய வைத்த நிகழ்வு. ஒரு வன்முறையான மரணத்தை அதன் அருகிலிருந்து பார்த்த கொடுமை. நீண்ட காலமாகவே அவனது இழப்பு தாக்கமா யிருந்தது. அதை ஈடுசெய்ய படிப்பில் கவனத்தைத் திருப்பினேன். நடிப்பிலும் ஈடுபட்டேன். . .”

“டொமினிக் பியருடன் தொடர்பு எப்படி ஏற்பட்டது. இவர் பாதாள கோஸ்டியுடன் தொடர்புடையவர் என பொலிசார் தெரிவிக்கின்றனரே. . ?”

என் நண்பர்கள் வழமையாகச் செல்லும் உணவகத்திற்கு பியரும் வழமையாக வந்துபோகும் ஒரு நபர். அங்கு மதுச்சாலைப்

பரிசாரகர் எனக்கொரு விலையுயர்ந்த 'சவாயர் கொக்டையில்' ஒன்றை எனது மேசைக்கு அனுப்பியிருந்தார். அது பியரின் அன்பளிப்பு என்று தெரிவித்தார். அதன் பின்பு அவனுடன் நெருக்கமாகக் கதைக்க ஆரம்பித்தேன். அவன் நல்ல மனிதனாகத் தென்பட்டான். அவனிடம் பெருத்த எதிர்பார்ப்புகள் ஒன்றும் இருக்கவில்லை. அவன் உண்மையாகவிருப்பதாக எனக்குப் பட்டது. அவன்தான் உணவகத்திலிருந்து வீடுகொண்டு சேர்க்கும் சேவையையும் செய்து வந்தான். அவனது ஹார்லி டேவிட்சன் மோட்டார் சைக்கிளில் உலாவருவது எனக்குப் பிரியம். அவனுடன் நெருக்கம் அதிகரிக்கும்போது அவனைப்பற்றி அறியத் தொடங்கினேன். அவனுக்கும் மோட்டார் சைக்கிள் கோஸ்டிகளுக்குமிடையில் உள்ள தொடர்புகள் தெரியவந்தது. அவன் அவற்றை விட்டு வந்தால் மட்டுமே உறவை வளர்த்துக் கொள்ள விரும்புவதாய்த் தெரிவித்தேன். பசிலுக்கு நடந்த அவலம்போல் இன்னுமொரு அவலத்தை நான் ஏற்கத் தயாரா யில்லை. அதை பியரும் ஏற்றுக்கொண்டான். என்னுடன் சேர்ந்திருக்க விரும்புவதாய்த் தெரிவித்தான். எனது தொழிலிலும் அவன் ஈடுபாட்டைக் காட்டினான். அவனது பல தொடர்புகளுக்கூடாக வியாபாரக் கட்டிடங்கள் சிலவற்றை விற்றேன். ஒரு வருடத்திற்கு மேலாக நாமிருவரும் ஒன்றாவிருந் தோம். பின்னர் நாமிருவரும் திருமணம் செய்து கொள்வதென முடிவெடுத்தோம். இரண்டு வருடங்கள் கணவன் மனைவி யாகவிருந்தோம். அவன் முற்றுமுழுதாகவே மோட்டார் சைக்கிள் கோஸ்டியிலிருந்து விலகியே இருந்தான். நாமிருவரும் விடுமுறைப் பயணங்களை மேற்கொண்டோம். எமது விவாகரத்துக்கு முன்னதான காலப்பகுதியில் அவன் என்னிலிருந்து விலகுவதாக உணர்ந்தேன். அதற்குக் காரணம் அவனது உற்ற நண்பன் ஜோர்ச். அவன் போதைப்பொருள் கடத்தல் குற்றச்சாட்டில் சிறைவாசம் அனுபவித்துத் திரும்பியிருந்தான். எம்மிருவருக்கும் இது தொடர்பாக நடந்த நீண்ட சண்டையின் பின்னர் வீட்டைவிட்டு வெளியேறியவன்தான் மீண்டும் வரவில்லை. அதன் பின்னர் விவாகரத்துப் பெற்றுவிட்டேன். விவாகரத்துப் பெற்று 2 வருடங்களுக்கு மேலாகிவிட்டது. அதன் பின்னர் அவனுடன் எந்தத் தொடர்புகளும் இல்லை.

"அமைச்சருடனான தொடர்பு எப்போது ஏற்பட்டது. . ?"

"2007 மார்ச் மாதத்தில் சந்தித்தேன். இரண்டாவது சந்திப்புக்காக அவர்தான் அழைப்பு விடுத்திருந்தார். அந்தச் சந்திப்பில் தனது விருப்பை வெளியிட்டார். அவர் அப்போ விவாகரத்துப் பெற்றிருந்தார். நானும் விவாகரத்துப் பெற்றிருந்தேன். இது அவசரமாகவிருந்தது. எனக்கு திரிசங்கு சொர்க்கநிலைதான்.

இருவரும் சிலகாலம் சந்தித்து உறவாடிக்கொள்ளலாம் என்றேன். ஆனாலும் அமைச்சர்களுக்கான ஒன்றுகூடல் ஒன்று வருகிறது அதில் என்னோடு கலந்துகொள்ள முடியுமா எனக் கேட்டார். அமைச்சர் என்னை நெருக்குவதாகவே உணர்ந்தேன். ஒருவரை ஒருவர் அறிந்துகொள்ளும் சந்தர்ப்பமாக இதை எடுத்துக் கொள்ளலாம் என்ற நோக்கில் அதற்கு ஒப்புதல் அளித்தேன். அதன் பின்னர் எனது வீட்டிலும் அவரது ஒட்டாவா இல்லத்திலும் சந்திப்புகள் நிகழ்ந்தன. அவை மிகவும் நெருக்கமான பொழுதுகள். தனது உத்தியோகபூர்வ காதலியாக என்னைப் பதிவுசெய்திருப்பதாக அவர் தெரிவித்தார். அது எனது அந்தரங்கங்களுக்கு அச்சுறுத்தலாக உள்ளதாகத் தெரிவித்தேன். இதுவொரு பாதுகாப்புரீதியான ஒரு தற்காலிக நடைமுறைதான் என்று சேன் தெரிவித்தார். எமது உறவு 6 மாதங்களுக்குள்ளேயே விரிசல் கண்டது. இந்த ஆறு மாதங்களுக்குள் பல கிழமைகள் இருவரும் சந்திக்காமல் இருந்திருக்கிறோம். குறிப்பாக அவரது வெளிநாட்டுப் பயணங்கள் காரணமாக. ஆயினும் சில உத்தியோகபூர்வ விஜயங்களில் நானும் கூடச் சென்றிருந்தேன். வெளிநாட்டு அமைச்சர்கள், அரச தலைவர்கள் கனடா வரும்போது வரவேற்க நானும் சென்றிருக்கிறேன். அமெரிக்க அதிபர் புஸ்சின் வரவுக்குக்கூட. அரச விருந்துபசாரங்களிலும் கலந்துகொண்டிருக்கிறேன். புதிய வெளிவிவகார அமைச்சராய் பதவிப் பிரமாணம் எடுக்கும்போது நானும் கூடவே சென்றிருக்கிறேன். கனேடிய வெளிவிவகாரங்களுக்கான இராஜதந்திரிகள் ஒன்றுகூடலின் பிற்பாடு எனது அதிருப்தியை வெளியிட்டேன். அந்த ஒன்றுகூடலில் அவர் நடந்துகொண்ட முறை எரிச்சல் தருவதாக இருந்தது. எனக்கு மட்டுமல்ல அங்கு வந்த பலருக்கும்தான். நான் முதல் சந்தித்த மனிதரிலிருந்து வேறுபட்ட மனிதனாக சேன் பானியைப் பார்த்தேன். அவரின் காரியதரிசியுடன் மிக நெருக்கமாகவிருந்தார். அவள் திருமணமானவள். அந்த சந்தர்ப்பத்தில் அவரைக் கேட்டேன். அவர் அதற்கு மறுப்புத் தெரிவிக்கவில்லை. காதலியை வைத்துக் கொண்டு இவ்வாறு செய்யலாமா? என்ற நாகரீகமும் அவருக்குத் தெரியவில்லை. அவரை பிரச்சினை உள்ளவராகவே பார்த்தேன். தொடர்பைத் துண்டித்துக்கொண்டேன். ஆயினும் அவர் அதை ஒத்துக்கொள்ளவில்லை. தான் அடிக்கடி தனது துணையை மாற்ற முடியாது... ஏற்கனவே உன்னை உத்தியோகபூர்வ காதலியாகப் பதிவுசெய்துவிட்டேன். குறைந்தது இன்னுமொரு ஆறு மாதமாவது உத்தியோகபூர்வ காதலியாய் இருந்துவிடு எனக் கேட்டார். நீண்ட வாக்குவாதத்தின் பின்னரும் அவரின் மன்னிப்பின் பின்னரும் அதை ஒத்துக்கொண்டேன். நாம் எமது இடைவெளியைப் பேணினோம்.

“நேட்டோ ஆவணம் குறித்து எப்போ உங்களுக்குத் தெரியும். . ?”

“2007 யூன் அளவில்தான் அந்த சம்பவம் நடந்தது. அது எமது பொற்காலத்தில் நடந்தது. (சிரிக்கிறாள்.) அதில் உள்ள விடயங்கள் ஒன்றையும் நான் பார்க்கவில்லை. அது குறித்த எனது மௌனத்தை வேண்டி நின்றார். நான் அதைக் கடைப்பிடித்தேன். என்னால் அந்த சம்பவம் வெளிவரவில்லை. ஏன் அதை அமைச்சர் வெளிவிட்டார் என்பதும் எனக்குத் தெரியவில்லை. இந்த சம்பவம் அவரது காரியதரிசிக்கு நிச்சயம் தெரிந்திருக்கக் கூடும். அந்த நெருக்கடியினால்தான் அதை அவர் வெளியிட்டார் என்றே கருதுகிறேன். அந்த சம்பவம் குறித்து நான் ஒருவருக்கும் தெரிவிக்கவில்லை. அந்தவகையில் எனது அடிப்படை நேர்மையைக் காப்பாற்றியிருக்கிறேன்.”

“இந்த விவகாரத்தில் உங்களது தனிப்பட்ட வாழ்வு ஊதிப்பெருப்பிக்கப்பட்டதாகக் கருதுகிறீர்களா. . ?”

“நிச்சயமாக. அதுமட்டுமல்லாது தொடர்பற்ற முறையில் எனது தனிப்பட்டவாழ்வு அம்பலப்படுத்தப்பட்டது. நீண்ட காலமாக நான் வளர்த்து வந்த நேர்மை, நாணயம் எல்லாம் கேள்விக்குட்படுத்தப்பட்டது. பத்திரிகைகள், தொலைக்காட்சிகள், அரசியல்வாதிகள் எல்லோருமே வரைமுறைக்கு அப்பாற்பட்டு அருவருக்கத்தக்க முறையில் எனது வாழ்வு குறித்துக் கதைத்தனர். ஒரு பெண்ணை எவ்வளவு கேவலப்படுத்த முடியுமோ அந்தளவுக்கு அவர்கள் செய்தார்கள். இந்த சம்பவத்தில் முக்கிய நபர் அமைச்சர். அவர் அலுவலகத்திலிருந்து அந்த ஆவணத்தை வெளியே கொணர்ந்தது பிழை. அதுதான் சம்பவம். அதை அவர் எங்கும் தொலைத்திருக்கலாம். ஆனால் அது தொலையவில்லை. பக்குவமாக எனது அறையில் ஓர் இரவும் ஒரு பகலும் இருந்தது. அதன் முக்கியத்துவம் கருதி நான் அதைக் காப்பாற்றினேன். இந்தவகையில் நான் அமைச்சரைவிட நல்ல குடிமகள் என்று என்னைக் குறிப்பிடுவேன். அரசியல்வாதிகள் எதிரியை அடிப்பதற்கு ஒரு பெண்ணைப் பயன்படுத்தினார்கள். எதுகுறித்தும் அவர்கள் அக்கறைப்படவில்லை. ஒரு தரமான ஜனநாயக நாட்டின் பிரதிநிதிகளாக அவர்களைப் பார்க்க முடியவில்லை. சிறுவயதில் பெயருக்கு ஒரு பட்டம் வைத்துப் பழித்துத் திரியும் சிறுபிள்ளைத்தனம்தான் என் முன்னே தோன்றியது. நாம் வெட்கப்பட வேண்டிய விடயம். எனது தனிப்பட்ட வாழ்வு தேவையில்லாமல் செய்திகளில் அடிபடுவது குறித்து அமைச்சர் எதுவுமே தெரிவிக்கவில்லை. அவர் மௌனத்தைப் பேணினார். அவர் அமைச்சராக மட்டுமல்ல ஒரு அரசியல்வாதியாகக்கூட இருப்பதற்கு அருகதையற்றவர். அவர்

ஒரு ஆணாகப் பிழைத்துக்கொண்டார் என்றே கருதுகிறேன். கால காலமாகப் பெண்களே பலிகடாக்களாக இருந்து வருகிறார்கள். எல்லாத் துன்பங்களும் அவர்களுக்காகவே காத்திருக்கின்றன. எல்லா ஊடகங்களும் என்னைக் கேவலப்படுத்தின. நான் ஒரு பெண் என்பதால் அவமானப்படுத்தப்பட்டேன். அதை இந்தச் சமூகமும் ஏற்கத் தயாராய் இருக்கிறது. நான் ஒரு பெண் என்பதால் மட்டுமே என்னை நிலைநிறுத்தவேண்டிய துர்பாக்கிய நிலைக்குத் தள்ளப்பட்டுள்ளேன். பெண்களாய்ப் பிறப்பது தவறு என்று இந்தச் சமூகம் கருதுகிறதா. . .?"

அவளின் குரல் தளதளர்த்தது... கண்கள் கசிந்து கண்ணீர் பெருகியது. யாருமே எதிர்பாராத நிசப்தம் குடிகொண்டது. பீற்றர் மைக்கேல் தனது தயாரிப்பாளருடன் கதைத்தார். அவர் கலங்கிப் போயிருந்தார். தானொரு பத்திரிகையாளன் என்ற குற்றவுணர்வு மேலோங்கியிருந்தது. திடோரும் ஜெவ்ப்பும் அவளை அரவணைத்துக்கொண்டனர்.

"நீங்கள் ஏதாவது புதிதாகச் சொல்ல விரும்புகிறீர்களா.?" பீற்றர் மைக்கல் கேட்டார். அவள் இல்லை என்பதாய்த் தலையை அசைத்தாள்.

" ஹனி நீயொரு பெண்ணாக உயர்ந்திருக்கிறாய்." என்றவாறு அவளது கண்ணீரைத் துடைத்துவிட்டான் ஜெவ்ப்.

எல்லோரும் வீட்டைவிட்டு அகன்றிருந்தனர். இரவு சூழ்ந்திருந்தது. செம்மது நிறைந்த குவளை அவள் கையிலிருந்தது. சாளரக் கதவை மெல்லத் திறந்துவிட்டாள். ஏரியை வருடிய மெல்லிய காற்று வீட்டினில் நுழைந்தது. அதன் மெல்லிய ஈரம் அவளைச் சிலிர்க்க வைத்தது. அவளது மனம் இளகியிருந்தது. அவளது சுவாசம் இயல்பு நிலைக்குத் திரும்பியிருந்ததாக உணர்ந்தாள். நகரின் திக்காய் அவள் கண்கள் நகர்ந்தன. மலைக்கோயிலின் உச்சியிலிருந்த நியான் வெளிச்ச சிலுவை அவள் கண்களுக்குப்பட்டது. அதைப் பார்த்தபடியே இருந்தாள் மிசால் யூலியே அம்றோஸ்.

டிசம்பர் 30, 2008

வந்திறங்கிய கதை

கிப்லிங் நோக்கிச் செல்லும் சப்பே வண்டி டொன் பள்ளத்தாக்கிற்கு மேலான பாலத்தைக் கடந்துகொண்டிருந்தது. நேற்றைய வெண்பனிப் பொழிவால் பள்ளத்தாக்கு வெண்மை போர்த்திருந்தது. டொன் ஆறு பனி மூடி அடையாள மற்றுக் கிடந்தது. அதை வெறித்தபடி பார்த்துக் கொண்டிருந்தவன் மனதில் நடக்கப்போகும் விசாரணை ஓடிக்கொண்டிருந்தது.

கதிரேசபிள்ளை முருகவேள், முருகன் என அழைக்கப்படும் இலங்கை அகதியின் அகதிநிலை குறித்த விசாரணையின் இறுதி முடிவுக்காக அரைமணி நேரம் அகதிமன்று ஒத்தி வைக்கப் பட்டிருந்தது. கனடா வருவதற்கான வேதனைமிகு பயணம், பயணத்தரகருக்கான பெரும் தொகைப் பணம், பணத்திற்கான வட்டி, மனைவி குழந்தையின் பிரிவு, இரு நேர வேலை, குடிவரவு திணைக்களத்தின் அலைக்கழிப்புகள் என்பவற்றால் இவன் உருக்குலைந்திருந்தான்.

ooo

காவல் கொட்டில்கட்டிலில் படுத்திருந்தான் முருகன். அவன் சாக்கு கட்டிலுக்குக் கீழே நாய் ஜோன் படுத்திருந்தது. அவனது தலையணையருகே வானொலி மெதுவாகப் பாடிக்கொண்டிருந்தது. திடீரென ஜோன் குரைத்துக்கொண்டு வெளியே போய் தொடர்ந்தும் குரைத்துக்கொண்டு நின்றது. வயலுக்குள் பன்றி இறங்கிவிட்டதோ என்ற

நினைப்போடு வானொலியை நிறுத்திவிட்டு 'டோச்சை' எடுத்துக்கொண்டு வெளியில் வந்து நாய் குரைக்கும் திக்கைப் பார்த்து வெளிச்சத்தை அடித்தான். வயல் வரம்பால் கொட்டிலை நோக்கி இருவர் வந்துகொண்டிருந்தார்கள். தெரிந்தவர்கள் யாரோ வருகிறார்கள் என்பதாக எண்ணினான். அருகில் வந்ததும் துப்பாக்கியும் தொப்பியும் யாரென்பதை அடையாளம் காட்டியது. அவன் பதறினான். நாயை அதட்டி குரைப்பதை நிப்பாட்டினான். மேலும் இருவர் வந்து சேர்ந்தார்கள். அரைகுறைத் தமிழில் "வாறது. கொட்டி." என அவன் கையிலிருந்த டோச்லைட்டைப் பிடுங்கி அவனை இழுத்துக்கொண்டு முன் நடந்தான் ஒருவன். அவன் அவர்களுக்கு நடுவில் நடந்தான். இவ்வளவு நெருக்கமாக அவன் இராணுவத்தைப் பார்த்தது கிடையாது. இரவில் காவல் கொட்டில் வரையும் இராணுவம் வந்திருப்பது அவனுக்குள் அச்சத்தைக் கிளறிவிட்டது. அவர்கள் சிங்களத்தில் ஏதோ கதைத்துச் சிரித்தபடியே ஊரின் பிரதான தெருவை வந்தடைந்தார்கள். குளத்திலிருந்து வயல்வெளிக்கு நீர் கொண்டு வரும் பிரதான வாய்க்காலுக்கு அருகாகவே அந்தத் தெரு சென்றுகொண்டிருந்தது. தெருவருகேயிருந்த புளியடியில் அவர்களது 'ட்ரக்' வண்டி நிறுத்தி வைக்கப்பட்டிருந்தது. அதில் மேலும் இருவர் இருந்தார்கள். இவர்களைக் கண்டதும் ஓட்டுநர் ட்ரக்கை இயக்கி முன் விளக்கைப் போட்டுவிட்டான். தூரத்தே நாய் ஜோன் நிற்பது தெரிந்தது. ட்ரக்குள் ஒருவன் மட்டும் முழு இராணுவ உடையில் இருந்தான். அவன் கப்டன்.

"பாரூக் வந்து போறது.?" எனக் கேட்டவாறு கப்டன் இறங்கினான்.

பின்பு அவனது முகத்தையும், அவனையும் வடிவாகப் பார்த்தான். உழைப்பால் இறுகிய உடலைப் பார்த்து

"ரெயினிங் எடுக்கிறது. பாரூக் வாறது" எனக் கேட்டான்.

பாரூக் முருகனது ஊர்ப்பொடியன். அவனது இயக்கப் பெயர்தான் பாரூக். அவன் தலைமறைவாகியே பல ஆண்டுகள் சென்றுவிட்டன.

"எனக்கு ஒன்றும் தெரியாது ஐயா" என்றான் முருகன்.

அப்போது அவனது காதைப் பொத்தி ஓங்கி அறையொன்று விழுந்தது. செவிக்குள் ஆயிரம் யானைகள் பிளிறியதுபோல் கிடந்தது.

"ஐயா சத்தியமாய்த் தெரியாது" என்று மீண்டும் முருகன் சொன்னான்.

மூக்கில் ஓங்கியொரு குத்து விழுந்தது. மூக்கால் இரத்தம் பெருகத் தொடங்கியது.

“ஐயா எனக்குத் தெரியாது நான் அவனைக் காணுறது இல்லை”என அழத் தொடங்கினான்.

முருகனது சத்தத்தைக்கேட்டு ஜோன் குலைக்க ஆரம்பித்து. நாயைத் துரத்து என்றான் கப்டன். நாய் நின்ற திக்கை நோக்கி ஒருவன் சுட்டான். ஈனக்குரலில் ஜோன் கத்தியவாறு சென்றது.

“பொய் சொல்லுறது. பொரு கியன்ட எப்பா” என்று அவனுக்குப் பின்னுக்கு நின்ற ஒருவன் துவக்கால் தலையில் இடித்தான்.

தலை விர்ரென்றது. சமநிலையிழந்து கிரவல் தெருவில் குப்புற வீழ்ந்தான்.

“வாறவனா.?” என்று கேட்டவாறு பூட்ஸ் காலால் முதுகில் இடித்தான் கப்டன்.

“ஐயோ” என்று உரக்கக் கத்தினான்.

அவனது மயிரைப் பிடித்து எழுப்பி இருத்தினான் ஒருவன். மூக்குக்குள்ளால் வெளிவந்துகொண்டிருந்த இரத்தம் வாய்க்குள் சென்றது.

“பாரூக்கைக் காண்றதா.?” அவனது முகத்துக்கு முன்னால் கப்டனின் முகமிருந்தது.

“கடவுள் சத்தியமாய்த் தெரியாது. ஐயா” என்று முடியாமல் சொல்லி முடித்தான்.

அவன் கன்னத்தில் ஓங்கி அறைந்தான். கத்துவதற்குக்கூட நினைவில்லாமல் சரிந்து வீழ்ந்தான்.தொடர்ச்சியாக பூட்ஸ் கால் உதை அவனது வயிற்றருகேயும் நெஞ்சருகேயும் விழுந்து கொண்டிருந்தது. இறுதியாக அவனது விதைக்கு ஓர் உதை விழுந்தது. அது அவனைக் கொல்லுமளவுக்கு இருந்தது. மூச்சு எடுக்க முடியாது திணறிக் கைகளால் விதையைப் பொத்தி வலியால் நெளிந்தான். காற்றை உள் இழுப்பதற்று தெண்டித்தான். சுருங்கிய சுவாசப்பை விரிவதற்கு முடியாமல் திண்டாடியது. இறுதியில் காற்று உற்சென்றது. நினைவு வலுவிழந்து போவதை முருகன் உணர்ந்தான். சிங்களத்தில் எதையோ சொன்னான் கப்டன். ஒருவன் அவனின் காலைப் பிடித்து கிரவல் தெருவில் சரசரவென இழுத்துப்போனான். அவன் முதுகு கிரவல் தரையைத் தேய்த்தவாறு இழுபட்டு வந்தது. முதுகுத் தோல் உரிந்து கிரவல் துகள்கள்முதுகுக்குள் தைய்ப்பதை அவன் ஓரளவு உணர்ந்தான். தொட்டாவாடி மூடிக் கிடந்த வாய்க்கால் கரையோரம் அவனைப்

போட்டுவிட்டுக் கால்களால் உதைந்துவிட்டான். அவன் உருண்டும் இழுவுண்டும் வாய்க்காலுக்குள்வீழ்ந்தான். தொட்டாவாடியின் முள் உடல் முழுவதும் கீறியது. சிலவை அவனது தோலுக்குள் அகப்பட்டுக் கிடந்தன. பின்னர் அவனை நோக்கி இரண்டு சன்னங்களைச் சுட்டான். இறந்ததாக அல்லது இறப்பான் என்ற உறுதியோடு வாய்க்காலுக்குள் விழுந்து கிடந்த அவனை இலங்கை இராணுவத்தினர் விட்டுச் சென்றிருந்தார்கள். அவனது கிழிந்த சாறம் புளியடியில் கிடந்தது. ஜோன் அவன் கிடந்த இடத்தின் தெருவோரம் குந்தியிருந்து வாய்க்காலைப் பார்த்தபடியிருந்தது. வாய்க்கால் ஓரம் குந்தி யிருந்த நாயின் அறிகுறியால் ஊரார் முருகனை மீட்டார்கள்.

○○○

இடப்பக்க வயிற்றிலும் இடக்கால் தொடையிலும் குண்டு பாய்ந்த வடுவோடு உடலில் தேவைக்கதிகமாகவே ஆதாரங்கள் இருக்கின்றன. முதலாவது விசாரணையின்போதே இவனது அகதிக்கோரிக்கை ஏற்றுக்கொள்ளப்படும் என்று நினைத்திருந்த வேளை முழு விசாரணைக்கு அவனது கோரிக்கை குடிவரவு அதிகாரியால் பரிந்துரைக்கப்பட்டிருந்தது. அவனது காயங்கள், தீவிரவாத இயக்கங்களுடன் தொடர்புகள் இருக்கக்கூடும் என்ற சந்தேகத்தை கனேடிய அதிகாரிக்கு ஏற்படுத்தியதே முழு விசாரணைக்கான காரணம்.

○○○

இராணுவத் தாக்குதலின் பின்னர் அவன் பாதுகாப்பாக உள்கிராமம் ஒன்றில் தன் நண்பன் வீட்டில் தங்கியிருந்தான். அப்போதுதான் சந்திரசேகரர் வள்ளிநாயகி என்ற வள்ளியை முதல் தடவையாக சந்திக்கிறான். நண்பனின் தங்கை. குறைந்தபட்சம் சங்கக் கடையில் வேலை செய்யும் முழுக்கால்சட்டையும், பெனியன் சேட்டும் போடும் ஆண் மகனை அவள் வரனாக எதிர்பார்த்திருந்தாள். ஒரு சினிமாப்பட நாயகனோடு மனதளவில் அவளுக்கு உறவிருந்தது. அவளின் றங்குப்பெட்டிக்குள் அவனின் படத்தை ஒட்டியிருந்தாள். அங்கு பாதுகாப்புக்காய் வந்திருந்த முருகன் அவளின் வருங்காலம் பற்றிய நிகழ்ச்சி நிரலில் இருப்பதற்குரிய எவ்விதத் தகமைப் பின்னணியையும்கொண்டிருக்கவில்லை. ஆறாம் வகுப்பு படித்திருந்த, விவசாய நுணுக்கங்கள் அறிந்திருந்த, சாறம் அணியும், முக்கிய நிகழ்வுகளின்போது மட்டுமே சேட்டு அணியும் முருகன் வள்ளியின் துணைவனாகியது ஆச்சரியமான தொன்றுதான். இது எவ்வாறு நிகழ்ந்ததென்பது, வள்ளி முருகன் திருமணம் சொர்க்கத்தில் நிட்சயிக்கப்பட்டதென்பதை நம்புபவர்கள் நம்பிக்கொள்ளலாம்.

அவர்களுக்கு குழந்தையும் கிடைத்தது. தனித்திருந்த அவனுக்கு இந்தப் புதிய உறவுகள் புத்துணர்வை ஏற்படுத்திற்று. தான் இன்னுமொரு நிலைக்கு தூக்கி நிறுத்தப்பட்டவனாக உணரத் தொடங்கினான். குழந்தையின் ஒவ்வொரு அசைவும் அவனுக்கு உற்சாகத்தை அளித்தது. அவனின் உலகில் இந்த இருவர் மட்டுமே இருப்பதாக எண்ணத் தோன்றியது. தனது மனைவி குழந்தையை ஒரு வரமாகக் கருதினான். தன்னைவிடப் படித்த வசீகரமான வள்ளியை அவளது விருப்பை அறியாது திருமணம் செய்த சுயநலம் அவன் மனதிடை உறுத்தலாயே இருந்தது. வாழ்வின் ஓட்டத்தில் வள்ளி தன் மீது விருப்பு வைக்கக்கூடும் என நம்பினான். வள்ளியின் பிள்ளைப்பேறு காலத்தில் அவன் சரக்கு அரைத்தும், அவளுக்கு மருத்து தண்ணி காச்சி குளிப்பாட்டியதையும் நல்ல கணவனுக்குரிய பண்பாய் ஊரார் இன்றும் சொல்லி புகழ்ந்துரைக்கிறார்கள். "தம்பி சீலையும் தோய்க்கிறார்" என்ற ஊராரின் ஏளனங்கள் அவனுக்குப் பொருட்டாகப்படவில்லை.

வள்ளி இன்னமும் கனவுகளின் தொடர்ச்சியோடு இருந்தாள். முருகனால் அவள் எந்தளவும் கவரப்பட்டதாகத் தெரியவில்லை. ஆயினும் அவனது தேவைகளை அவள் எப்போதும் மறுத்த தில்லை. கனவுக்கும் நனவுக்குமான இடைவெளிப் பயணிப்பு அவளின் நிறைவேறாத ஆசைகள் பலவற்றை நிறைவேற்றியபடி இருந்தது. கணவன் என்ற பந்தம் காலத்தின் ஏதோ ஒரு தருணத்தில் வந்து சேர்ந்திருக்கிறது. அது அவளுக்குள் எந்த நெருக்கத்தையும் உள்ளூற ஏற்படுத்தவில்லை.

குழந்தையின் இரண்டாவது வருடப் பிறந்தநாளுக்காக டவுனுக்குப் போய் மிளகாயை விற்று மகளுக்கும் மனைவிக்கும் உடுதுணி எடுத்தான். பிரதான வீதியிலிருந்து கிராமத்திற்கு வரும் காட்டுப் பாதையில் இந்திய சிப்பாய் வழிமறித்தான். அவனது சைக்கிளோடு அருகிலிருந்த காட்டுத் துண்டுக்குள் முருகனை அழைத்துச்சென்றான். அங்கு ஏற்கனவே இரத்தம் தோய்ந்த உடைகளுடன் மேலும் சிலர் இருத்திவைக்கப்பட்டிருந்தனர். அவனும் அவர்களோடு இருத்திவைக்கப்பட்டான். அங்கு வந்த சிப்பாயொருவன் ஹிந்தியில் எதையே சொன்னான். பின்னர் சைகை காட்டி உடுப்பை களட்டச் சொன்னான். சாறத்தையும் சேட்டையும் களட்டி ஜட்டியோடு நின்றான். உடல் காயங்கள் சிக்கலைக் கொடுக்கும் என்பதை அவன் அறிவான். சிப்பாய் அவனைப் பார்த்து ஹிந்தியில் ஏதோ கத்தினான். சீக்கிய சிப்பாயொருவன் ஓடி வந்து ஏற்கனவே இலங்கை இராணுவத்தால் ஏற்படுத்தப்பட்ட காயங்களைப் பார்த்து "புலி.?" எனக் கேட்டு முகத்தில் இடித்தான். மூக்கினால் இரத்தம் ஓடத்தொடங்கியது.

“சிலோன் ஆமி. சிலோன் ஆமி” முருகன் சைகையால் விளக்க முயன்று தோல்வி கண்டான். இந்திய இராணுவத்தின் வழமையான புலிதேடும் படல சுற்றி வளைப்பென இவன் நினைத்தான். முருகனைத் தனியே அழைத்துப்போய் “சுட்டது. சுட்டது.” என்று அடிக்கத் தொடங்கினார்கள். அப்போதுதான் யாரோ அவர்களைச் சுட்டிருக்கிறார்கள் என்பதைப் புரிந்து கொண்டு

“ஐயா டவுன்... கடை... சாமான்... குழந்தை... சட்டை... சீலை...” என சைகையால் விளக்க முயற்சித்தான். அவனது விளக்க முயற்சிகள் பயனற்று நெஞ்சில் விழுந்த உதையோடு அசைவற்றுக் கிடந்தான். சிறிது நேரத்தின் பின்னர் வாகன மொன்று வந்து நின்றது. அதில் அதிகாரியும் இருந்தான். தடுத்து வைக்கப்பட்டிருந்த அனைவரும் தெருவுக்கு அழைத்து வரப்பட்டு வீதியில் முட்டுக்காலில் இருத்திவைக்கப் பட்டார்கள். தலையாட்டி வாகனத்துக்குள் இருந்திருக்க வேண்டும். ஒவ்வொருவராக வாகனத்தருகே போய் நின்றார்கள். பின்னர் போவதற்கு அனுமதிக்கப்பட்டார்கள். முருகன் மட்டும் மிகுதியாய் இருந்தான். அவனது விறைத்த உடலும் துப்பாக்கிக் காயங்களும் அவன் மீதான சந்தேகத்தை ஏற்படுத்திற்று. அதிகாரி முருகனிடம் வந்தான்.

“நீ புலியா” எனக் கேட்டான்.

“சிலோன் ஆமிக்காரன் செய்த கொடுமை ஐயா இது” என அழுதான்.

“எனக்குப் பெண்டாட்டியும் குழந்தையும் இருக்கு. இண்டைக்கு என்ட பிள்ளையின்ட பிறந்தநாள். உடுப்பு வேண்ட டவுனுக்கு போனனான்.”

முருகன் கொண்டுவந்த பையை வாங்கிப் பார்த்தான். பின்பு வாகனத்துக்குள் இருந்தவனுடன் கதைத்தான். முருகனருகே வந்து

“புலி வந்தால் சொல்லு. மனசுலாகியோ? போ” என்றான். அவனொரு மலையாளி.

முருகனது உடல் வலியேறிப் போயிருந்தது. “அப்பா” எனக் குழந்தை அவனைத் தடவியபடி அருகில் இருந்தது. வலிகளிலிருந்து மீளுவதற்கு அந்தக் குழந்தையின் பரிவான தடவலும் அப்பா என்ற சொல்லும் போதுமானதாய் இருந்தன.

“இனியும் நீ உங்க இருக்கவேண்டாம். கனடாவுக்கு நான் கூப்பிடுறன்” என்ற அவனது அண்ணனின் உத்தரவாதத்தோடும் ஏற்பாட்டோடும் அவன் குடும்பத்தோடு கொழும்பு வந்தான்.

அவர்கள் முதற்தடவையாக கொழும்பு வந்திருந்தார்கள். எல்லாமே ஆச்சரியமாக இருந்தது. பெருநகரின் வேகத்தை அவர்களால் அளந்துகொள்ள முடியவில்லை. ஒரு லொட்ஜ். பத்து தர பத்து அறை. பொது மலசல கூடம் மற்றும் குளியலறை. ஒரு பலசரக்குக் கடை லொட்ஜ் ஆக பெயர் மாற்றம் செய்யப்பட்டு உள்ளே வெவ்வேறு அளவில் அறைகள் அடிக்கப்பட்டு வாடகைக்கு விடப்பட்டிருந்தன. வெளிநாடு செல்வதற்கான ஏற்பாட்டாளர்கள், ஆலோசகர்கள், திரும்பிவந்தவர்கள் என அனைவரும் அங்கிருந்தார்கள்.

முருகனது பாஸ்போட் வந்திருந்தது. அதை வள்ளியிடம் காட்டினான். ரை கட்டி கோட் போட்டு எடுத்த படம். அவனில் எந்த மாற்றங்களையும் அவள் தரிசிக்கவில்லை. குழந்தை மட்டும் தகப்பனின் பாஸ்போட்டை வாங்கிப் பார்த்து சிரித்தபடி யிருந்தாள்.

“அப்பா வடிவாய் இருக்கிறனா?” முருகன் கேட்டான்

“அப்பா வடிவு அப்பா வடிவு.” எனக் குழந்தை சிரித்தபடி யிருந்தாள்.

றங்குப்பெட்டிக்குள்ளால் கோட் சூட், ரையுடன் வெளியில் வந்த நாயகன் முருகனை ஏளனப் பார்வை பார்த்தான். பின் அவளுக்குக் கண்சைகை காட்டி மறைந்தான்.

அவனது புறப்பாட்டுக்கான நாள் வந்தது. நீளக்கால் சட்டையும், சப்பாத்தும், கோட்டும் ரையும் அவனுக்கு அசௌகரியத்தைக் கொடுத்தன. அவன் நடப்பதற்குக் கடினப் பட்டான். பயணத்தைப்பற்றியோ எதிர்நோக்கப் போகும் ஆபத்துகள் பற்றியோ அவனுக்கு எந்தப் பயமும் இருக்கவில்லை. எதாற் போவது? எதைக் காட்டுவது? எதில் ஏறுவது..? எவ்விடத்தில் இறங்குவது? எதைச் சாப்பிடுவது..? எதை எறிவது? எங்கு கழிவது? எங்கு கழுவுவது? எதைப்பற்றியும் அவன் கவலை கொள்ளவில்லை. ஆயினும் அவனது உடல் வழமைக்கு மாறாக வியர்த்துக்கொண்டிருந்தது. எல்லாம் அவன் புதிதாக அணிந்திருக்கும் ஆடை, அணிகலன்களின் தாக்கம். இவற்றையெல்லாம் கழட்டி எறிந்து ஒரு சாறத்தை எப்போ கட்ட முடியும் என்பதே உள்ளார்ந்த சிக்கலாய் அவனுக்கு இருந்தது. குழந்தையைத் தூக்கியபடியே வந்தான். விமான நிலையத்தில் பயணிகளுக்கு மட்டுமான எல்லைவரை அவளை முத்தமிட்டவாறு வந்தான்.

“அப்பா கனடா போய் பிள்ளையையும் அம்மாவையும் கூப்பிடுறன். அம்மாவின்ட சொல்வழி கேட்கவேணும். அப்பா போய் நிறைய இனிப்பு வாங்கி அனுப்புறன்” என்று கூறியவாறு

இறுதியாகக் குழந்தையையும் வள்ளியையும் கொஞ்சிவிட்டு முருகன் மறைந்தான்.

வள்ளி தனிமையைப் போக்க அருகிலிருந்த முருகன் கோயிலுக்குத் தினமும் சென்று வந்தாள். அங்கு தங்கியிருப்பவர்களின் கதைகளுக்கூடாக கனடா கொழும்பைவிட நூறு மடங்கு பிரமாண்டம் என்பதை அறிந்துகொண்டாள். இப்பொழுது அவளது தினப் பிரார்த்தனையில் "முருகன் கனடா போய்ச் சேரவேண்டும். நாங்களும் கெதியாய் கனடா போகவேண்டும் அருள்வாய் முருகா!" என்பதும் இருந்தது.

லொட்ஜ்சும் கோயிலுமான அவளது தினசரிப் பயணத்தை மாற்றியமைக்க ஒரு காலை காத்திருந்தது. கார்த்திகேசு முருகானந்தன் என்ற இன்னுமொரு முருகன் கனடாவுக்குக் களவாகச் செல்வதற்கு முயன்று பிடிபட்டு சிங்கப்பூரிலிருந்து திருப்பி அனுப்பப்பட்டவன். கொழும்பில் இரண்டு வருடமாக மீளவும் ஒரு சந்தர்ப்பத்திற்காகக் காத்திருக்கிறான். வள்ளி உட்பிரகாரத்தைச் சுற்றிவரும்போது விழுந்த குழந்தையைத் தூக்கியவாறு முருகன் என்ற முருகானந்தன் நிமிர்கிறான்.

"அடி படேல்ல சும்மாதான் விழுந்தவ" என்றவாறு வள்ளியிடம் குழந்தையை நீட்டினான். றங்குப்பெட்டிக்குள்ளிருந்த நாயகன் வெளியில் வந்து நடனமாடினான். அந்த நாயகன் போல் இவன் இல்லை. ஆனாலும் அந்த நாயகனின் ஆடைகள் இவனுக்குப் பொருந்தியிருந்தன.

○○○

முருகன் கனடா போய்ச் சேர்ந்ததாக போன் செய்தான். "கேஸ் முடிய எப்படியும் இரண்டு வருசமாவது ஆகுமாம். ஊருக்குப் போவது அவ்வளவு உசிதமில்லை. சண்டை. அதைவிட முக்கியமாய் ஸ்பொன்சர் பண்ணவேண்டி வந்தால் கடிதங்கள் அங்க வந்து சேராது. உங்க இருங்கோ நான் காசு அனுப்புறன்" முருகன் சொல்லி முடித்தான். மிகுதி நேரத்தைக் குழந்தையோடு கதைத்தான். "அப்பா" என்று குழந்தை சொல்லும் தருணத்தில் கனடாவுக்கு வந்து சேர்ந்த கடனின் பலுவை, வேலை உளைச்சலை சற்று மறந்திருந்தான் முருகன்.

"என்ட புருசன் கனடாவில" என்று முதற் தடவையாக வள்ளி சொல்லிப் பார்த்தாள். திடீரென அவளது உடை நடைகளில் மாற்றம் தெரிந்தது.

○○○

முருகனை விசாரணைக்காகத் தயார்ப்படுத்தவேண்டிய தேவையிருந்தது.

“அகதி என்று நிரூபிக்க காரணங்கள் மிகவும் முக்கியமானது. சம்பவங்கள் மட்டும் ஒரு அகதியைத் தீர்மானிக்க முடியாது. தனிப்பட்ட ரீதியாக நடந்த சம்பவங்களின் தொடர்ச்சியால் நாட்டைவிட்டு வெளியேறத் தள்ளப்பட்டதாகவும், நாட்டில் இருந்தால் உயிருக்கு ஆபத்து நிகழும் எனவும் நிரூபிக்கவேண்டும். போரின்போது அங்கங்களை இழந்திருந்தாலோ, குண்டுகளின் இரும்புச் சிதறர்களோ, சன்னமோ உங்கள் உடலில் இன்னமும் இருந்தாலோ அல்லது எரிகாயங்களோ, குண்டடிபட்ட காயங்களோ வெளிப்படையாக இருந்தாலோ, சித்திரவதை செய்யப்பட்டதற்கான உடல் காயங்கள் தென்பட்டாலோ இலகுவாக அகதிநிலை கிடைத்துவிடும் என்பது தவறு. இவ்வளவு காயங்களுடனும் நீர் அகதிநிலை கோருவதற்கான காரணத்தின் நம்பகத்தன்மையிலேயே உனது எதிர்காலம் தங்கியிருக்கிறது.” சட்டத்தரணி முருகனைப் பார்த்துச் சொல்லிக் கொண்டிருந்தார். அவனைப் பொறுத்தவரையில் இலங்கையில் தமிழர் என்பதே போதுமான காரணமாய் இருந்தது.

“உமக்கும் எனக்கும் எங்கட பிரச்சினை விளங்கும். ஆனால் அவங்கள் அப்பிடிப் பார்க்கேல. நீ ஊரில ஏதாவது கட்சிகளில அல்லது சங்கங்களில அங்கத்துவராய் இருந்தனீரே?”

அவன் யோசித்தான் “எங்கட ஊர் விவசாய வாலிபர் சங்கத்தில இருந்தனான்”

“அதால என்ன செய்தனியள்?”

“விவசாயத் திணைக்களம் புதிய பயிரை அறிமுகம் செய்யேக்கை புதிய செய்முறைகள் பற்றி விளக்கிறதுக்குப் பட்டறை வைக்கிறது. மாவட்ட விவசாயக் கண்காட்சியில கலந்துகொள்ளுறது. கைவினைச் சாமான்கள் செய்கிற பயிற்சி வகுப்புகள் நடத்திறது. விவசாயத் திணைக்களப் பண்ணையில சாமான்கள் வேண்டேக்க கழிவு கிடைக்கும். ஊக்குவிப்பாய் சிலவேளை தொப்பி, பெனியனும் சும்மா கிடைக்கும்”

“பேந்தென்ன! அங்கேயே இருந்திருக்கலாம்.” ஏளனம் கலந்த கோபத்தோடு சட்டத்தரணி சொன்னார்.

“இப்பிடி எத்தனை பெயரையடா பார்க்க வேண்டிக் கிடக்கு; ‘கேஸ்’ என்டால் லேசுப்பட்ட வேலையில்லை தம்பி. இஞ்ச இப்ப திருப்பி அனுப்புறாங்கள். உங்கட ஊரில கிராமச் சங்கம் ஏதாவது இருந்ததே.?”

“ஓம் கிராம முன்னேற்றச் சங்கம்”

“அரசாங்கத்தில பதிஞ்சே இருந்தது”

அவனுக்கு சங்கக் கட்டிட முகப்பு ஞாபகத்திற்கு வந்தது. அதில் பதிவெண் என எழுதியிருந்தது.

“கட்டிடத்தில பதிவெண் இருக்கு”

இலங்கை, இந்திய இராணுவம் அவனுக்குச் செய்த கொடுமைகளைக் கேட்டு எழுதிக்கொண்டார். அவனது உடலில் இருந்த காய வடுக்களையும் நடந்த திகதிகளையும் குறித்துக் கொண்டார். அடுத்த சந்திப்பின்போது அவனுக்கான கதை தயாராய் இருந்தது. அவனொரு அரசியல் செயற்பாட்டாளனாய் வர்ணிக்கப்பட்டிருந்தான். தமது கிராமத்தில் நிகழ்ந்த இலங்கை, இந்திய இராணுவத்தின் கண்மூடித்தன அத்துமீறல்களையும் தாக்குதல்களையும் கிராமச் சங்கத்தால் கண்டித்ததாகவும் அதனால் தாக்கப்பட்டதாகவும், கொலை முயற்சியின்போது அவன் தப்பித்ததாகவும், அவனது தொடர்ச்சியான செயற்பாடு களினால் தேடப்பட்டதாகவும் உயிராபத்து காரணமாகத் தலைமறைவாகி கனடா வந்து சேர்ந்ததாக எழுதப்பட்டிருந்தது. 1986லிருந்து 1992 வரையிலான மூன்று பக்க அவனது கதையின் சாரம் இதுதான். சட்டத்தரணி முழுவதையும் வாசித்து முடிக்க அவன் அவரைப் பார்த்தான். நீங்கள் ஒடுக்கப்படுவதற்கும், கொல்லப்படுவதற்கும் இலங்கையில் தமிழராக இருப்பதே போதுமானதாகவில்லையா.? அதுதான் முருகனது பார்வையின் சாரம்.

❍❍❍

முருகன் மெக்சிக்கோவிற்கு வந்திறங்கியதிலிருந்து அமெரிக்கா வுக்குள் நுழைவதற்கான ஏற்பாடுகள் நடைபெற்றன. அமெரிக்கா சென்றால்தான் அங்கிருந்து கனடா செல்ல முடியும்.மெக்சிக்கோ சொனொரா நேகலஸில் ஆட்களை எல்லைக்குள்ளால் கடத்தும் ஒருவனைப் பயணத்தரகர் நாடியிருந்தான். முருகனுடன் நால்வர் இருந்தார்கள். அமெரிக்கா அரிசோனா மாநிலத்திற்கும் மெக்சிக்கோ சொனொராவுக்குமான எல்லையில் பெரும் பகுதி பாலைவனம். எல்லை நகரங்களுக்கும் அதற்கு அண்மையான நிலப்பரப்புக்கும் வேலிகள் போடப்பட்டு கடும் காவல் வழங்கப் பட்டிருந்தது. காவலற்ற பாலைவனத்துக்குள்ளால்தான் அமெரிக்காவுக்குள் நுழைய முடியும். அதுவும் அனுபவசாலி களின் துணையோடுதான் சாத்தியமாகும். அமெரிக்கப் பாலைவனப் பகுதியில் கடத்தல்காரனின் பங்காளிகள் வாகனத்துடன் காத்திருப்பார்கள். அதில் ஏறி நகருக்குள் அகதிகளுக்கு உதவும் நிறுவனத்திடம் இவர்களை ஒப்படைக்க வேண்டும் என்பதே தரகருக்கும் கடத்தல்காரனுக்குமிடையே யான ஒப்பந்தம்.

ஒரு பின்னிரவு, லூயிஸ் என்ற வழிகாட்டிக்குப் பின்னால் நால்வரும் தொடர்ந்தார்கள். பாஸ்போர்ட், சாறம், நீளக்காற்சட்டை, சேட், துவாய், பிரஸ், பற்பசை, 2 லிட்டர் தண்ணி என்பன முருகனின் முதுகுப் பையிலிருந்தன. இரவு சற்றுக் குளிரிருந்தது. அதற்கேற்றால் போல் ஆடைகளை அணிந்திருந்தார்கள். விசப் பாம்புகள், பூச்சிகள் நிறைந்திருப்பதால் நீளபூட்சும் அணிந்திருந்தார்கள்.

"பாம்பு கொத்தியே பலர் இறந்திருக்கிறார்கள். அமீகோஸ் கவனம்" என்று லூயிஸ் எச்சரித்தான்.

நட்சத்திரங்கள் மட்டும் சிறு ஒளியேற்றியிருந்த பாலைவனத்துள் எந்தச் சங்கடங்களுமின்றி லூயிஸ் நடந்து சென்றான். இப்போ கண்கள் பாலைவன இரவைப் பழகிக் கொண்டன. விரிந்த மணல் பரப்பில் சிறு பற்றைகளும், பாலைப் புட்களும், முட்தாளிகளும், கள்ளிகளும், கற்றாழைகளும், சிறுபாறைகளும், கற்களும், மணல் திட்டுகளும் ஆங்காங்கே இருந்தன. லூயிஸ் எதைப் பின்பற்றி நடக்கிறான் என்பதை ஊகித்துக் களைத்துப்போனான் முருகன். லூயிசுக்கு மட்டும் இப்பாலைவனத்தில் ஒரு திக்கு தெரிகிறது. இடைவிட்டு நரிகள் ஊளையிட்டவண்ணம் இருந்தன. இடையறாது புதிய புதிய ஒலிகள் பாலைவெளியை நிறைத்திருந்தன. சின்ன அசைவுகளை யும், சத்த மாற்றங்களையும் லூயிசின் கண்ணும் காதும் நுட்பமாக அறிந்துகொண்டன. அதற்கேற்றால்போல் அவனது நடையும் அமைந்திருந்தது. ஒரு மணிநேரத்திற்கு மேலான நடையின் பின் லூயிஸ் எல்லோரையும் அமரச் சொன்னான். அதிலிருந்து சற்றுத் தொலைவில், இரு கைகளையும் வானத்தைக் காட்டி எதையோ வேண்டுவதுபோல உயர்ந்த சகாரோ கள்ளிச்செடியொன்று நிண்டது. லூயிஸ் தனது ஜாக்கட்டுக்குள்ளிருந்த டோச் லைட்டை எடுத்து ஒரு திக்கு நோக்கி விட்டுவிட்டு எரித்து சைகை காண்பித்தான். சிறிது நேரத்தில் தூரத்தே ஒரு வாகனத்தின் லைட் விட்டுவிட்டு எரிந்து நூர்ந்தது. தன்னைத் தொடரும்படி லூயிஸ் சொன்னான். தாங்கள் தொடங்கிய இடத்தை முருகன் பார்த்தான். எல்லா இடமும் தொடங்கிய இடமாகவே அவனுக்குத் தெரிந்தது. எப்படியும் இன்னும் ஒரு மணிநேர மாவது நடந்தால்தான் அந்த வாகனத்தை அடைய முடியுமென முருகன் கணித்தான். ஒரு மணிநேர நடையின் பின்னர் உருளுவதற்குத் தயாராய் நிற்பதுபோல் இருக்கும் ஒரு கற்பாறை யின் பின்னால் அனைவரையும் ஒழியுமாறு லூயிஸ் சொன்னான். லூயிஸ் மீண்டும் சைகை கொடுத்தான். இம்முறை பதில்சைகை வரவில்லை. லூயிஸ் மட்டும் சிறிது தூரம் சென்று மீண்டும் சைகை செய்தான். திடீரென வெடிச்சத்தமொன்று கேட்டது.

"பொலிசியா பக்கிங் அமெரிக்கானோ" என்று சொன்னான்.

அவன் ஒரு திக்கை நோக்கி ஓடத்தொடங்கினான். லூயிசைத் தொடர்ந்து அவர்களும் ஓடத் தொடங்கினார்கள். மீண்டும் சில வெடிச்சத்தங்கள் கேட்டன. வெடியின் ஒலி பாலை வெளியில் நீண்டு பயணித்து சீராய் மெல்ல மெல்லக் கரைந்து போய்க்கொண்டிருந்தது. ஒவ்வொரு கால் அடிக்குமான நேரம் நீண்டுகொண்டே போய்க்கொண்டிருந்ததை முருகன் அறிந்தான். தண்ணீர் தீர்ந்துபோய் நா வறலத் தொடங்கியது. மீண்டும் மெக்சிக்கோ சொனொரா எல்லையை வந்தடைந்திருந்தார்கள். எவருக்கும் பேச்சுவரவில்லை. மூச்சு சீரடைவதற்கு நெடுநேரம் எடுத்தது. எல்லை கடப்போருக்காக வைக்கப்பட்டிருந்த தொட்டியிலிருந்து களைப்பகலும்வரை நீரை அருந்தினார்கள். கால்கள் செயலிழந்து மரத்துப்போய் இருந்தன. காயப்பட்ட ஒருவனோடு இன்னுமொரு குழுவினர் அவ்விடத்திற்கு வந்து சேர்ந்தார்கள். அன்றிரவு முழுவதும் சொனொரா எல்லையில் இருந்த ஒரு ஒற்றை மரத்தின் கீழ் விடியலுக்காய்க் காத்திருந் தார்கள். யாருமற்ற வெட்டவெளி எதுவுமே தெரியாத ஒரு நிலப்பரப்பு. முருகனுக்கு அச்சம் மேலோங்கியது. எல்லையைக் கடப்பதற்கு முற்பட்டு பலர் இறந்ததாக மற்றவர்கள் சொன்னார்கள். குழந்தையையும் வள்ளியையும் நினைத்தான்.

“ஊருக்கே போவம். அவர்களுடனே கிடந்து சாவம்” பயணத்தில் பெரும் நெருக்கடி வரும்போதெல்லாம் இதையே நினைத்தான்.

பையைத் தலைக்குள் வைத்து தரையில் நிமிர்ந்து படுத்து வானத்தைக் கண்வெட்டாது பார்த்தவாறு இருந்தான். வானம் மெல்ல அவனை நோக்கி இறங்கி வந்துகொண்டிருந்தது. வெள்ளிகள் அவன் கை எட்டும் அளவில் நெருங்கி வந்திருந்தன. வானத்தோடு இவன் இவ்வளவு ஐக்கியப்பட்டது கிடையாது. அவன் மனதிலிருந்த துன்பங்கள் நீங்குவதுபோல் இருந்தது. வானமும் நிலமும் எல்லைகளற்று விரிந்துகொண்டேசென்றது. விண்கல்லொன்று வால்வெள்ளியாய்ப் பூமிக்குள் நுழைந்து கொண்டிருந்தது. இவ்விதமான ஒரு வால்வெள்ளியை சிறுவயதில் வயல்வெளியில் நின்று பார்த்திருக்கிறான். முருகனின் கன்னத்தால்அவனையறியாது கண்ணீர் வடிந்தபடியிருந்தது. வானம் தூரம் போயிருந்தது. மீண்டும் வானத்தைப் பார்த்தான். வெள்ளிகள் இறங்கி வந்தன. அப்படியே அயர்ந்து தூங்கினான் முருகன்.

○○○

“தம்பி ஆயிரக்கணக்கில செலவழிச்சு, ஊரூராய் வருசக் கணக்காய் அடிபட்டு வந்து சேர்ந்திருக்கிறாய். உன்ட விசாரணை

மிஞ்சி மிஞ்சிப் போனால் நாலு மணித்தியாளம்தான் நடக்கும். அதை ஒழுங்காய்ச் செய்யவேணும். இல்லாட்டி திருப்பி அனுப்புவான் போகவேண்டியதுதான்."

கனடாவில் காலடி வைத்த பின்பே திரும்பிப் போவதென்பதை மறந்திருந்தான். "போகவேண்டியதுதான்" என்ற சட்டத்தரணியின் வார்த்தையின் தாக்கத்தால் அவனுக்கு வைராக்கியம் பிறந்திருந்தது. சட்டத்தரணியோடு பல சந்திப்புகள் நிகழ்ந்தது. அவன் விழித்திருக்கும்போதெல்லாம் கதையைப் படித்துத் தனக்குத்தானே பலவித கேள்விகளைக் கேட்டு அதற்குப் பதிலைச் சொல்லித் தன்னைத் தயார்ப்படுத்தினான்.

OOO

முருகானந்தனுக்குக் கொழும்பு தெரிந்திருந்தது. வள்ளிக்குக் கொழும்பில் தேவையிருந்தது. குழந்தைக்குக் காலி முகத்திடல் காட்ட அழைத்துப் போனான். நடை வியாபாரியால் வலுக்கட்டாயமாகக் குழந்தையிடம் திணிக்கப்பட்ட பலூனுக்கு வள்ளி காசைக் கொடுத்தாள். சுண்டல் சுருள் ஒன்றை வாங்கி முருகானந்தனுக்குக் கொடுத்தாள். கரையோரம் குடைக்குள் ஒளிந்திருக்கும் காதலர்கள் பற்றி அறிந்துகொண்டாள்.

"கொழும்பில தொடர்ந்திருக்கிறதெண்டால் ஒரு பெரிய குடையொண்டு வாங்கவேண்டும்" என்றவாறு முருகானந்தன் சிரித்தான்.

வள்ளியும் சிரித்தாள். அடுத்தநாள் குழந்தைக்கு மிருகக்காட்சிச் சாலையைக் காட்ட அழைத்துச் சென்றான். யானையின் சாகசங்களைப் பார்த்துத் திரும்பும்போது சற்று இருட்டியிருந்தது. குழந்தை அசதியில் தூங்கியிருந்தது. முருகானந்தன் குழந்தையைச் சுமந்து வந்தான். பஸ்சுக்குள் வள்ளி அசதியில் அவன் மீது சரிந்து படுத்தாள். கொழும்பு பல அதிசயங்களைச் சுமந்த, காதல்வயப்பட்ட நகராக வள்ளிக்குத் தென்பட்டது. கொழும்பில் எங்கெங்கெல்லாம் சென்று வரலாம் என்பதை முருகானந்தன் தீர்மானித்தான். வள்ளி பின்னால் சென்றாள். இப்போது, அசதியல்ல முருகானந்தன் மீதில் சாய்ந்து படுப்பதே வள்ளிக்கு வசதியாய் இருந்தது.

OOO

இருமணி நேர விசாரணையின் பின்னர் அரைமணிநேர இடைவேளை விடப்பட்டிருந்தது. அடக்கிவைத்திருந்த சலத்தை அகற்றுவதற்குக் கழிவறைக்குச் சென்றான். அங்கு அவனுக்கு அருகில் அவனது மொழிபெயர்ப்பாளர் சலத்தை அகற்றியவாறு

"தம்பி உம்முடைய கதையை உண்மையாயும் உருக்கத்தோடும் சொல்லும். மனிசி பிள்ளையள் ஊரிலையல்லோ. அதை நினையும் உருக்கமாய்ச் சொல்லும் பயப்பிடாதியும்" என்று சொல்லிச் சென்றார்.

விசாரணை மீண்டும் தொடங்கியது. குழந்தையையும் வள்ளியையும் நினைத்தான். மீண்டும் சொனாரா பாலைவனத்தில் வெட்ட வெளியில் தனியனாக விடப்பட்டதாய் உணர்ந்தான். அவனது உருக்கத்தை மொழிபெயர்ப்பாளர் விபரிக்க முடியாத உருக்கத்தில் இருந்தார். ஒரு மணிநேர விசாரணையின் பின்னர் இறுதி முடிவுக்காய் அகதிமன்று அரைமணி நேர இடைவேளை கொடுத்தது. அவனது கதை நீதிபதிகளை உருக்கியதோ தெரியவில்லை ஆனால் அவனது சட்டத்தரணியை உருக்கியது. "நான் நினைச்சதைவிட நீ வடிவாய் கதைச்சாய்" எனக் கூறிச் சென்றார்.

○○○

வள்ளியின் தாய் லொட்ஜ்யை அடைந்தபோது குழந்தை மிகுந்த காச்சலில் கிடந்தாள். "வள்ளியைக் காணவில்லை உடனடியாக வாங்கோ" என்ற உற்றாரின் தகவலை அடுத்து புலிகளிடம் பொறுப்புக்குப் புருசனை வைத்து அவள் வந்து சேர்ந்திருந்தாள். பொலிசுக்குள் லஞ்சத்துக்கு வேலை செய்யும் ஒருவருக்கூடாக விசாரித்ததில் கைதானோர் பட்டியலில் அவள் இருக்கவில்லை. தாய்க்கு அது சங்கடத்தை ஏற்படுத்திற்று. கொலை செய்துவிட்டு ஆற்றுக்குள்ளோ கடலுக்குள்ளோ வீசும் காலம் இது. லொட்ஜ்களுக்கிடையேயான தகவல் பரிமாற்றத்தின் பின்னர் முருகானந்தன் என்ற முருகனுடன் வள்ளி சென்றுவிட்டதாக உறுதிப்படுத்தப்பட்டது.

"அறுதளி... நாசமாய்ப் போனவள். வேசை. எல்லாத்தையும் துலைச்சுப் போட்டாளே."என வெம்பிக்கொண்டிருந்த பாட்டியைக் குழந்தை இறுக அணைத்து அம்மா என்று புலம்பிக் கொண்டிருந்தது. குழந்தையின் காச்சல் வெம்மை பாட்டியின் தோலைச் சுட்டது."அறுதளிக்கு எப்படி மனசு வந்துதோ... என்ட ராசாத்தி படு குஞ்சு" எனக் குழந்தையை இறுக அணைத்துக் கொண்டாள் பாட்டி.

○○○

அகதிமன்று மீண்டும் கூடியிருந்தது. "நீதிபதிகள் இருவரும், குடிவரவு அதிகாரியும் கூடி ஆராய்ந்ததின் பயனாய் உமது கோரிக்கையை ஏற்றுக்கொள்வதோடு கனடாவுக்கு உங்களை வரவேற்கிறோம்." என நீதிபதிகளில் ஒருவர் கூறி முடித்தார். "நன்றி" என்றான். அவனுக்கு அழுகை வந்தது. சிறிது நேரம்

குந்தியிருந்து அழுதான். சட்டத்தரணி அவன் முதுகில் தட்டினான். முருகன் "நன்றி" என்றான். "இனி உன்ட மனைவியையும் குழந்தையையும் கூப்பிடலாம்" என்றார். வள்ளியையும் குழந்தையையும் பிரிந்திருந்த துன்பம் நீங்கியது என்று நினைத்து எழுந்து மீண்டும் "நன்றி" என்றான்.

○○○

"மருமகன் கனடாவில இருந்து கதைக்கிறார் வாங்கோ" அழைப்பு வந்தபோது வள்ளியின் தாய்க்கு என்னசெய்வது என்று தெரியவில்லை.

"ஹலோ"

"வள்ளி எனக்கு பேப்பர் கிடைச்சிட்டுது"

"மருமகன் நான் மாமி கதைக்கிறன்"

அவளுக்குக் கதைப்பதற்கு முடியவில்லை. முருகன் வள்ளியின் விசயத்தைக் கேள்விப்படவில்லை என்பதை மட்டும் விளங்கிக் கொண்டாள்.

"எங்க வள்ளி"

"பிள்ளைக்குக் காச்சல் மருந்து வாங்க கடைக்குப் போயிட்டாள்." லொட்ஜிலிருந்த முழுவதும் அவளையே பார்த்துக் கொண்டிருந்தார்கள். ஒரு பொய்யைப் பேசிவிட்டேனே என வருந்தினாள்.

"பிள்ளையோட கதைக்கலாமோ"

"பிள்ளை அப்பா போன் கதையுங்கோ"

அவள் காச்சல் மிகுதியில் அம்மா... அம்மா எனப் புலம்பியபடியிருந்தாள்.

"தம்பி பிள்ளை காச்சலில கதைக்குதில்லை பிறகு எடுங்கோ"

அவளுக்கு ஆத்திரத்தில் தலை சுற்றிக்கொண்டு வந்தது. அவளை மூடியிருந்த லொட்ஜ்சாரின் துருவல் பார்வை சற்று விலகியது. முழுவதும் எறிந்த காதுகளைத் திரும்பப் பெற்றுக் கொண்டு கலைந்து சென்றார்கள். அறைக்குள் திரும்பும்போது அவமானத்தின் பாரம் அவளை அமுக்கியது.

எல்லா வல்லவர்களும் வாழும் உலகில், பரந்துபட்ட உலகு ஒரு குக்கிராமமாகச் சுருங்கிக்கொண்ட பின்னர் வள்ளியின் கதையை முருகன் அறிந்துகொள்ள நீண்ட பொழுது எடுக்க வில்லை. எல்லா விபரங்களுடனும் வள்ளியின் கதை முருகனிடம் எடுத்துரைக்கப்பட்டுவிட்டது.

"உதை விட்டுத்துலை. உனக்கு பேப்பர் வந்துட்டுது… கனடா எண்டால் சுண்டிச்சுண்டி பொம்பிளை எடுக்கலாம்" இதுதான் உறவினரின் இறுதி முடிவு. குழந்தைக்குக் காச்சல். அவன் 'போன்' எடுத்தபோது குழந்தையுடன் கதைக்க முடியவில்லை. அதைச்சுற்றியே அவன் மனம் அலைந்தது. அவள் ஏன் இப்படிச் செய்தாள் என்பதற்கான காரணங்களை, பின்புலத்தை அவன் மனம் நாடவில்லை. குழந்தை "அப்பா" என்று அழைக்க முடியாத காச்சல் அவதியில் இருந்தாள். அதையே நினைத்தபடியிருந்தான்.

அவன் மறுமுறை போன் எடுத்தபோது மறுமுனையில் மாமியின் குரல் கேட்டது. அவள் எதுவும் சொல்ல முன்னமே

"எனக்கு எல்லாம் தெரியும் பிள்ளையிட்ட போனைக் குடுங்கோ"

அவள் வேதனையும், அவமானமும் நிறைய மௌனித்திருந்தாள்.

"அப்பா அம்மாவைக் காணேல. எனக்கு சரியான காச்சல் வந்தது. இப்ப மாறியிட்டுது. அப்பா. நீங்க வாங்கோ"

அவனிடம் பதில் இல்லை. மனம் வெம்பியது. அழுதான்.

"அப்பா அப்பா" எனக் குழந்தை அழைத்தபடியிருந்தது. ஒருவாறு தன்னைக் கட்டுப்படுத்தி "அம்மா வருவா நீங்கள் பயப்பிடவேண்டாம். அப்பாட்ட நீங்கள் கெதியாய் வரலாம். பிள்ளை பாஸ்போட் எல்லாம் எடுத்து வைச்சிருக்குத்தானே. நீங்கள் வடிவாய் சாப்பிட்டு பாட்டியோட இருங்கோ நான் பிறகு எடுத்துக் கதைக்கிறன்"

குழந்தை பாட்டியிடம் போனை நீட்டியது. மறுமுனையில் பதில் இல்லை. குழந்தையின் அப்பா என்ற சொல் அவனுக்கு ஆறுதலாய் இருந்தது. வள்ளியைப்பற்றி நினைவு எழும் போதெல்லாம் அப்பா என்ற சொல் அதை அமுக்கிக் கடந்து சென்றது. இதைச் சாதாரணமாக எடுக்கும் ஒரு மனநிலை கொண்ட மனிதனாக அவன் இருந்திருக்க முடியாது. அவ்வாறாயின் அவன் ஏன் அதைக் காட்டிக்கொள்ளவில்லை. மற்றைய மனிதர்களின் கணிப்புக்கு அப்பாற்பட்ட மனதின் வைரியம் அவனிடத்தில் இருந்திருக்கக்கூடும். அல்லது எல்லா அர்த்தங்களும் அர்த்தமற்றுப் போகும் ஒரு நிலை அது அவனாக இருக்குமோ.?

○○○

பாட்டியும் குழந்தையும் அரச படைகளின் புதிய கெடுபிடிகளால் லொட்ஜ்சைவிட்டு வெளியேறிக் கொழும்பில் இருந்த உறவினர்களோடு தங்கியிருந்தார்கள். ஒருநாள் முன்னிரவில்

ஓட்டோ ஒன்றில் வந்திறங்கினாள் வள்ளி. சொண்டு வெடித்திருந்தது. கன்னங்கள் வீங்கியிருந்தன. முருகானந்தன் என்ற முருகன் வள்ளியை மூர்க்கமாகத் தாக்கியிருந்தான். அவளைக் கண்டதும் தாய் தும்புத்தடியால் ஏனைய பாகங்களை வீங்க வைத்தாள். வீறிட்டு அழுத குழந்தையின் சத்தத்தால் தும்புத் தடியை வீசி எறிந்தாள் தாய்.

வள்ளி ஒரு மூலையைப் பிடித்து அமைதியாக அமர்ந்திருந்தாள். அவளது முகம் எதுவித ரசமும் வெளிப்படுத்த முடியாத வீக்கத்தில் இருந்தது. வள்ளிக்கு எதுவும் சொல்ல வேண்டும்போல் இருக்கவில்லை.

"அம்மா இனி எங்கையும் போகவேண்டாம்" என குழந்தை அவள் அண்மையில் அமர்ந்தது. குழந்தையைத் தூக்கி தன் மடியில் அமர்த்தினாள். குழந்தை வள்ளியைத் தடவியபடி யிருந்தது. தாயின் கோபம் தணிந்தது. வள்ளி திரும்பி வந்தது மனதுக்கு நிம்மதியை அளித்தாலும் அவள் விட்டுச்சென்ற அவமானம் அவளை ஆட்கொண்டது. தாய் அழுதாள்.

குழந்தை உட்சாகமாகவிருந்தது. தாய் மீண்டது குழந்தைக்கு சந்தோசத்தைக் கொடுத்திருந்தது. முருகனின் போன் வந்தது. பாட்டி போனை எடுத்துக் குழந்தையிடம் கொடுத்தாள்.

"அப்பா... அப்பா... அம்மா வந்திட்டா." எனக் குழந்தை உற்சாக மிகுதியில் கூறியது.

"நீங்கள் என்ன சாப்பிட்டீங்கள். அப்பாவுக்கு என்ன சமைச்சீங்கள்"

"மீன் குழம்பும் இறால் பொரியலும்"

"பாட்டியிட்ட குடுங்கோ செல்லம்" குழந்தை போனைப் பாட்டியிடம் நீட்டியது.

"மாமி நான் இரண்டு பேருக்கும்தான் ஸ்பொன்சர் செய்யிறன். வள்ளிக்கு வரவிருப்பமோ எண்டு கேளுங்கோ"

இந்தத்தடவையாவது அவளது விருப்பை அவன் அறிய விரும்பினான். நீண்ட நாளாக அவன் மனதிடை இருந்த உறுத்தல் சற்று அகன்றது.

"நன்றி தம்பி நீர் தெய்வம்" அவளுக்கு அழுகை முட்டியது. அதைவிடப் பெரும் சொல் அவளுக்குத் தெரியவில்லை. மீண்டும் வள்ளியை முருகனோடு சேர்த்து வைக்கும் எண்ணம் அவளுக்கு முற்றாக இருந்திருக்கவில்லை. முருகனுக்கு வள்ளியின் காரணங்கள் தேவைப்படவில்லை. காலம்போல் அவை கடந்து

செல்லட்டுமென அவன் நினைத்திருக்கக்கூடும். கடந்த சம்பவங்களை நினைவாக்கித்தனதாக்கி நாளைக்கும் எடுத்துச் செல்ல அவன் முற்படவில்லைபோலும். முருகன் சொன்ன வார்த்தை அவனை அதியுட்ச நிலைக்கு எடுத்துச் சென்றதாய் தாய் உணர்ந்தாள். அவள் மீளவும் "அதுதான் தெய்வம்" என உரக்கக் கூறியவாறு

"உனக்கும் சேர்த்துதான் ஸ்பொன்சர் பண்ணுகிறாராம். வருவியோ என்று கேட்டார்" என மூலைக்குள் குந்தியிருந்த வள்ளியைப் பார்த்தாள்.

"இவ்வளவு காலமும் என்ன செய்தவராம்" என்றாள் வள்ளி. அவளது முகத்துக்குள் ஒரு வாய் புதைந்திருப்பதை தாய் மறந்துபோய் இருந்தாள்.

"அடியே" என அவளை முறைத்துக்கொண்டு பேச முயன்ற தாய் பேசிப் பயனில்லை என்பதுபோல் மௌனமாகினாள்.

றங்குப்பெட்டிக்குள்ளிருந்த நாயகன் வேலுடன் தோன்றி "யாமிருக்க பயமேன்" எனக் கூறி புன்னகைத்து மறைந்தான்.

ooo

'ஸ்பொன்சர்' செய்து மூன்று மாதங்களின் பின்னர் குடிவரவு திணைக்களத்திலிருந்து கடிதம் வந்திருந்தது. முருகன் அதை எடுத்துக்கொண்டு சட்டத்தரணியிடம் சென்றான்.

" தம்பி ஒண்டுக்கும் பயப்பிடாதையும். இப்ப புதுசாய் ஒரு சட்டம் வந்திருக்கு. . . சிலபேர் வேறையாக்களின்ட பிள்ளையளை தங்கட பிள்ளைகள் எண்டு பொய் சொல்லி கனடாவுக்குக் கொண்டு வந்திருக்கியினும். அதைத் தடுக்கத் தான் புதுசாய் மரபணு பரிசோதனை திட்டத்தைக் கொண்டு வந்திருக்கிறாங்கள். நீர் ஆயிரம் டொலருக்கு கிட்ட கட்ட வேணும். உம்முடைய இரத்தத்தை இஞ்ச குடுக்கவேணும். அவங்கள் அங்க உம்முடைய பிள்ளையின்ட இரத்தத்தை எடுத்து அமெரிக்காவுக்கு அனுப்புவாங்கள். அங்க சோதனை செய்து மறுமொழியை கொழும்பு 'எம்பசிக்கு' அறிவிப்பாங்கள். இதெல்லாம் சின்னப் பிரச்சினை" என்று சொல்லி முடித்தார் சட்டத்தரணி.

அவள் வள்ளி. குழந்தை தனதில்லை என்றாகிவிடுமா? அவன் மனம் பதைத்தது. சிறிது நேரம் அனைத்தும் இயங்க மறுத்ததுபோல் இருந்தது. அப்பா என்று குழந்தை அழைப்பது போல் தோன்றியது. அவன் மீண்டு வந்தான். நெஞ்சருகே மெல்லிய நோவு இருந்தது.

சந்தேகம் எப்போது தோற்றம் பெற்றது? மரபணுதான் உறவின் அத்தாட்சியாய் அமையப்போகிறதா? மரபணு பொய்த்துப் போனால் அந்தக் குழந்தை அப்பா என்று சொல்வதை நிறுத்திக்கொள்ளுமா? அன்பும் நேசிப்பும் மரபணுவால் அறுந்துபோகுமா? குழந்தை பிறந்ததில் இருந்து அவனது கைகளுக்குள் வளர்ந்தவள். அவனது விரல்களைப் பிடித்து நடை பயின்றவள். அவனது தோள்களில் வயல்வெளியில் வலம் வந்தவள். அவனது முத்தங்களால் அன்பறிந்தவள். குழந்தையின் அப்பா என்ற சொல்லின் வலிமையை அவன் மட்டுமே அறிவான். அது போதாதா?

இரத்த மாதிரியை மரபணுப் பரிசோதனைக்காகக் கொடுத்துவிட்டு முருகன் வீடு திரும்பிக்கொண்டிருந்தான். கெனடி நோக்கிச் சென்றுகொண்டிருந்த சப்பே வண்டி டொன் பள்ளத்தாக்கிற்கு மேலான பாலத்தில் மெதுவாகச் சென்று கொண்டிருந்தது. வேனில் காலத்துப் பசுமை டொன் பள்ளத்தாக்கை நிறைத்திருந்தது. அதனூடே ஒன்டாரியோ ஏரியை நோக்கி அமைதியாக டொன் ஆறு ஓடிக்கொண்டிருந்தது.

“எது பொய்த்தாலும் அவள்தான் என்ட குழந்தை” என மனதுக்குள் சொல்லியபடியே இருந்தான் முருகன்.

ஏப்பிரல் 23, 2014

ஜெனி-போரின் சாட்சியம்

அரவாண் வந்து நின்றான். வீரனுக்குரிய அனைத்து லட்சணங்களும் பொருந்தியவன். தந்தை அர்சுனனையும், கண்ணனையும் விஞ்சுமளவுக்கு அவன் உடல் திளைத்து, உயர்ந்துமிருந்தான். அவனைப் பார்த்த கணத்தில் கண்ணன் நெஞ்சில் சிறு சலனம்.

“அனைத்து லட்சணங்களும் பொருந்திய ஆண் நீ. உன்னை விஞ்ச இந்த உலகில் யாரும் இலர். உனது உயிரை ஈர்ந்தால்தான் உன் தந்தையின் குலம் நிலைக்கும். களப்பலிக்குப் பொருத்தமான பலசாலி நீ மட்டும்தான்.” கண்ணன் கூறிக்கொண்டபோது அரவாண் முகம் மலர்ந்தது. மாவீரனுக்கு வீரச்சாவை விட வேறேதுவேண்டும்.

“என் தந்தைக்காக அவர்தம் குலத்தோருக்காகக் களப்பலிக்குத் தயார். எப்போது என்று சொல்லுங்கள்” என்றான் அரவாண்.

“வரும் அமாவாசை களப்பலி, வேறு ஏதாவது உண்டா.?” என்று வினவினான் கண்ணன். “உங்களிட மிருந்து மூன்று வரங்கள் எனக்கு வேண்டும். ஒன்று, நான் தாம்பத்திய இன்பத்தைக் காணவேண்டும். இரண்டாவது, களப்பலியின் பின் அறுவுண்ட எனது சிரத்தை போரை முழுமையாகப் பார்க்கும்படி வையுங்கள். மூன்றாவது, போர் முடியும்வரை எனக்கு சாகாவரம் தாருங்கள்.” எனக்கூறி முடித்தான் அரவாண்.

“உனது விருப்புகள் நிறைவேறும்” என்று விடைபெற்றுச் சென்றான் கண்ணன்.

கண்ணனின் மனது சஞ்சலத்தில் ஆழ்ந்தது. சர்வ புருச லட்சணங்களை உடைய அரவாணை அடைபவள் பாக்கியசாலி. கண்ணன், இதுவரை தன்னையும் மருமகன் அர்சுனனையுமே சர்வ லட்சணமுள்ள ஆணாக நினைத்திருந்தான். தம்மைவிட அரவாணிடம் திடமும் ஈர்ப்பும் இருந்ததைக் கண்ணன் உணர்ந்தான். அரவாணைப் பார்த்ததிலிருந்து கண்ணனின் நெஞ்சத்தின் ஆழத்துள் மோகத்தின் வித்து வீழ்ந்தது. அரவாண், கண்ணன் நெஞ்சத்துள் வேர்பரப்பத் தொடங்கினான். மோகம் முளைவிட்டுக் கிளர்ந்து விரிந்து கிளை பரவத்தொடங்கிற்று. மோகத்தின் விழுதுகள் வீழ்ந்து ஊன்றின. வானை மூடுமளவு பற்றிப்பரவி விருட்சமாய் விரிந்தது மோகம். வானத்தின் நீலம் மறைந்து மோகத்தின் நிறம் மேலெழுந்தது. கண்ணன் நீல வண்ணம் மாறி மோகத்தின் நிறத்தைத் தரிக்கத்தொடங்கினான். அவனிடத்தில் நளினம் பிறந்தது. கூந்தல் நீண்டது. நீண்ட புருவங்கள் வகைப்பட்டன. கண்கள் நளினத்தின் மொழியைப் பறைந்தன. விரிந்த சொண்டு இதழ்கள் செம்மை கொண்டன. நெஞ்சு வீங்கிப் புடைத்தது. முலைகள் பிறந்தன. விரல்களால் மார்பைத் தடவினான். முலைகள் குற்றி விறைத்து நின்றன. வயிற்றின் அடியில் ஒருவித உணர்வு மேலோங்கிக் கிடந்தது. இடை சுருங்கிற்று. விரல்களைக் கீழிறக்கினான் யோனியின் மடல்கள் புலப்பட்டன. கண்ணன் புறநிலை நின்று தன் விம்பத்தைக் கண்டான். சர்வ ஆடவ லட்சணங்களும் அவள் முன்னே வீழ்ந்து மண்டியிடுமளவு அழகு. எவரது புலனையும் பறிக்கும் அழகு. அவள் மீதில் மையல் கொண்டான். அந்தக் கணத்தே அவன் தன்னிலை மறந்தான். அரவாணின் மீதான மோகத்துள் அலையத்தொடங்கினான் கண்ணன். அவன் பெண் ஆனான். மோகினி என்ற பெயரைச் சூடிக்கொண்டாள்.

மோகினி நதிக்கரை வந்தாள். அவளுக்காகப் பணிப்பெண்கள் காத்திருந்தார்கள். அவர் கண்கள் அவள் மேனியெங்கும் மொய்த்துக்கொண்டன. அழகின் ஈர்ப்பு அவர்களைப் பற்றிக் கொண்டது. மோகினி நதியில் இறங்கி மூழ்கி மேல் வந்து படியில் அமர்ந்தாள். பணிப்பெண்கள் அரைத்த மஞ்சளை உடல் முழுவதும் பூசினார்கள். விரல்கள் அவளது மேனியில் மிருதுவை உணர்ந்தன. நெஞ்சைத் துளைக்கும் நுண் உணர்வொன்று வெளிப்பட்டது. அவள் உடல் அற்புதமாய் இருந்தது. அவளது உடலை மெல்ல வருடி நீவிவிட்டார்கள். அவளது நீண்ட கூந்தலுக்குத் தைலம் இட்டுக் கபாலத்தை மெல்ல அமுக்கி கழுத்துவரை உருவி விட்டார்கள். அவளின் உடல் நதியின் நளினத்தின் இதத்தோடு இருந்தது. அவள் கூந்தலைத் தூக்கி உச்சியில் முடிந்தாள்.

மீண்டும் நதிக்குள் சென்றாள். முக்கிஎழுந்தாள். மஞ்சள் கரைந்தது. அவள் மேனி மஞ்சளின் பிரகாசம் கொண்டிருந்தது. மீண்டும் கரையில் வந்தமர்ந்தாள். அரைத்த சந்தனத்தை அவள் மேனியில் பூச ஆரம்பித்தார்கள். அவளின் உடலைத் தொட்டுவிடவேண்டும் என்று பணிப்பெண்கள் துடித்தார்கள். அவள் உடலிலிருந்து தங்கள் விரல்களைத் தவிர்க்க முடியாத ஈர்ப்பொன்றிருந்ததை அறிந்தார்கள். அவள் உடலிலிருந்து விரல்கள் அகல்வதை அவர்கள் விரும்பவில்லை. மோகினியின் மேனியை நீவி இழுத்து விட்டார்கள். அவள் மீண்டும் நதிக்குள் சென்று அமிழ்ந்து எழுந்தாள். மோகினியின் மேனி மஞ்சள் பிரகாசத்தோடு சந்தனத்தின் மணம் பரப்பிற்று. அவள் மேனியின் தகிப்பில் ஈரம் காய்ந்தது. மல்லிகைப்பூவைப் பிசைந்து அதன் சாற்றை அவள் முகத்தேயும் முலையருகேயும் பூசிவிட்டார்கள்.

அவள் எழுந்து குடில் நோக்கி நடந்தாள். சென்ற பாதையில் அவளின் பிரகாசத்தின் சுவடு நீங்க நாழிகைகள் ஆகின. அவள் மேனியின் பிரகாசத்தில் இருள் விலகியது. குடிலில் துளசி தரித்த படி அரவாண் இருந்தான். அவன் மேனிமீது அவள் படர்ந்தாள். மலைத்தொடராய்ப் புடைத்திருந்தன அவனது தசைகள். இதழ் அருவியாய் அவன் மேனியில் மேலிருந்து இறங்கினாள். மோகத்தின் கனலை உணர்ந்தான் அரவாண். யாக்கை தகித்தது. அவளைத் தூக்கி முலைகளிடையே முத்தமிட்டான். அவனைப் பிணைந்து இறுக்கினாள் மோகினி. மோகப் புள்ளிகள் இணைந்தன. மோகத்தின் பிரகாசம் எழுந்தது. நிலைகள் மாறின. வியர்வையும் சுக்கிலமும் வழிந்தோடின. மல்லிகை, சந்தன, துளசி நாற்றம் அகன்றது. காமத்தின் நாற்றம் மேலெழுந்தது. காமத்தின் உச்சத்தில் காதலிலும், காதலின் உச்சத்தில் காமத்திலும் இருவரும் வீழ்ந்துகிடந்தனர். அரவாண், மோகினி மீதில் ஆறாக் காதல் கொண்டான். மோகினி அவன் மீதில் தங்கிட எண்ணினாள். அவன் மார்பில் தலை சாய்ந்து கண்களைப் பார்த்து அவன் கன்னங்களை வருடியபடி இருந்தாள் மோகினி. அவன் கண்களூடே ஜென்மங்கள் மீண்டன. அவள் அவனைத் தொடர்ந்தவண்ணமிருந்தாள்.

அகன்ற மார்பில் அயர்ந்திருந்தவளை விலக்கி அவள் நெற்றியில் முத்தமிட்டுவிட்டு அகன்றான் அரவாண். உடைவாளை எடுத்துச் செருகினான். முற்றத்தே நின்ற கஞ்சன்கொல்லைச் செடியின் காய்ந்த மலர்களை உருவியெடுத்து வாய்க்குள் இட்டுச் சப்பினான். இளம் தளிர்களை உருவிக் கசக்கி சாற்றை மேனியெங்கும் பூசினான். தீக்குளிக்குள் கிடந்த தணலுக்குள் காய்ந்த கஞ்சன்கொல்லைக் கற்றையை எறிந்தான். புகை எழுந்தது. அவன் மார்பு விரிய மூச்சை இழுத்தான். புகை நெஞ்சக்கிடங்குக்குள் இறங்கியது. அவள் படுத்திருந்த திக்கைப்

பார்த்தான். நெய் தோய்ந்த திரியின் சுடராய்க் கிடந்தாள் மோகினி. பலிக்களம் நோக்கி நடக்க ஆரம்பித்தான் அரவாண்.

மோகினி எழுந்தாள். இந்நேரம் அவன் களப்பலியாகி இருப்பான். காதல் அவளை வருத்தியது. அவனின் நாற்றம் அவள் மேனி முழுவதும் அகலாதிருந்தது. சுக்கிலத்தில் தோய்ந்த அவள் கூந்தலை உச்சியில் முடிந்தாள். அவன் நாற்றம் வந்த திக்கை நோக்கி நடக்க ஆரம்பித்தாள். அரவாணின் சிரசு போர்க்களத்தைப் பார்த்தபடியிருந்தது. அவன் முண்டத்தை அணைத்தாள். ஆத்திரம் மேலோங்கிற்று. மார்புகளைத் திருகி எறிந்தாள். போரைச் சாடினாள். தன் குறியைப் பிடுங்கி எறிந்தாள். போர்க் குலத்தைச் சாடினாள். அழுது புரண்டாள். அவன் உதிரம் தோய்ந்த மண்ணைத் தன் உடல் முழுதும் பூசினாள். மண்ணை அள்ளி அவன் முண்டத்தை மூடினாள். போரைச் சபித்தபடியே மண்ணை அள்ளி வீசினாள். புழுதி எழுந்து போர்க்களத்தை மறைத்தது. அவள் மண்ணின் நிறம் கொண்டாள்.

போரைச் சாடியபடியே நடந்தாள் மோகினி.

ooo

1984-85

இன்றிரவும் அவனது சாரம் நனைந்திருந்தது. சிறிது காலமாய் இரவுகளில் விந்து சுயமாய் வெளியேறி விடுகிறது. காலையில் எழுந்து தினமும் குளித்து சாரத்தைத் தோய்த்துக் காயவிடவேண்டியிருக்கிறது. அவன் தன்னருகே மேலும் ஒரு சாரத்தை வைத்துப்படுத்தான். சில இரவுகளில் இது பலதடவைகள் நடந்துவிடுகின்றன. மாற்றுவதற்கு சாரம் இருக்காது. இந்தப் பிரச்சினையை யாருடன் பேசுவதென்று தெரியாது சங்கடப்பட்டான். நண்பர்களுடன் கதைத்தால் அது பகடிக்குரிய விடயமாகிவிடும். நாதன் ஆறு அடிக்கும் சற்றுக்குறைவான உயரம். திடமான தேகம். இவனொரு டிரக்டர் சாரதி. அதனால் டிரக்டர் பற்றி அக்குவேறு ஆணிவேறாக அறிந்து வைத்திருக்கிறான். டிரக்டரைப் பழுதுபார்ப்பதில் வல்லவன். தொழில்நுட்பங்களைத் தன்னார்வத்தால் கற்றுக் கொள்பவன். வேட்டை, காட்டுக்குள் தேன் எடுப்பது, கள்ளமரம் வெட்டுவது என்பன அவன் அவ்வப்போது வாழ்வாதாரத் துக்காகச் செய்யும் பணி. இரவில் நடக்கும் சித்து விளையாட்டு அவனை வாட்டியது. இறுதியில் பரியாரியாரிடம் போவதென முடிவெடுத்தான். பரியாரி வீடு எப்போதும் சனம் நிறைந்தபடியே இருக்கும். நோயாளிகள், மருந்து அரைப்போர், அவர்களும் இல்லாத இடத்து அவரின் விரிந்த வாயால் வந்து விழும் சிந்தனை முத்துக்களைப் பொறுக்குவதற்கு ஊரில் சிலர்

வந்திருப்பார்கள். நோயாளர்களுக்கு என்றொரு இரகசியம் கிடையாது. ஒருவரின் வியாதியை ஊரே அறியும்படிதான் வைத்தியம் நடக்கிறது. அதைச் சமாளிப்பதுதான் நாதனுக்குப் பெரும் தொல்லை. நீண்ட நாட்களாகவே பரியாரியார் வீட்டை நோட்டம் விட்டவாறே திரிந்தான். எவரும் இல்லாத பொழுதுக்காய்க் காத்திருந்தான். மருந்து அரைப்பவர்கள் பொருட்களை வாங்குவதற்காகப் புறப்பட்டனர். நோயாளிகளை யும் காணவில்லை. சைக்கிளை பரியாரியாரின் வளவுக்குள் விட்டான்.

"வா நாதன் ஏதும் பிரச்சினையே ஏதும் அலுவலே?" என்றார் வரவேற்புடன் பரியாரியார்.

"இல்ல சின்ன வருத்தமொன்டு" என்று தனது குறையைச் சொல்லி முடித்தான். அவனது கண் இமைகளை இழுத்து வைத்து கண்களை ஆராய்ந்த பின்னர் நாடியைப் பிடித்துப் பார்த்தார்.

"இப்ப உனக்கு எத்தனை வயசு நடக்குது?"

"பத்தொன்பது" என்றான் நாதன்.

"போடா போய் கொப்பரை வரச்சொல்லு" என்றார் பரியாரியார். அவனே எவரும் அறியாமல்தான் இங்கு வந்து நிற்கிறான். அவனுக்குத் தந்தையை அழைத்துவரச் சொன்ன பரியாரியாரின் பதில் பயத்தைக் கொடுத்தது. நாதன் போவதற்கு சங்கடப்பட்டுக்கொண்டு அங்கேயே நின்றான்.

"பரியாரியார் மருந்தைத் தாங்கோ நான் தேன் தந்து கழிச்சுப்போடுவன்" என்றான் நாதன்.

"டேய் போடா விளங்காப் பயலே. அப்பரை வரச்சொல்லு" பெரும் வியாதி ஏதாவது தொற்றியிருக்குமோ என்ற பயம் அவனிடம் பரவியது.

"பரியாரியார் ஏதும் பெரும் பிரச்சினையே?" என்று கேட்டபடி சங்கடத்துடன் அங்கேயே நின்றான்.

"டேய் இது மோகினிப் பிரச்சினை. போய்ப் பூசாரியைப் பார்த்து குலையடி. எல்லாம் போயிடும்"

மருந்தை எதிர்பார்த்துப் போனவனுக்கு பரியாரியார் பூசாரியைப் பரிந்துரை செய்தது ஆச்சரியமாய் இருந்தது.

அதென்ன மோகினிப் பிரச்சினை?. அப்போ இரவுகளில் கனவில் வரும் அந்த முகம் அறியாத பெண்தான் மோகினியா? இரவில் அவள் ஒருத்தி மட்டுமில்லையே பலர் வருகிறார்கள். அவர்களை அவன் அறிந்திருக்கவில்லை. கனவின் முடிவில்

எல்லா அடையாளங்களையும் அவர்கள் அழித்துவிடுவார்கள். எஞ்சுவது வெளியேறிய இந்திரியம்தான். யார் அவர்கள் என்பதை அவன் நினைவுக்குக் கொண்டுவர முயற்சிக்கின்றான். யார் அந்த மோகினி?. அவள் அருகே வந்து கன்னத்தில் முத்த மிட்டுப் பின் உதடுகளில் முத்தமிடும்போது விந்து வெளியேறி விடுகிறது. கனவுகளில் வரும் அவள் யார்?. அவள் ஒரே மாதிரி யானவள் இல்லை. அப்படியிருந்தால் அவளை அடையாளப் படுத்திவிடலாம். அவர்களை அவன் அறிந்திருக்கவில்லை. ஒருநாள் ஒருத்தி இரட்டைப் பின்னலுடன் சைக்கிளில் வந்தாள். ஒருநாள் ஒருத்தி அரைப்பாவாடையோடு வந்தாள். ஒருநாள் செவ்வரத்தம் பூவோடு ஒருத்தி சேலை கட்டி வந்தாள். ஒருநாள் ஆணாக வந்தாள் பின் பெண்ணாக மாறினாள். ஒரு நாள் பெண்ணாக வந்தாள் இடையில் ஆணாக மாறினாள். அவர்கள் திரையில் வரும் கதாநாயகிகள்கூட இல்லை. அப்போ மோகினி பல் முகம் கொண்டவள். அவள் ஏன் என்னைப் பிடித்திருக்கிறாள் என்ற எண்ணம் நாதனைப் பீடித்தது.

OOO

மடுரோட் அருகே அவனது டிரக்டர் வரும்போது திடீரென இராணுவத்தினர் காட்டுக்குள் இருந்து வீதிக்கு வந்து மறித்தார்கள். பெட்டியில் இரண்டு பரல் டீசல் இருந்தது. முருங்கன் பொலிசின் அனுமதியுடன்தான் அவன் அதை எடுத்து வந்தான். ஆயினும் இராணுவத்திற்குப் பதில் அளிக்க வேண்டும். அவனைத் தாக்குவதற்குப் பதிலோ அல்லது காரணமோ இருக்கத் தேவையில்லை. டிரக்டரை விட்டு இறங்கி அனைத்துப் பத்திரங்களையும் கையில் வைத்திருந்தான். அவனது முதல் எதிரி அவனது உடல்வாகு. அதைப் பார்த்ததும் அவன் போராளியாய் இருக்கக்கூடும் என்ற நினைப்பு இராணுவத்திற்கு வந்துவிடும். அவனைப் போன்றவர்கள்தான் போராளிகள் எனில் இயக்கங்கள் பெரிதாக வாய்ப்பேயில்லை. உதாரணத்திற்கு மல்லி[1]. அவன் எதுவிதப் பிரச்சினையும் இல்லாது இராணுவ பொலிஸ் பாதுகாப்புக் காவல் அரண்களுக் குள்ளால் சென்றுவருகிறான். மல்லியை எவரும் போராளி என்று நினைத்துவிட முடியாது. மல்லி இயக்கத்தின் முக்கியத் தோழர். அவரின் தாய் தமிழ். தந்தை சிங்களவர். தந்தையின் வேலை காரணங்களால் பெற்றோருடன் பல பிரதேசங்களிலும் வாழ்ந்தவர். ஆதலால் இரு மொழியும் தெரிந்தவர். பேரவையின் டிரக்டர் வண்டியொன்று பழுதாகியபோது மல்லி நாதனைத் தேடிவந்தார். முதலில் நாதனும் அவனைப் போராளியாகப் பார்க்கவில்லை. மல்லி மிகவும் லாவகமாகப் பேசக்கூடியவர். அனைவரையும் அனுசரித்து நடக்கக்கூடியவர். எந்தவித

1. சிங்களத்தில் 'மல்லி' எனில் தமிழில் தம்பி.

அதிகாரத் தொனியும் அற்றவர். அதனால் நாதனுக்கும் அவனைப் பிடித்துக்கொண்டது. பெட்டிக்குள்ளிலிருந்த ஒரு பரல் டீசல் இயக்கத்திற்கானது.

“ஆமி பிடிச்சா இதைக் காட்டுங்க” என்று சிங்களத்தில் எழுதிய கடிதம் ஒன்றை நாதனிடம் கொடுத்து வைத்திருந்தான் மல்லி. அதையும் சேர்த்தே மறித்த இராணுவத்திடம் நீட்டினான். அதை வாங்குவதற்கு முன்பாகவே அவன் வயிற்றில் துப்பாக்கியால் ஒருவன் இடித்தான். மற்றவன் பின் நின்று காலால் உதைத்தான். அவன் வயிற்றைப் பிடித்தபடி தெருவில் உட்கார்ந்தான். அது அடித்தவனுக்கு சிறு சந்தோசத்தைக் கொடுத்திருக்கும். கடிதத்தைப் படித்து முடித்ததும் “சரி போறது” என்றான் இராணுவத்தினன். டிரக்டரை மெதுவாக ஓட்டினான். போகவிட்டுப் பின்னால் சுட்டு காட்டோரமாய்க் கொழுத்தி விட்டுப் போகக்கூடும். இவையெல்லாம் முன்னர் நடந்திருக்கிறது. பாதுகாப்பான தூரம் வரையும் அவனை அச்சம் தொடர்ந்து வந்தது.

‘தோழர் நாத்’ என்று நாதனை மல்லி அழைத்தான். மல்லி சுறுசுறுப்பானவன். மிகவும் நுணுக்கமானவன். நாதனை ஏனைய தோழர்களுக்கும் அறிமுகமாக்கினான்.

“நீங்கள் எங்கட அரசியல் வகுப்புகளுக்கு வாங்கோ தோழர்” என்று மல்லி நாதனை அழைத்தான்.

“இல்லை தோழர் நான் வெளியில் இருந்து உதவி செய்யிறன்.” என்று நாதன் சமாளித்தாலும் மல்லியின் தோழமை யின் நெருக்குதலால் வகுப்புகளுக்குச் சென்றான். அவனுக்கு அரசியலைவிட அவர்கள் வசமிருந்த ஆயுதங்கள் வசீகரமாய் இருந்தன. வேறெந்த இயக்கத்தினரிடமும் காணாத ஆயுதங்கள் அவை. அம்பாறை சென்ரல் காம் முகாம் தாக்குதலில் கைப்பற்றியதுபோக வெளியில் இருந்தும் ஆயுதங்களைப் பெற்றதாகச் சொன்னார்கள். மல்லி நாதனின் ஈடுபாட்டை அறிந்தான்.

“தோழர் நாத் ஆயுதங்களை எடுத்துப் பாருங்கோ” என்றான் மல்லி. அங்கிருந்தவர்கள் எல்லோரும் மிகுந்த தோழமையுடன் பழகியது நாதனுக்குப் பிடித்திருந்தது. நாதனுக்கு ஏற்கனவே வேட்டைத் துப்பாக்கியில் பயிற்சி இருந்தது. நல்லாய் குறி சுடக்கூடியவன். வேட்டைத் துப்பாக்கிகளை அரசு பறித்த பின்னர் இவனே வேட்டைத் துவக்குகளைச் செய்தும் இருந்தான். இவனது துப்பாக்கியால் வெடி வாங்கிய யானைகள் இவனைப் பார்த்துச் சிரித்ததுமுண்டு. பாவித்த தோட்டாக் கோதுகளை எடுத்து நெருப்புப் பெட்டி குச்சி மருந்துகளைச் சுரண்டி எடுத்துச் செய்த தோட்டாக்களின் விணைதிறன்தான்

சிரிப்புக்குக் காரணம். நாதனிடம் நேர்த்தியான செய்திறன் இருந்தது. அங்கிருந்த துப்பாக்கிகளை வெகு இலகுவாகக் கழட்டி அதைக் குறுகிய நேரத்தில் மீண்டும் பூட்டிவிடக்கூடிய அனுபவம் அவனுக்குக் கிட்டியது. அதற்கெல்லாம் மல்லியின் ஊக்குவிப்புத்தான் காரணம். நாதன் மல்லியுடனேயே திரிந்தான். மல்லி, அமெரிக்க ஏகாதிபத்தியம், உலக அரசியல், மார்க்சிசம், மாவோயிசம், விடுதலைப் போராட்டங்கள், வாகனங்கள், ஆயுதங்கள், திரைப்படங்களெனப் பல விடயங்களை அவனுடன் பேசியபடியே இருப்பான்.

"ஆயுதத்திற்கு அரசியல் முக்கியம் தோழர்" என அவன் அடிக்கடி கூறியபடியே இருப்பான். நாதனை அரசியலின்பாலும் அக்கறை செலுத்த வைக்கச்செய்யும் முயற்சியது. இயக்கத்தின் முகாம் இருந்த பண்டிவிரிச்சான் பகுதியை நன்கு அறிந்தவன் நாதன். டிரக்டர் உழவு, சூடு அடிப்பு என்று அவன் அங்கிருந்த கிராமங்கள் எல்லாம் சென்று வருபவன். வில்பத்து காட்டையும் நன்கு அறிந்தவன். மேலும் பல தோழர்கள் பண்டிவிரிச்சான் முகாமை வந்தடைந்தார்கள். அவர்களிடம் தாக்குதல் திட்டம் இருந்தது. அதை அவர்கள் அனைவருடனும் கலந்தாலோசித்தார்கள். நாதனிடம் பல தகவல்களைக் கேட்டறிந்தார்கள். அவனும் சில ஆலோசனைகளை வழங்கினான். மகாவெலாச்சியா பொலிஸ் நிலையத் தாக்குதல் திட்டத்திற்காக உளவுக்கான பொறுப்பு மல்லியிடம் வழங்கப்பட்டது. மல்லிக்கு உதவியாக நாதன் நியமிக்கப் பட்டான். மகாவெலாச்சியா அனுராதபுரத்திலிருந்து வடமேற்கே 30 கிலோ மீற்றர் தூரத்திலிருந்தது. வில்பத்து வனவிலங்குப் பாதுகாப்பு வனத்தின் கிழக்கு எல்லையோடு அமைந்திருந்தது அந்தக் கிராமம். அதன் வடக்கே தந்திரிமலை. அங்கு சரித்திர முக்கியத்துவம் வாய்ந்த பௌத்த விகாரை அமைந்திருக்கிறது. இவையிரண்டும் சிங்களக் கிராமங்கள். சிங்கள விவசாயிகளுக்குப் பயிற்சி அளிக்கப்பட்டு ஆயுதங்கள் வழங்கப்பட்டிருந்தன. தந்திரிமலை பௌத்த விகாரையின் பாதுகாப்புக்காக இராணுவத்தினர் சிலர் அங்கிருந்தார்கள். மகாவெலாச்சியா பொலிஸ் நிலையத்தின் அனைத்துத் தகவல்களையும் மல்லி சேகரித்திருந்தான். பொலிஸ் நிலையத்தின் வரைபடத்தைத் தயாரித்தான். மல்லியும் நாதனும் வில்பத்து காட்டுக்குள் சரணாலயத்துறையினர் பாவிக்கும் காட்டுப்பாதைகளைப் பயன்படுத்தி தந்திரிமலை கிராமத்தின் பின்புறமாகச் சென்று, அங்கிருந்த நிலைமைகளை வேவு பார்த்தார்கள். பின்னர் மகாவெலாச்சியா செல்லும் பாதையில் ஏறி மகாவெலாச்சியா பொலிஸ் நிலையம் வரை சென்று திரும்பினார்கள். மகாவெலாச்சியா செல்லும் காட்டுப் பாதைக்கான வரைபடத்தை மல்லி கீறி முடித்தான். தாக்குதல்

அவனைக் கண்டீர்களா?

திட்டம் தயாரானது. இறுதிக் கட்டளைகளைத் தாக்குதல் பொறுப்பாளர் நெப்போலியன் போராளிகளுக்கு வழங்கினார்.

ஆயுதங்களுடன் போராளிகள் கன்னாட்டிக்கூடாகப் பெரியகட்டை அடைந்து அருவி ஆற்றைக்கடந்து வில்பத்துக்குள் வந்தனர். போராளிகளின் நடமாட்டம் காரணமாக வில்பத்து சரணாலயத்தில் வனத்துறையினரின் பாதுகாப்பு செயற்பாடுகள் அறவே நிறுத்தப்பட்டு திடீர் இராணுவப் பிரசன்னங்கள் இருந்தன. மிக அவதானத்துடன் முன்னேறவேண்டியிருந்தது. தந்திரிமலையை அடைந்தபோது சற்று இருட்டியிருந்தது. இரவின் நிசப்தத்திற்காகப் போராளிகள் காத்திருந்தார்கள். ஆள் நடமாட்டமற்று ஊர் ஓய்ந்திருந்தது. விகாரைக்குப் பின்புறமாக விருந்த காட்டுக்குள்ளால் முன்னேறி மாவெலாச்சியா வீதியில் இருந்த விவசாயின் வீட்டை வந்தடைந்தார்கள். விவசாயியைக் கட்டிவைத்துவிட்டு அவனது டிரக்டரைப் பெட்டியோடு கடத்தினார்கள். நாதன் டிரக்டரை மகாவெலச்சியா நோக்கி ஓட்டிச் சென்றான். மகாவெலாச்சியா எல்லையை அடைந்ததும் டிரக்டரை நிறுத்திவிட்டு பொலிஸ் நிலையம் நோக்கி நடக்கத் தொடங்கினார்கள். பொலிஸ் நிலையத்தை அண்மித்ததும் போராளிகள் அனைவரும் தங்களுக்கான நிலைகளில் பதுங்கிக் கொண்டார்கள். சைகை வந்ததும் தாக்குதல் தொடுக்கப் பட்டது. பொலிஸ் காவல் அரண்கள் முற்றாக அழிக்கப்பட்டன. அவர்கள் நினைத்ததைவிட குறுகிய நேரத்துக்குள் பொலிஸ் நிலையம் போராளிகளின் கட்டுப்பாட்டுக்குள் வந்தது. போராளிகள் ஆயுதங்களைச் சேகரித்து பொலிஸ் வாகனங்களில் ஏற்றினார்கள். அவர்கள் அசுர வேகத்தில் செயற்பட்டார்கள். நேரம் தாழ்த்தினால் அநுராதபுரத்திலிருந்து இராணுவம் வரக்கூடும். வாகனங்கள் புறப்படுவதற்குத் தயாராய் இருந்தன. உயிரிழப்பில்லாத தாக்குதலின் வெற்றி போராளிகளுக்கு மகிழ்ச்சியாய் இருந்தது. தாக்குதலின் இறுதிக் கட்டம் பொலிஸ் நிலையத்தைத் தகர்ப்பது. வெடி மருந்து சக்கை அடங்கிய வாளியைத் தூக்கியவாறு மல்லி பொலிஸ் நிலைய வாசலை நோக்கிச் சென்றான். ஏனையோர் அவனுக்காக பிரதான நுழைவாயிலில் காத்திருந்தார்கள். அவன் வாசலை அண்டிய போது பலத்த சத்தத்துடன் வெடித்தது. மல்லியின் தலை வானம் நோக்கி எழுந்த தீப்பிழம்பின் உச்சியில் சென்று கொண்டிருந்தது. நாதன் அதைப் பார்த்த கணத்தில் வாகனத்தி லிருந்து தூக்கி வீசப்பட்டான். அவனது காதுகள் அடைத்து இரைந்துகொண்டிருந்தன. சிதறிய துகள்களால் கண்கள் நிறைந்து பார்வையற்றுக் கிடந்தன. தலையிலிருந்து இரத்தம் வழிந்துகொண்டிருந்தது. உடல் முழுவதும் கிரவலின் சிறுகற்கள் துளைத்திருந்தன. எங்கிருக்கிறான் என்பதை அவனால் ஊகிக்க முடியவில்லை. முடிந்தவரை ஏதோவொரு திக்கில் ஊர்ந்து செல்ல

முயன்றான். அவனால் முடியவில்லை. எழுந்து நிற்க முயற்சித்தான். முடியவில்லை. இப்படியே இருக்க முடியாதென்பதை அவன் அறிவான். இன்னும் சிறிது நேரத்திற்குள் இராணுவம் வந்துவிடக்கூடும். முயன்றான். மெல்ல அரக்கக்கூடியதாய் இருந்தது. இழுத்து இழுத்து இயன்றவரை சென்றுகொண்டிருந் தான். அவனுக்கு நீர் தட்டுப்பட்டது. கண்களைக் கழுவினான். காது இரைச்சலாய் இருந்தது. கண்களில் தெளிவில்லை. இயலுமானவரை காட்டுக்குள் சென்றால்தான் தன்னைப் பாதுகாத்துக்கொள்ள முடியும். ஏனையோருக்கு என்னவாயிற்று என்பது அவனுக்குத் தெரியாது. மெல்லென விடிந்தது. அவன் கண்களில் தெளிவில்லை. ஆயினும் வெளிச்சம் சற்று ஆறுதலாய் இருந்தது. அவன் காட்டுக்குள்தான் இருந்தான். காது இன்னமும் இரைச்சலுடனேயே இருந்தது. குண்டு வெடிப்பின் அதிர்வில் அவன் தேகம் கலங்கியிருந்தது. மரமொன்றைக் கட்டிப்பிடித்து எழுந்து நிற்க முயற்சித்தான். ஏதோவொன்று அவனுக்குள் ளிருந்து 'நட நட' என உரக்கக் கத்த ஆரம்பித்தது. அருகிலிருந்த மரங்கள், செடி, கொடிகளைத் துணைக்கு இழுத்து மெல்ல மெல்ல நடந்தான். வலது கண்ணில் சிறு தெளிவிருந்தது. மரமொன்றில் ஏறினால்தான் அவன் இருக்கும் இடத்தின் குறிப்பறிய முடியும். மரமேறுவதற்கான திடம் அவனுக்கிருக்கவில்லை. கண்கள் தெளிவாகினால்தான் மரத்தில் ஏறி திக்கை அறியமுடியும். ஆனால் அவையொன்றும் சாத்தியமானதாகத் தெரியவில்லை. அவன் காயங்களிலிருந்து வெளியேறிய இரத்தமும் ஆகார மின்மையும் அவனை மெல்ல மெல்ல பலமிழக்கச் செய்தது. இருள் வந்தது. ஒரு மரத்தைப் பிடித்து சாய்ந்து இருந்தான். கண்களுக்கு வெளிச்சம் எட்டியபோது மீண்டும் 'நட நட' என அந்தக் குரல் சத்தம் கேட்கத்தொடங்கியது. நடந்தான். கைக்கெட்டிய இலைகளைப் பிடுங்கிச் சப்பினான். நாக்கின் வறட்சியை நீக்கியபடி மெல்ல மெல்ல நடந்தான். எதை நோக்கி நடக்கிறான் என்பதை அறியாமல் நடந்தான். இரண்டு இரவுகள் வந்துபோயின. சோர்ந்து இருந்தபோதும் அந்தக் குரல் மூர்க்கமாய்க் கத்தியபடியிருந்தது. மூன்றாம் நாள் அவன் அருவி ஆற்றங்கரையை வந்தடைந்தான். அது அவனுக்குப் பெரும் நம்பிக்கையைக் கொடுத்தது. ஆற்றின் வழியே நடந்தால் ஏதாவதொரு தமிழ் கிராமத்தை அடைந்து விடலாம். உடலுக்கும் சிந்தைக்கும் இடையேயான ஊடாடல் அற்றுப்போனது. அவனை எது இயக்குகிறது என்பதை அறியாமல் அவன் இயங்கிக்கொண்டிருந்தான். உடல் முற்றாக இயங்க மறுக்கும் நிலையை உணர்ந்தான். உள்ளிருந்து கத்திய குரல் மெல்லென மறைய ஆரம்பித்தது. காட்டு ஈயும், நுளம்பும் அவனை மொய்த்து உறிஞ்சியிருந்தன. நான்காம் நாள் எந்த இயக்கமும் சாத்தியமற்றுப்போனது. அருவியாற்றின் மணல் பிட்டியில் குப்புற வீழ்ந்தான்.

குஞ்சுக்குளம் அருகே வீழ்ந்து கிடந்தவனை ஊரார்கள் காப்பாற்றி முதலுதவிகள் அளித்துப் பண்டிவிரிச்சான் கொண்டு வந்து சேர்த்தார்கள். அவனுடன் சென்ற எவரும் திரும்பி வர வில்லை. "மகாவெலாச்சியா பொலிஸ் நிலையத்தைத் தாக்கிய அனைத்துப் பயங்கரவாதிகளையும் கொன்றுவிட்டதாக" லங்கா புவத்தும், இலங்கை வானொலியும் அறிவித்திருந்தன. அவனது உடலும் மனமும் சோர்ந்து உணர்விழந்து கிடந்தான். ஒருவருடனும் அவன் கதைக்க விரும்பவில்லை. இரவு பகலென அயர்ந்து தூங்கினான். உடல் காயங்கள் மெல்லெனத் தேறிவந்தன. "தோழர் நாத், வெற்றி தோல்வி முக்கியமில்லை. இந்தக் காலத்தில மக்களின் விடுதலைக்காய் என்ன செய்தம் என்பதுதான் முக்கியம்" மல்லி கடைசியாக அதைத்தான் சொன்னான். போராளிகளின் இழப்பு அவனை வருத்தியது. மல்லியின் இழப்பு பேரிடராக இருந்தது. குறுகிய காலத்துள் அவனுடன் ஏற்பட்ட தோழமை அவனை நெருடியபடியேயிருந்தது. ஒரு வாரத்தின் பின் தாக்குதல் பொறுப்பாளர் நெப்போலியனும் இன்னுமொரு போராளியும் வந்து சேர்ந்தார்கள். தற்செயலாக நடந்த வெடிவிபத்தில் நான்கு போராளிகள் கொல்லப்பட்டனர். பின்னர், வில்பத்து காட்டுக்குள் இராணுவத்தினருடன் நடந்த சண்டையில் மேலும் மூவர் கொல்லப்பட்டதுடன் போராளியொருவர் காயங்களுடன் கைது செய்யப்பட்டார் என்ற தகவல்களும் வந்து சேர்ந்தன. நடந்தவற்றை மீளக்கொணர அவனது மனதுக்கு பலம் இருக்க வில்லை. "நாதன் மீது இரக்கமாய் இரும்" என அவனது தாயார் தினமும் மடு மாதாவை வேண்டிக்கொண்டிருந்தார். கனவால் எழுந்து வெறித்தனமாகக் கத்தினான். தாய், முகத்துக்குத் தண்ணீர் தெளித்து அவனை ஆறுதல் படுத்தினாள். "தோழர் மல்லி கொண்டு போகேக்க குண்டு கையில வெடிச்சுட்டுது. தோழரின்ட தலை நெருப்போட வானத்துக்குப் போச்சுது" விறைத்தவாறு சொல்லி முடித்தான். "சரி ராசா படு. . . கர்த்தர் இருக்கிறார் அவரிட்ட பழியப்போடு. இப்ப படு ராசா. மற்றவர்களுக்காகத் தம்மைப் பலி கொடுப்போருக்கு ஆண்டவர் ஆசீர்வதிப்பார். மல்லிக்கு சமாதானம் உண்டாகட்டும்" என்று அவனை சமாதானம் செய்துவிட்டு 'யார் பெத்த பிள்ளையோ எங்கட குஞ்சுகளுக்கெல்லாம் ஏன் இந்த அவலச்சாவு' என்று மனம் வெந்தாள் தாய் ரோசம்மா. அவன் விறைத்தபடியே முகட்டைப் பார்த்துக் குந்தியிருந்தான். மல்லியின் தலை வானத்தே சென்று கொண்டிருந்தது.

○○○

1985–89

விடுதலைப்புலிகள் இயக்கம், தமிழர் பாதுகாப்புப் பேரவையையும் தடைசெய்வதாக அறிவித்து அவர்களிடமிருந்த

ஆயுதங்களைக் கைப்பற்றியது. பேரவைப் போராளிகளையும் கைது செய்தது. ஒரு சில கடைநிலைப் போராளிகள் "எந்தவிதப் போராட்ட நடவடிக்கைகளிலும் ஈடுபடக்கூடாது. மீறினால் கொல்லப்படுவார்கள்" என்ற எச்சரிக்கையோடு விடுதலை செய்யப்பட்டனர். அவர்களில் நாதனும் ஒருவன். அவன் உளத்தில் நித்தியமும் மல்லியும் அவன் மரணமும் வந்துபோயின.

இந்திய இராணுவத்திற்கும் புலிகளுக்குமிடையே யுத்தம் தொடங்கியதும் நாதன் வெளியேற வேண்டியிருந்தது. இந்திய இராணுவத்தின் வருகையால் தென்னிலங்கையில் ஜேவிபியினரின் கிளர்ச்சி அதிகரித்திருந்த காலமது. புலிகள்– பிரேமதாச அரசு பேச்சுவார்த்தையும் நடந்துகொண்டிருந்தது. சிங்கள இளைஞர்கள் மிகுந்த கெடுபிடியைச் சந்தித்தவண்ணம் இருந்தனர். தமிழ் இளைஞர்கள் மீதான கெடுபிடி தென்பகுதியில் சற்றுக் குறைந்திருந்தது. அவனது உறவினர் சாள்ஸ் பேராதனைப் பல்கலைக்கழகத்தில் நிர்வாகத்துறையில் இருந்தார். அவருடன் போயிருப்பதென ஏற்பாடாகியிருந்தது. பேராதனைப் பல்கலைக் கழகத்தில் அவருக்கு அறையிருந்தது. அதில் அங்கு அலுவலக உதவியாளராய் வேலை செய்யும் திஸ்ச என்ற இளைஞனும் உடனிருந்தான். "உன்ட பழைய கதைகளை ஒருத்தரோடையும் கதைக்கக் கூடாது மற்றது கண்டபாட்டுக்கு வெளியில திரியக் கூடாது" என்ற கட்டுப்பாட்டுடன் நாதன் பேராதனை வந்து சேர்ந்தான். இலங்கையின் மத்திய மலைநாட்டு அழகை அப்போதுதான் அவன் தரிசித்தான். பேராதனை வளாகச் சூழலும், அதன் வனப்பும், அழகாய்ப் பராமரிக்கப்பட்ட செடிகள், பூமரங்கள், ஒழிந்தும் நெளிந்தும் செல்லும் பாதைகள், பாதைக்கரை நீளும் நெடு மரங்கள், கட்டிடங்கள், வளாகத்தை அரவணைத்து ஓடிக்கொண்டிருக்கும் மகாவலி கங்கை என்பன மனதுக்கு இதயமாய் இருந்தன. சிங்கள இளைஞர்களின் எழுச்சி காரணமாகப் பட்டப்படிப்புகள் இடைநிறுத்தப்பட்டிருந்தன. மலையக எழிலின் ஆழத்துள் ஒரு அச்சம் தோய்ந்த மௌனம் நிலவியபடியிருந்தது. திஸ்ச, குருணாகல பகுதியைச் சேர்ந்தவர். கொச்சையாய்த் தமிழ் பேசக்கூடியவர். நாதன், சால்ஸ்சின் தம்பியென அறிமுகமாகியிருந்தான். திஸ்ச, நாதனை 'மல்லி' என்றே அழைத்தான். பேராதனை வளாகத்தின் ஒவ்வொரு பகுதியாக திஸ்ச நாதனை அழைத்துச் சென்று காட்டினான். பேராதனைப் பூங்காவின் வனப்பு அவனை ஈர்த்தது. மகாவலி கங்கையின் கரையில் அமர்ந்து ஓடும் நீரை இருவரும் பார்த்தபடியிருந்தனர். திஸ்ச நாதனின் மௌனத்தைக் கலைவதற்காகத் தொடர்ந்து கதைத்துக்கொண்டேயிருப்பான். முகம் செந்தழிப்பானவன். சிரித்தபடியே இருப்பான். கன்னத்தில் குழிவிழும் சிரிப்பு. துருதுருப்பானவன். அறையில் அனைத்துப் பணியும்

அவனுடையது. எல்லாவற்றையும் இழுத்து வைத்துச் செய்வான். மிகச்சிறந்த சமையல்காரன். திஸ்சவின் டின்மீன் குழம்பும், டின்மீன்தண்ணியில் தக்காளி சேர்த்துச் செய்யும் தேங்காய்ப்பால் சொதியும் மிகவும் உற்சமானது. மாசிச்சம்பலும், வெங்காயம் மிளகாய் தேங்காய் சேர்த்த ரொட்டியும், பால்புக்கையும் மாசிக்கட்டச்சம்பலும், புட்டும் தேங்காய்ப் பாலுடன் நெத்தலிப் பொரியலும் தினமும் இவற்றில் ஏதாவதொன்று இருக்கும். ஆயினும் அலுக்காத சமையல் திஸ்சவுடையது. பிலாக்காய் கறியை திஸ்ச சமையலிலே முதலில் சாப்பிட்டான். சிங்களவர்களின் சமையல் பக்குவம் நாதனுக்குப் பிடித்திருந்தது. "மல்லியை தலதா மாளிகாவுக்குக் கூட்டிப் போறது" என்று அவனைக் கண்டிக்குக் கூட்டிச்சென்றான். ஒரு பௌத்த விகாரைக்கு முதல் முறையாக அவன் சென்றான். அங்கிருந்து ஏரியைப் பார்த்தபடியிருந்தான். எல்லாப் புனிதங் களிலும் மரணத்தின் நெடி கவிந்திருந்தது. "லவெரியா", "பொல்பனி" என சிங்களப் பலகாரங்களை வாங்கிக் கொடுத்தான். நாதனை "லவெரியா" வின் சுவை கவர்ந்தது. வாரத்தில் மூன்று முறையாவது நாதனுக்காக 'லவெரியா'வுடன் வருவான் திஸ்ச.

ஒவ்வொரு நாளும் கொலைகள் பற்றிய செய்திகள் வந்து கொண்டேயிருந்தன. காணாமல் போனோர் பற்றிய செய்திகளும் பரவின. மகாவலி கங்கை பிணங்களைச் சுமக்கத் தொடங்கி யிருந்தது. பேராதனையின் வனப்பு அவன் மனதிலிருந்து மெல்லென நீங்க ஆரம்பித்தது. "மல்லி பயங் வேண்டாம். ஐயா இருக்குத்தானே" என திஸ்ச அவனை சமாளித்து உட்சாகப் படுத்துவான். திஸ்சவால் மட்டுமே அவ்வாறு இருக்க முடிகிறது. பேராதனையின் வனப்புடன் பொருந்தும் முகவாகுகொண்ட மனிதன் அவன். முகம் கோணாது சிரித்தபடி இருக்க முடிகிறது. திடீரென ஒருநாள் அவனின் தாயும் சகோதரியும் பேராதனை வந்தார்கள். கண்டியில் சில சிங்கள இளைஞர்கள் அரசினால் கொல்லப்பட்ட செய்தி அவர்களை எட்டியே வந்திருந்தார்கள். சால்ஸ்சின் மீது அவர்களுக்குப் பிரியம் அதிகம். அவரிடம்தான் திஸ்சவின் பாதுகாப்பு இப்போது ஒப்படைக்கப்பட்டிருக்கிறது. அவர் தமிழராய் இருப்பதாலும், பெரிய பதவியில் இருப்பதாலும் திஸ்சவுக்குப் பாதுகாப்பு கிடைக்கும் என அவர்கள் நம்பினார்கள். சால்ஸ்சும் பயப்பிடவேண்டாம் என அவர்களை ஆறுதல்படுத்தினார். சால்ஸ்சுக்குப் பிடித்தமான லவெரியா சரையை அவர்கள் திறந்தார்கள்.நாதனைப் பார்த்து "மல்லி ஒங்கட சாமாண் வந்திரிக்கு" என்றான் திஸ்ச. திஸ்சவின் பின்புலமும் விவசாயம்தான். அவன் பத்தாம் தரம்வரையும் படித்திருந்தான். அவனது ஊரைச்சேர்ந்த ஒருவரின் சிபார்சில் இந்த வேலை கிடைத்திருந்தது. அரச உத்தியோகம் என்பதால் பெற்றோருக்கு மகிழ்ச்சி. ஜேவிபி என்ற சந்தேகத்தின் பேரில்

சிங்கள இளைஞர்கள் கொடூரமான முறையில் கொல்லப்பட்டுக் கொண்டிருந்தார்கள். அவர்களில் பலர் பேராதனை மாணவர் களாயும் இருந்தனர். ஜேவிபியினரும் பலிக்குப் பலி எனத் தாக்குதலைத் தொடர்ந்தவண்ணம் இருந்தார்கள். இது போன்ற நிலைமைகளை நாதன் ஏற்கனவே அனுபவித்தவன். தமிழ்ப் பகுதிகளிலும் நிலைமை அவ்வாறே. முதலில் ஒருவிதப் பாதுகாப்பை உணர்ந்தவன் இப்போ சற்று அச்சத்தை உணர ஆரம்பித்தான். சால்ஸ்சின் கையைப்பற்றி 'தன் பிள்ளையைப் பார்த்துக்கொள்ளுங்கள்' எனக் கண்கள் கலங்க அந்தத் தாய் விடைபெற்றாள். நாதனின் தாய் ரோசம்மாவின் கண்ணீரும் இப்படித்தான் வழிந்தோடியது. நாதனும் திஸ்சவும் அவர்களை பஸ்சில் ஏற்றிவிட்டு வந்தார்கள்.

○○○

மதியஉணவுக்காக வீடு செல்ல தனது காருக்கு வந்தார் உதவிப் பதிவாளர் கப்டன் நாகஹாவத்தை. அந்தத் தருணத்தில் இருவர் அவரை சுட்டுக் கொன்றுவிட்டு தப்பித்துச் சென்றிருந்தனர். திஸ்ச, வெடிச்சத்தம் கேட்டு அலுவலகத்திலிருந்து வெளியில் வந்து பார்த்தான். காருக்குள்ளிருந்து சரிந்து வீதியில் கிடந்தார் கப்டன். தலையிலும் நெஞ்சிலும் காயங்கள் இருந்தன. 'மாத்தையா' எனக் கத்தினான். இரத்தம் ஓடிக்கொண்டிருந்தது. தலைப்பகுதி சிதறியிருந்தது. திஸ்சவுக்கு மயக்கம் வந்தது. அருகிலிருந்த செடியைப் பிடித்தபடி குந்தினான். வயிறு குமட்டிக்கொண்டு வந்தது. ஓங்காளித்து வாந்தியெடுத்தான். பத்து மணியளவில் உதவிப்பதிவாளருக்குத் தேனீரை திஸ்சதான் தயாரித்துக் கொடுத்திருந்தான். அவர் வெளியேறும்போது கோப்பொன்றை சால்ஸ்சிடம் ஒப்படைக்கும்படி கொடுத்துவிட்டுச் சென்ற சில நிமிடங்களில் அவர் இறந்து கிடந்தார். உதவிப்பதிவாளர் அரசுக்கு மிக நெருங்கியவர் என்றும், ஜேவிபி ஆதரவு மாணவர்களை அடக்குவதற்காகவே அவர் அங்கு நியமிக்கப்பட்டார் என்ற ஊகங்கள் அங்கு நிலவின. இந்தக் கொலைக்கு அந்த ஊகங்கள் தான் காரணமாய் இருக்கக்கூடும். பொலிசும் இராணுவத்தினரும் வந்து குவிந்தனர். திஸ்சவுக்கு நாதனைப்பற்றிய கவலை மேலிட்டது. அன்று காலைதான் சால்ஸ் பணி நிமித்தம் கொழும்பு சென்றிருந்தார். அலுவலகத்தில் பணியிலிருந்த அனைவரையும் விசாரித்துவிட்டு பொலிசார் அகன்றனர். அவனுக்கு நிம்மதி யளித்தது. கையில் ஒரு சரையோடு அறைக்கு வந்துசேர்ந்தான் திஸ்ச. அவனின் பதட்டத்தை நாதன் அறிந்தான். 'மல்லி, றிஜிஸ்டார் கப்டன் மாத்தையாவை யாரோ சுட்டது. பொலிஸ், ஆமி எல்லாம் வந்திது. நீங்க மிச்சம் வெளிய போகவேணாங்' என்றான் திஸ்ச. அவன் முகம் இவ்வாறு இறுகியிருந்ததை அவன் முன்பு பார்க்கவில்லை. அவனது வனப்பு மங்கியிருந்தது. அவன்

கன்னத்தில் சிறு குழிவிழும் அந்தச் சிரிப்பும் அகன்றிருந்தது. “சால்ஸ் ஐயாவும் இல்ல. ரூமை செக் பண்ணுவாங்க சொல்லி பயங்” அவனுக்கு நாதனின் பாதுகாப்புப்பற்றிய பயம்தான் உள்ளூர ஓடியவாறு இருந்தது. கொழும்புக்குச் செய்தி எட்டியதும் சால்ஸ் கடுகதியில் வந்து சேர்ந்தார். சால்ஸ்சைக் கண்டவுடன் திஸ்சவின் வனப்பு ஓரளவு மீண்டது. வழமைபோல் இரவு சாப்பாட்டுக்காக தேங்காய் ரொட்டியும் டின்மீன் சம்பலும் செய்தான். “மல்லி லவெரியா இரிக்கு. . . சாப்பிடுறது.” என்றான் திஸ்ச. சாப்பாடு பெருமளவில் ஒருவருக்கும் இறங்கவில்லை. நாதனுக்கு எதன் மீதும் நாட்டமிருக்கவில்லை. வளாகத்தின் மையத்துள் ஒரு கொலை நடந்திருக்கிறது. இதுவரை செய்திகளாய் மட்டுமே அறிந்திருந்தவர்களுக்கு ஒரே அலுவலகத்தில் வேலை பார்த்தவர் கொல்லப்பட்டிருப்பது அச்சத்தை ஏற்படுத்திற்று.

அதிகாலை இரண்டு மணியளவில் அவர்கள் இருந்த கட்டிடம் சுற்றி வளைக்கப்பட்டது. அவர்களது அறைக்கதவை உடைத்தபடி ஐவர் உள் நுழைந்தார்கள். திஸ்சவை இழுத்தார்கள். சால்ஸ் இடையில் சென்றார். “அவன் ஒரு பிரச்சினையும் இல்லாத ஆள்” என்று மறித்தார். வந்தவர்கள் எதையும் கேட்கும் மனோநிலையில் இருக்கவில்லை. அவனை அறையைவிட்டு வெளியே இழுத்துப்போக முயன்றனர். சால்ஸ் இயலுமானவரை அவர்களை மறித்து சிங்களத்தில் கதைத்தபடியிருந்தார். திடீரென அவர்களின் நாட்டம் நாதன் மீது தாவியது. “யார் இவன்” என்றான் ஒருவன். “சால்ஸ் ஐயாவின்ட மல்லி” என்றான் திஸ்ச. நாதனின் அடையாள அட்டையைப் பார்த்தார்கள். அன்ரன் பிலிப்பு அடைக்கலநாதன், பண்டிவிரிச்சான், மடுக்கோயில் என்றிருந்தது. “என்ட தம்பி வைத்தியத்திற்காக வந்து என்னோட இருக்கிறான்” என்றார் சால்ஸ் சிங்களத்தில். ‘என்ன மசிரைப் பார்த்துக் கொண்டு நிற்கிறியள் இழுத்துக்கொண்டு வா’ என்று வெளியில் நின்று கத்தினான் ஒருவன். திஸ்சவை இருவர் இழுத்தார்கள். சால்ஸ் இயலுமானவரை அவர்களைக் கெஞ்சியவண்ணம் இருந்தார். ‘பற தமிலோ பொத்தடா வாயை. . . விலகடா. . .’ என்று ஒருவன் சால்ஸ்சின் கன்னத்தில் ஓங்கி அறைந்தான். “ஐயாவை அடிக்காதை. நான்தானே வேணும் என்னைக் கொண்டு போங்கோ” என்று தன்னைப் பிடித்திருந்தவர்களைத் தள்ளி விட்டு தூசண வார்த்தைகளால் திட்டியபடி சால்ஸ்சை அடித்தவன் மீதும் பாய்ந்தான் திஸ்ச.

“உனக்கென்ன விசரா நான் கதைச்சுக்கொண்டு நிற்கிறன்” என திஸ்சவைக் கட்டுப்படுத்தினார் சால்ஸ். திஸ்ச மௌன மானான். ஒருவன் துப்பாக்கியை நீட்டினான். சால்ஸ் கெஞ்சிய படி நின்றார். புரியாத மொழியில் நடக்கும் பரிமாற்றங்களைப் புரிந்துகொள்ள முடியாவிடினும் அவர்கள் செயற்பாடுகள்

நாதனுக்கு நன்கு விளங்கியது. சால்ஸ்சின் கெஞ்சல்கள் எதுவும் பயனளிக்கவில்லை. திஸ்சவை இழுத்துச் சென்றார்கள்.

அதிகாலை, வளாகத்து தடாகத்தடியில் சில பிணங்கள் இருப்பதாகத் தகவல் வந்தது. சால்ஸ் நாதனை அழைத்துக் கொண்டு அங்கு சென்றார். தூரத்தே இருந்து தடாகத்தைப் பார்க்கும்போது அதன் வட்டக் குந்தில் பூச்சாடிகள் வைக்கப் பட்டிருப்பதுபோல் இருந்தன. அதை அண்மித்தபோதான் அவைகள் தலைகள் எனத் தெரியவந்தன. ஆறு தலைகள் வைக்கப்பட்டிருந்தன. மேலும் எட்டுப் பேரின் சடலங்கள் சுற்றிவரக் கிடந்தன. "ஐயோ கொண்டிட்டாங்கள். அறுவாங்கள்." என்று கத்தினார் சால்ஸ். நாதனின் உடல் நடுங்கத்தொடங்கியது. அவனால் கட்டுப்படுத்த முடியாமலிருந்தது. திஸ்சவின் தலை அவர்களைப் பார்த்தபடியிருந்தது. "அப்பாவியைக் கொண்டிட்டாங்கள்... ஐயோ தாய்க்கு என்னத்தைச் சொல்லப் போறன்" வெம்பி அழுதுகொண்டிருந்தார் சால்ஸ். அவரால் நிற்க முடியவில்லை. மரத்தோடு சாய்ந்தார். அவனைக் காப்பாற்ற முடியாத வேதனை சால்ஸ்சை வாட்டியெடுத்தது. பொலிசார் வந்து பிரேதங்களை அகற்றினார்கள். ஆத்திரம் தீரும்வரை கத்தினார் சால்ஸ். 'ஐயே ஐயே' என்று திஸ்ச அவரை அன்பாக அழைக்கும் குரல் கேட்டுக்கொண்டேயிருந்தது. நாதனின் நடுக்கம் நீங்கவில்லை. உடல் கொதிக்கத் தொடங்கியது. சுருங்கி புற்பாயில் கிடந்தான். 'திஸ்சவைக் கொண்டிட்டாங்கள்' என்று புலம்பத்தொடங்கினான். திஸ்சவின் தாயின் புலம்பல் அவனுக்குக் கேட்கத்தொடங்கியது. அவன் தங்கை அவனின் தலையை அணைத்து கத்திக்கொண்டிருந்தாள். 'பயங் வேண்டாங் ஐயா இரிக்கு' திஸ்ச சொல்லிக்கொண்டிருந்தான். அவனது உடல் வியர்த்து ஆடைகள் தோய்ந்திருந்தன. சொண்டு காய்ந்து வெடித்தது. குலைப்பன் உடலை உலுப்பிக்கொண்டிருந்தது. சால்ஸ் நாதனை எழுப்பி குடிநீரைக் குடிக்கக் கொடுத்தார். "இந்தப் பூழல் நாடு எங்களுக்கு வேண்டாம். நீ எங்கையாவது போ" என்றார் சால்ஸ். 'மலையகக் கழுகுகள்' என்ற அமைப்பு வளாகக் கொலைகளுக்கு உரிமை கோரி இருப்பதாகவும், கொல்லப்பட்டவர்கள் ஜேவிபியின் ஆதரவாளர்கள் எனவும் அவர்களே உதவிப் பதிவாளரைக் கொன்றதாகவும் அதற்காகவே வளாகத்துக்குள் அந்தப் பதினான்கு பெயரையும் கொன்றதாக அந்த அமைப்பு கூறியுள்ளதாக உதவி பொலிஸ் மாஅதிபர் பிரமதாச உடுகம்பொல ரூபவாகினியில் கூறியபடியிருந்தான்.'

"உந்த நாய்தான் எல்லாத்துக்கும் காரணம்" என்று சால்ஸ் கத்தினார்.

'அண்ணை திஸ்சவையும் கொண்டிட்டாங்கள் அண்ணை' என்று புலம்பினான் நாதன். அவனுக்கு நடுக்கம் நிற்கவில்லை.

உடல் குளிர்ந்துகொண்டிருந்தது. திஸ்சவின் போர்வையையும் சேர்த்துப் போர்த்தான். திஸ்சவின் தாய் கொன்றவர்களை வசவு பாடினாள். கொன்றோர் குலத்தைச் சாடினாள். ஜென்மம் ஜென்மமாய் வாடுவார் என சபித்தாள். 'அம்மா' என்று முனகியபடி கிடந்தான் நாதன். கன்னத்தில் குழிவிழ வனப்பு மாறாமல் சிரித்தபடி 'மல்லி லவெரியா இரிக்கு எடுத்து சாப்பிடுங்க' என்று அந்தத் தடாகத்தில் குந்தியபடி திஸ்சவின் தலை சொல்லிக்கொண்டிருந்தது.அவன் அதைப் பார்த்தபடியே இருந்தான்.

1989–90

மெக்சிக்கோ அமெரிக்கா எல்லையிலுள்ள றீயோ பிராவோ ஆற்றைக் கடந்து டக்சாஸ், அமெரிக்காவுக்கு நுழைவு தான் திட்டம். அமெரிக்க எல்லையை அடைந்தவுடன் ஆற்றுக்கு அந்தப் பக்கம் அமெரிக்காவென சிவா சொன்னார். சிவாதான் அவனை கனடா கூட்டிவரும் ஏஜென்ட். அவனை அமெரிக்காவுக்குள் கடத்திக்கொண்டு செல்லும் லோப்பஸ், அவனுக்கான அனைத்துத் தகவலையும் சொன்னான். அதை சிவா தமிழில் அவனுக்குச் சொல்லியபடியிருந்தான். அவனுக்கு நீச்சல் தெரிந்திருந்தது. ஆற்றில் சிலபகுதிகள் மிக ஆழமானது. நீரோட்டம் சீராய் இருப்பதில்லை. அணையிலிருந்து திடீரென திறந்துவிடப்படும் நீர் ஆபத்தானது. பலர் நீரில் மூழ்கி இறந்திருக்கிறார்கள். அமெரிக்காவில் அகதிகளுக்கு எதிரான குழுக்கள் இருக்கின்றன. அவர்கள் ஆபத்தானவர்கள். அவர்கள் கண்ணில்பட்டால் மிதப்பிகளை மூழ்கடித்துவிடுவார்கள். எல்லாவித ஆபத்துக்களையும் அவன் சொல்லி முடித்தான். நீரோட்டத்தை நீருக்குள் இறங்கி அறிந்து வந்தான் லோப்பஸ். இந்த இடம் மிகவும் ஆழமான பகுதி. அதைவிடவும் ஆற்றின் அகலமும் அதிகம். கடப்பதற்கு அதிக நேரமும் எடுக்கும். ஐந்து பேர் அமரக்கூடிய காற்று ஊதப்பட்ட மிதப்பியொன்றைக் கொண்டுவந்தான் லோப்பஸ். ஆனால் அங்கு பத்துப் பேருக்கு மேல் நின்றார்கள். அவர்களில் குழந்தைகளும், பெண்களும் இருந்தார்கள். நீச்சல் தெரிந்தவர்களைப் பிரித்தெடுத்தான். குழந்தைகளையும் பெண்களையும் நீச்சல் தெரியாத ஆண்களையும் ஏற்றினான். மிகுதி லோப்பஸ்சுடன் சேர்ந்து நால்வர் இருந்தார்கள். இருவர் இருவரான மிதப்பியிலிருந்த கயிற்றைப் பிடித்துக்கொண்டு ஆற்றில் இறங்கினார்கள். அவர்களின் நீச்சல் உந்தலில்தான் மிதப்பி நகர்ந்தது. 'ஆறே பிரிந்து இந்த ஏதிலிகளுக்கான பாதையைக் காட்டிக் கரையைக் காண்பியும்' என மிதப்பிக்குள் இருந்த பெண்கள் கர்த்தரிடம் தங்கள் மன்றாட்டத்தை ஒப்பித்துக்கொண்டிருந்தார்கள்.

கரைகளுக்கிடையில் மரணம் தனது கணத்தை எதிர்பார்த்திருந்தது. மரணத்தின் அச்சம் அனைவரது முகங்களிலும் படிந்திருப்பதை அது கவனித்தபடியிருந்தது. மிதப்பி அமெரிக்காவின் கரையை எட்டியது. நாதனுடன் வந்தவர்களில் பெரும்பான்மையானோர் லத்தீன் அமெரிக்காவைச் சேர்ந்தவர்கள். அனைவரும் 'இறைவனுக்கு நன்றி' என்றார்கள். எதை நோக்கிச் செல்ல வேண்டும் என்ற திக்கைக் காண்பித்து 'பிரிந்து நடந்து செல்லுங்கள்' என்றுவிட்டு லோப்பஸ் அங்கிருந்து திரும்பினான். நாதன் தனது பையை எடுத்தான். உடைகளை அணிந்து சிறிது தூரம் பற்றைக் காட்டுக்குள்ளால் நடந்திருப்பார்கள். நாயின் குரைச் சத்தம் கேட்டது. அவர்கள் ஸ்பானிசில் ஏதோ முணுமுணுத்தார்கள். அனைவரும் திக்குத்திக்காய் ஓடவெளிக்கிட்டார்கள். அது எல்லைக் காவல்படையின் நாய்களாய் இருக்கக்கூடும். அவற்றை ஏமாற்றித் தப்பிப்பது கடினம் என லோப்பஸ் ஏற்கனவே சொல்லியிருந்தான். அவனின் பின்னால் காலடி ஓசையொன்று கேட்டவண்ணமிருந்தது. திரும்பிப் பார்த்தான். அவனுடன் வந்த பெண்ணொருத்தி அவனைத் தொடர்ந்தாள். 'பொலிஸ்' என்று சொல்லியபடி ஓடிவந்தாள். அவனின் காலில் இருந்து ஒற்றைச்சப்பாத்து கழன்றது. பின்னால் வந்தவள் அதை எடுத்துக்கொண்டு வந்தாள். டக்சாஸ் பாலைவனத்து வெயிலில் சப்பாத்து இன்றி அவன் கால் தாங்கிக்கொள்ளாது என்று அவள் நினைத்தாள். அவன் நின்று மற்றைய சப்பாத்தையும் கழட்டினான். அவள் அவனது மற்றைய சப்பாத்தை நீட்டினாள். அவன் அதையும் வாங்கித் தனது பையில் அடைந்துவிட்டு வெறும் காலுடன் ஓடினான். அது அவனுக்கு வசதியாகவிருந்தது. ஒரு பெருந்தெருவை வந்தடைந்தார்கள். அதைக் கடந்து அதன் மறுகரைக்குச் சென்றால் நகரத்துக்குள் சென்றுவிடலாம். வாகனங்கள் விரைந்துகொண்டிருந்தன. பெருந்தெருவைக் கடப்பது அபாயமானது. நான்கு ஒழுங்கைகளைக் கொண்டிருந்தது அந்த பெரும்தெரு. அவள் எதையும் கவனிக்காது பெரும் தெருவுக்குள் பாய்ந்து வரும் வாகனங்களை விலக்கிக் கடந்து அடுத்தகரை சென்றாள். அங்கிருந்த பற்றைக்குள் மறைந்திருந்து அவனை வரும்படி அழைத்தாள். கிளித்தட்டில் உச்சுவதுபோல் பறந்துவரும் கார்களை உச்சி அடுத்தகரை வந்தான். இருவரும் ஓடினார்கள். அந்த நகரத்தின் உயர்ந்த கட்டிடங்கள் தெரிந்தன. அவர்களுக்கு உட்சாகம் வந்தது. சிறு தெருவொன்று தெரிந்தது. சில பண்ணை வீடுகளும் தெரிந்தன. அந்தத் தெருவில் ஏறி பெரும் கட்டிடங்கள் இருக்கும் திக்கை நோக்கி நடக்கத் தொடங்கினார்கள். அந்தத் தெரு இன்னுமொரு தெருவில் முடிந்தது. இனி எந்தப் பக்கமாய்ப் போவதெனத் தீர்மானிக்கு முன்பாய் அவர்கள் முன்னே இரண்டு நாய்கள் வந்து நின்றன.

தூரத்தே பொலிஸ் வாகனங்கள் தெரிந்தன. அவர்கள் இருவரும் தெருக்கரையில் அமர்ந்தார்கள். இருவரும் விலங்கிடப்பட்டுக் குடிவரவு அதிகாரிகளிடம் ஒப்படைக்கப்பட்டார்கள்.

அவர்களின் அகதி கோரிக்கைகள் பதிவாகின. மேலதிக விசாரணைக்காகத் தடுப்பு முகாமில் தடுத்துவைக்கப்பட்டார்கள். அங்கு நூற்றுக்கணக்கில் அகதிகள் இருந்தார்கள். தமிழர்கள் ஒருவரையும் அங்கு காணவில்லை. அவனுக்கு எந்த மொழியும் புரியவில்லை. ஆண்கள் பெண்கள் தனித்தே வைக்கப் பட்டிருந்தனர். குடும்பத்தினருக்கான தனியான பிரிவு இருந்தது. நூலகம், சாப்பாட்டு மண்டபம், தேகப்பயிற்சி இடம், கூடைப்பந்து திடல், ஆங்கில வகுப்புக்கூடம் என்பன தனித்தனியேயிருந்தன. ஒவ்வொன்றுக்குள்ளும் கழிவறைகள் இருந்தன. எல்லா வற்றுக்கும் கால அட்டவணையிருந்தது. அங்கிருப்போர் குழுக்களாகப் பிரிக்கப்பட்டிருந்தனர். அவளும் நாதனும் ஒரே குழுவிலேயே இருந்தனர். இருவரும் கதைப்பதற்கு இப்போது கைபாசையேயிருந்தது. அவர்களின் தேவைகளைக் கதைப்பதற்குப் போதுமானதாகப் பாசையிருந்தது. அவள் நாதனுடனேயே இருந்து சாப்பிட்டாள். அவன் சாப்பிடாது விட்ட சிலதை அவள் எடுத்துச் சாப்பிட்டாள். அவனுக்குப் பிடித்தமானதை எடுத்து அவனின் தட்டில் வைத்தாள். ஒரு நாள், அவனுக்கான உணவை எடுத்து வைத்துக் காத்திருந்தாள். முதல்நாள் ஆங்கில வகுப்பில் இருவரும் தங்கள் பெயர்களைப் பரிமாறினார்கள். அவள் இவனை நாத் என்றழைத்தாள். அவன் அவளை ஜெனி என்றழைத்தான். ஆங்கில வகுப்பு இருவரின் சம்பாசணைக்கு உதவியது. ஜெனி வகுப்பில் அவனருகேயே இருந்தாள். அவளின் நெருக்கம் நாதனுக்குப் பிடித்திருந்தது. தனித்துவிடப்பட்டிருந்த அவனுக்கு ஜெனியின் துணை புத்தூக்கமாய் இருந்தது. ஜெனி எல் சல்வடோரில் இருந்து வந்திருக்கிறாள். எல் சல்வடோரில் உள்நாட்டு யுத்தம் நடந்துகொண்டிருந்தது.

ஆங்கில வகுப்பில் சம்பாசணைப் பயிற்சியின்போது பலவிடயங்கள் பரிமாறப்பட்டன. ஒவ்வொருவரும் தங்களைப் பற்றி பத்து வசனங்கள் சொல்லவேண்டும் எனக்கூறிய ஆசிரியர், தானே தொடக்கியும் வைத்தார். ஜெனி தொடங்கினாள். 'எனது பெயர் ஜெனி. எனது நாடு எல் சல்வடோர். எனது வயது பத்தொன்பது. எனது தந்தை இறந்துவிட்டார். அவரை இராணுவம் சுட்டுக்கொன்றுவிட்டது. எனக்குத் தாயும் இரண்டு தம்பியும் உள்ளார்கள். எனது தாயின் பெயர் லூசியா. தம்பிகள் வாஸ், பிரான்சிஸ். அங்கிருந்தால் என்னையும் இராணுவம் சுட்டுவிடும்.' என்று தன் கதையை முடித்தாள். அவளின் மலர்ந்த முகம் வாட்டத்துடன் கண்ணீர் சுமந்திருந்தது. 'இனி

பயப்பிடவேண்டாம் நீ இப்ப அமெரிக்காவில்' என ஆசிரியர் அவளைத் தேற்றினார். நாதன் அவளின் கையை இறுகப் பிடித்தான். அவள் அவன் மீதில் சற்றுச் சாய்ந்தாள். நாதன் தனது முறையில் வசனங்களைச் சொல்லத் தொடங்கினான். அவன் முன்னே மல்லியும், திஸ்சவும் வந்து போனார்கள். அவன் குரல் தளதளத்தது. சற்றுநேரம் பேசாதிருந்தான். ஜெனி எழுந்து அவனின் முதுகில் தடவி இருத்தினாள். இருவருக்குமான பொது அனுபவம் மேலும் அவர்களின் நெருக்கத்துக்குக் காரணமானது. ஜெனி வசீகரமானவள். தனது மனதில் இருப்பதை உடனேயே கொட்டிவிடுபவள். மற்றயவருக்கு ஏதாவது தீங்கு நிகழ்ந்தால் அவள்தான் முதலில தட்டிக் கேட்பவள். குறிப்பாக லத்தீன்காரர் நாதனைப் பகிடி பண்ணும்போது. நாதனுக்கு அவர்கள் கதைப்பது விளங்காததால் எதைப்பற்றியும் அக்கறைப்படுவதில்லை. அவர்கள் ஜெனியையும் நாதனையும் இணைத்தே கதைத்தார்கள். வக்கிரமான பேச்சுக்குள் வந்துபோகும். அப்போதுதான் அவள் மிகுந்த ஆத்திரம் கொள்வாள்.

உங்கள் நண்பர்பற்றி நீங்கள் ஒவ்வொருவரும் கூற வேண்டும் என்றார் ஆசிரியர். 'எனது நண்பரின் பெயர் நாத். அவர் இலங்கைத் தமிழர். அவர் நல்ல தேகம் கொண்டவர். அவர் கவர்ச்சியானவர்.அவர் என்னுடைய நல்ல நண்பர். அவர் நல்ல மனிதர். அவர் என்னுடைய காதலன்.' என்றாள் ஜெனி. அனைவரும் சிரித்தார்கள். நாதனின் முறை வந்தது. எல்லோரும் திரும்பி அவனைப் பார்த்துக்கொண்டு இருந்தார்கள். ஒவ்வொரு வசனமும் மிகுந்த இழுபாட்டுடன் வெளியில் வந்தது. தெரியாத சொற்களை நடித்துக்காட்டினான். அவர்கள் விளங்கிச் சிரித்தார்கள். ஆசிரியர் சொற்களைச் சொல்லிக் கொடுத்தார். 'எனது நண்பர் பெயர் ஜெனி. அவர் எல் சல்வடோரைச் சேர்ந்தவர். அவர் அழகானவர். அவர் குழப்படியானவர், அவரொரு சண்டைக்காரர். அவர் நல்லாய் சாப்பிடுவார். என்னுடைய சாப்பாட்டையும் சேர்த்து. அவர் என்னுடைய நல்ல நண்பர்.' என்றுவிட்டு முடிவில் 'அவர் எனது மனைவி' என்றுவிட்டு நாதன் சிரித்தான். அனைவரும் சிரித்தனர். ஜெனி எழுந்தாள். கணவன் என்பதற்கான ஸ்பானிய சொல்லைச் சொல்ல மற்றயவர்கள் ஆங்கிலச் சொல்லைச் சொன்னார்கள். 'இவர் எனது கணவர்' சிரித்துக்கொண்டு நாதனை இழுத்து கன்னத்தில் அழுத்திக் கொஞ்சினாள் ஜெனி. நாதன் அவளை அணைத்தான். அந்த அழுத்திய முத்தத்தின் குழி கன்னத்தில் நின்றது. முத்தத்தின் இதம் இரவு முழுவதும் கன்னத்தில் குடியேறியிருந்தது. அந்த முதல் முத்தம் அவர்களை இன்னமும் நெருக்கியது. தமது உணர்வுகளைக் கொச்சையாக ஆங்கிலத்திலும் முழுமையாகக் கண்களாலும் மொழிபெயர்க்கத் தொடங்கியிருந்தனர்.

அன்று காலை அவள் சோர்ந்திருந்தாள். வயிற்று வலியென அவதிப்பட்டாள். நாதன் அவளுக்கான உணவுகளை எடுத்து வந்தான். 'டொக்டரைப் பார்க்கப்போகிறாயா?' என்று நாதன் கேட்டான். 'இல்லை வழமையான வலி. போய்விடும்' என்றாள் ஜெனி. நாதன் அதைப் புரிந்துகொண்டான். வகுப்பில் வழமை போல் பின் இருக்கையில் அமர்ந்தனர். ஜெனி மேசையில் தலையை வைத்துப் படுத்திருந்தாள். அவள் அறையிலேயே தங்கியிருந்திருக்கலாம். ஆனால், இந்தச் சந்தர்ப்பங்களில்தான் இருவரும் சந்தித்துக்கொள்ள முடியும். நாதனும் தலையை மேசையில் சாய்த்து அவள்கண்களைப் பார்த்தபடியிருந்தான். அவள் கண்கள் சோர்ந்திருந்தன. 'டயனலோல் எடுத்துத் தரவா.?' அவள் 'ம்' என்றாள். டயனலோல்லோடு தண்ணியையும் கொண்டு வந்து நீட்டினான். அவள் அதை வாங்கிப் பருகிய பின்னர் மீண்டும் மேசையில் சாய்ந்தாள். அவன் அவள் முகத்தைப் பார்த்தவாறு சாய்ந்து முதுகைத் தடவியவாறு இருந்தான். முதுகைத் தடவிய கையை எடுத்து வயிற்றிடை வைத்துத் தடவுமாறு சொன்னாள். அவன் மெதுவாகத் தடவியபடி யிருந்தான். வயிற்றின் வலி சற்றுக் குறைவதுபோலிருந்தது. அவள் அவன் கண்களைப் பார்த்தபடியேயிருந்தாள். அவளின் வலிய கண்கள் அவனது இதயத்தின் ஆழம்வரை சென்றிருந்தன. எந்தச் சொற்களுக்கும் இல்லாத வலிமையது. அவள் அவன் தலையி லிருந்த காயத்தின் வடுவைத் தடவியபடி 'நீ சண்டை பிடித்தாயா.? என நெஞ்சத்தின் ஆழத்துள் நின்று கேட்டாள். கண்களுக்கும் இதயத்துக்குமான அந்த வெளியில் பொய்கள் நிலைக்கமுடியாது. அவள் கண்களூடே 'ஆம்' என்றான். 'நீ அரசபடையா.?' எனக் கேட்டாள். இவன் 'இல்லை' என்றான். 'அப்போ நீ போராளியா.?' எனக் கேட்டாள். அவன் 'ஆம்' என்றான். அவன் கையை இறுகப்பற்றித் தன்னோடு அணைத்துக்கொண்டாள்.

'நாதன் உனது நண்பருக்கு என்ன பிரச்சினை?' என ஆசிரியர் வினவினார். ஜெனி பதில் சொல்ல உந்த ஆசிரியர் மறித்தார். நாதன், 'அவளுக்கு. . . அவளுக்கு' என மறுசொல்லைக் கண்டு பிடிக்கும்வரை இழுத்து 'வயிறு வயிறு' மீண்டும் இழுத்து 'வலி' யெனக்கண்டு பிடித்து 'அவளுக்கு வயிறு வலி' என்று சொல்லி முடித்தான். 'மிக்க நன்று' என்றுவிட்டு 'உனது வலிக்கு இல்லை ஜெனி. கெதியாக குணமாகு' என்றார் ஆசிரியர். ஆசிரியரைச்சுற்றி ஒரு கூட்டம் இருந்தவண்ணமே இருக்கிறது. ஆங்கில இலக்கணத்தைக் கற்றுவிடவேண்டுமென்ற ஆர்வத்தில் அவரைப் போட்டுப் பலர் குடைந்தவண்ணமே இருக்கிறார்கள். அதனால் தான் பின்வாங்கு காதலர்கள் சுதந்திரமாகவிருக்கிறார்கள். நாதனும் ஜெனியும் கடந்த மூன்று மாதத்துள் ஆங்கிலத்தில் ஓரளவு தேறியிருந்தார்கள்.

○○○

இருவருக்கும், காலிலும் கையிலும் விலங்கிட்டு ஒன்றாகப் பிணைத்து வாகனத்தில் ஏற்றினார்கள். இது அவர்களது இரண்டாவது விசாரணை. இருவரும் ஒரே நேரத்தில் கைதாகியதால் பதிவுகளும் அருகருகவே இருந்தன. முதல் தடவை அவர்களை அழைத்துச் சென்றபோது, அகதி கோரிக்கைக்கான காரணங்கள் பெறப்பட்டன. இந்தத் தடவை கோரிக்கையை அடிப்படையாக வைத்து விசாரணை நடத்தப்பட இருக்கிறது. விலங்குகள் அகற்றப்பட்டன. ஜெனிக்கான விசாரணை தொடங்கியது. ஸ்பானிஸ் மொழிபெயர்ப்பாளரும் இருந்தார். கேள்விக்கான பதில்கள் எதுவிதத் தடங்கலும் இன்றி நேர்த்தியாக வந்து வீழ்ந்தன. அவளின் உள்ளத்தில் உள்ளவை வார்த்தையாக மாறுவதில் எந்தச் சங்கடங்களும் இருக்கவில்லை. நாதனுக்கு மொழியும் விளங்கவில்லை. மொழிபெயர்ப்பும் விளங்கவில்லை. ஆயினும் அவள் பதிலளிக்கும் விதம் ஒரு சொற்பொழிவுபோலிருந்தது. மொழிபெயர்ப்பாளர் தடங்கிக் கொண்டிருந்தார். அவளது வார்த்தைகள் உறுதியாக வந்தன. அவனுக்கு மல்லிதான் நினைவில் வந்தான். 'உலகம் முழுவதும் அடக்குமுறைக்கு எதிரான போராட்டங்கள் நடந்துகொண் டிருக்கின்றன. அவர்களோடு நாம் ஐக்கியப்பட்டுப் போராட வேண்டும். தோழமை உணர்வோடு அவர்களுக்கு எமது ஆதரவை நல்கவேண்டும். பொதுஎதிரிக்கு எதிரான யுத்தத்தில் நாம் ஒன்றுபடவேண்டும்.' 'கொள்கைப் பிடிப்புள்ள போராளி யினால் வெளிப்படுத்தப்படும் வார்த்தைகள் எவ்வளவு ஆத்மார்த்தமாகவிருக்கும் என்பதற்கு மல்லியொரு எடுத்துக்காட்டு. மல்லி பேசும்போது எந்தப் பசப்பு வார்த்தை களும் வந்து விழாது. அனைவரையும் கட்டி வைத்துவிடும் அவனது பேச்சு.' என மல்லியை நினைந்துகொண்டான். ஜெனி பல கேள்விகளையும் குறுக்கு விசாரணைகளையும் சந்தித்த வண்ணமிருந்தாள். எந்த சலிப்பும் இல்லாது உறுதியுடன் அவளது பதில்கள் வந்தபடியிருந்தன. விசாரணை முடிந்து அவனருகே வந்தாள். எழுந்து அவளை ஆரத்தழுவி 'மிக அருமையாகவிருந்தது' என்றான். ஜெனிபோல் இவனிடத்தே பெரும் குறுக்கு விசாரணையொன்றையும் அவர்கள் நிகழ்த்த வில்லை. நான்கு மாதங்களுக்குப் பின்பு தவணை கொடுக்கப்பட்டு தடுப்பு முகாமுக்கு இருவரும் அனுப்பப்பட்டனர். வரும் வழியில் அவள் எதுவும் பேசவில்லை. மனதில் இருந்தவற்றைத் தூக்கி வெளியே எறிந்துவிட்ட களைப்பு அவளுக்கு. அவனது கையை இழுத்து அணைத்துக்கொண்டு அவன்மீது சாய்ந்து அயர்ந்து போனாள் ஜெனி.

நூலகத்துக்குள் இருவரும் வந்தார்கள். ஆங்கில, ஸ்பானிய நூல்கள் நிறையவே இருந்தன. அங்கிருந்த தட்டுக்களை ஆராய்ந்தான். அவனுக்கு எந்தத் தமிழ் நூல்களும் கிட்டவில்லை.

அவள் ஒரு ஸ்பானிய நாவலுடன் சங்கமமாகினாள். அவளுக்கருகிலிருந்து அவளைப் பார்த்தவாறு இருந்தான்.

அவள் 'நீ ஏதுவும் வாசிக்கவில்லையா. . ?' என்றாள்.

'எங்கள் புத்தகம் ஒன்றையும் காணவில்லை... நான் உன்னை வாசித்துக்கொண்டிருக்கிறேன்' என்றான்.

'அது எனக்குத் தெரிகிறது. என்னைப் பார்க்காமல் ஏதாவது புத்தகத்தைப் பார்' என்று அவனை அனுப்பினாள். இறுதியில் தமிழ் பைபிள் அவன் கைகளுக்குள் கிட்டியது. அங்கிருந்த தூண் ஒன்றில் சாய்ந்து நிலத்திலிருந்து ஏதோவொரு பக்கத்தைப் புரட்டி பைபிளை வாசிக்கத் தொடங்கினான்.

'கர்த்தர் நித்தமும் உன்னை வழிநடத்தி, மகா வறட்சியான காலங்களில் உன் ஆத்மாவைத் திருப்தியாக்கி, உன் எலும்புகளை நிணமுள்ளதாக்குவார். நீ நீர்ப்பாய்ச்சலான தோட்டத்தைப் போலவும், வற்றாத நீரூற்றைப்போலவும் இருப்பாய்.'

தாயை நினைந்துகொண்டான். மனது நொந்தது. பைபிளைக் கையில் வைத்தபடியேயிருந்தான். அவள் கவனித்துவிட்டு அவனருகே வந்து 'என்ன வாசிக்கிறாய்' என்றாள்.

'பைபிள்'

'பைபிளா. கடவுளுடன் ஐக்கியப்பட்டுவிட்டாயா. கண்கள் கலங்கியிருக்கிறது' என்று சிரித்தாள்.

'நான் பாதிரியாராகப் போகிறேன். வாசிக்க நன்றாக நித்திரை வருகிறது' என்றான்.

அவள் சிரித்தவாறு அவன் கால்களுக்கிடையில் அமர்ந்து "அக்கிரமத்தின் கட்டுகளை அவிழ்ப்பதும், நுகத்தடியின் பிணையல்களை இளக்குவதும், அடிமையாக்கப்பட்டவர்களை விடுதலையாக்குவதும், சகல நுகத்தடிகளை உடைத்துப் போடுவதும், பசியுள்ளவனுக்கு உன் ஆகாரத்தைப் பகிர்ந்து கொடுப்பதும், துரத்தப்பட்டவர்களுக்கு அடைக்கலம் தருவதும், ஆடையில்லாதவனுக்கு ஆடை கொடுப்பதும் அல்லவோ எனக்கு உகந்த உபவாசம்..." என்று ஸ்பானிசில் சொன்னாள். 'பாதிரிகளும் எங்கள் நாட்டில் போராளிகள்' என்று அவன் காதுக்குள் சொல்லிவிட்டு அவன் மீதில் சாய்ந்து நாவலை வாசிக்கத் தொடங்கினாள். அவன் அவளைக் கைகளால் அணைத்துத் தலையை முகர்ந்த வண்ணமிருந்தான். மௌனம் நிலவியது. அவளின் இந்த நெருக்கம் மனதை இலகுவாக வருடியபடியிருந்தது.

'நீயொரு போராளியா?' என்று கேட்டான் நாதன்.

'ஏன். கேட்கிறாய்?'

'என் தோழர்போலவே நீயும் கதைக்கிறாய்' என்றான்.

'என் தந்தையொரு போராளி' என்றாள். புத்தகத்தை வாசித்தபடியே இருந்தாள்.

'உரத்து வாசிக்கிறாயா?' என்றான் நாதன்.

அவள், அவனுக்குக் கேட்குமளவு உரக்க வாசித்தாள். அதைக் கேட்டபடியேயிருந்தான். அந்த மொழி அவனுக்கு நெருக்கமாக இருந்தது. ஒரு கணத்தில் அது அவனது மொழிபோல் தோன்றியது. பின்னர் அவனுக்குள்ளிருந்து அந்த மொழி பேசத்தொடங்கியது. நாவலின் ஈர்ப்பில் அவள் மீண்டும் மனதுக்குள் வாசிக்கத் தொடங்கினாள்.

அவன் 'கிராசியஸ்' நன்றி என்று ஸ்பானிசில் சொன்னான். அவள் வாசிப்பதை நிறுத்தி 'நான் என் தந்தையைப் போன்றவள் என்று அம்மா சொல்லுவாள்' என்று அவனைத் திரும்பிப் பார்த்தாள். அவனது மனக் கலக்கம் முகத்தில் படர்ந்திருந்தது. அவளது கண்கள் அவனது கண்களோடு உறவாடத் தொடங்கியது.

'என்ன பிரச்சினை சொல்' அவள் கேட்டாள்.

'பைபிளைப் பார்த்ததும் அம்மாவின் நினைவு வந்தது' என்றான்.

'அம்மாவின் செல்லமா.' என்றுவிட்டு அவனது முடியைக் கோதிவிட்டாள். தன் கண் கலக்கத்தை ஜெனி பார்ப்பதைத் தவிர்ப்பதற்காக அவளை அணைத்தான். கன்னத்திலிருந்த முத்தம் உதடுகளுக்கு இறங்கியது. இருவரது நாவும் குழைந்த போது உடல் தனது மொழியைப் பேசத்தொடங்கியது. அவளது இளமுலைகள் அவன் நெஞ்சை உரசியபடியிருந்தன. இறுகியன இழகவும், இழகின இறுகவும்படியும் ஒரு கணம் வந்தேகியது.

'உங்கள் நேரம் முடிந்துவிட்டது அறைக்குப் போங்கள்' என்றாள் காவலாளிப்பெண்.

'பிறகு பார்ப்போம்' என்றுவிட்டு எழுந்து நடந்தாள் ஜெனி.

பைபிளைத் தட்டில் வைத்துவிட்டு அவளைத் தொடர்ந்தான் நாதன்.

வகுப்பில் அனைவரும் கூடியிருந்தனர். ஆசிரியர் ஒரு புல்லாங்குழலுடன் வந்திருந்தார். 'நான் ஒரு பாடலைப் பாடப் போகிறேன்' என்று முதலில் புல்லாங்குழலில் வாசித்தார். பின் இரண்டு கரண்டிகளை விரல்களின் இடுக்குக்குள் செருகி அவர் தொடையில் தட்டும்போது எழும் கரண்டிச் சத்தத்தைத்

தாளமாக்கினார். ஒரு பாடலைப் பாடினார். அவரோடு சேர்ந்துபாடுமாறு கேட்டார். அனைவரும் பாடினார்கள். சிலர் அந்தப் பாடலை அச்சொட்டாகப் பாடினார்கள். ஜெனி அழகாகப் பாடினாள். அந்தப் பாடல் ஒரு ஐரிஸ் நாட்டார் பாடல் என்று சொன்னார். அதன் பின்னர் பலரும் ஸ்பானியப் பாடல்களைப் பாடினார்கள். அவைகள் திஸ்ச பாடும் சிங்கள பைலாக்கள் போன்றுமிருந்தன. ஜெனி ஒரு பாடலைப் பாடினாள். முழு வகுப்பும் அமைதி கொண்டது. காணாமல்போன பிள்ளைகளைப்பற்றிய தாயின் பாடல் அது.

'எங்கிருந்தாலும் கருக்கொள்க.
புதைந்திருந்தால் முளைவிடுக
எரிந்திருந்தால் ஒளிதருக
சிறையிருந்தால் குரல்தருக
எங்கிருந்தாலும் தாய்மை உனக்கு
எங்கிருந்தாலும் தாய்மடி உனக்கு
உறங்கு என் செல்லமே உறங்கு.'.

தாலாட்டுப்போலிருந்தது அவளது பாடல். அவளைக் கண்வெட்டாது பார்த்தபடியேயிருந்தான். அவள் பாடல் அவன் நெஞ்சைப் பிழிந்தது. வார்த்தைகளுக்கு அப்பால் மானிடத்தின் உள்ளார்ந்த சோகம் அவனை நிலைகுலையவைத்தது. தாலாட்டின் இனிய ராகத்தை ஆசிரியர் புல்லாங்குழலில் வாசிக்கத் தொடங்கியிருந்தார்.

'ஜெனி மிகவும் நன்றாகப் பாடுகிறாய்' என்று அவளை அணைத்தான். அவளும் அவனை ஆரத்தழுவினாள். தாயின் அரவணைப்பைப்போல் இருந்தது அவனுக்கு.

விசாரணை முடிவுக்கான காலமும் நெருங்கிக் கொண்டிருந்தது. இருவரிடமும் மனக்கலக்கம் இருந்தது. ஆயினும் பிரிவுபற்றிக் கதைப்பதை இருவரும் தவிர்த்தனர். வகுப்பறைக் கான கழிவறையின் அருகே பெரிய தூண் ஒன்றிருந்தது. அதை ஒட்டி 'ட'வடிவில் சுவர். தூணுக்கும் சுவருக்குமிடையில் சிறு இடைவெளி. அந்த இடைவெளி 'காதலர் முடுக்கு' என அங்கு அறியப்படுகிறது. அங்குதான் காதலர்களுக்கான 'தனிமை' வெளியிருந்தது. கழிவறைக்கு வருபவர்கள் தெண்டித்துப் பார்த்தால் அங்கும் இரகசியத்திற்கு இடமில்லை. ஆயினும் நாகரீகம் கருதி எவரும் அதைச் செய்வதில்லை. வகுப்பறைக்குக் காதலர்கள் திரும்பும்போது 'காதலர் முடுக்கால்' வருகிறார்கள் என்ற நகைப்பிருக்கும். அன்று அந்த முடுக்கு அவர்களை அரவணைத்தது. நிலை அகன்றது. அண்டம் விரிந்தது. நீலத்தின் ஆழத்துள் கருமை. கருமையின் ஆழத்துள் காமம். காமத்தின் ஆழத்துள் அவர்கள். முலைகளை அவனுக்காய் விரித்தாள்.

அவன் நாவிடைக் கிடந்தன முலைகள். அவன் மீதில் படர்ந்தாள். விரல்கள் குறிகளை மீட்டிக் கிடந்தன. அனல் குழம்பாய்த் தகித்தது தேகம். வெம்மை தீர காமக் கண்கள் திறந்தன. உடல் ஓய்வுக்குத் திரும்பிற்று. உதடுகள் அகன்றன. நன்றி என்றன கண்கள். இருவரின் உள்ளாடைகளும் தோய்ந்திருந்தன. இருவரும் வகுப்பறை மீண்டனர். சாய்ந்து மேசையில் படுத்திருந்தவளைப் பார்த்தவாறு இருந்தான் நாதன்.

'உன்னை எனக்குத் தெரியும்' என்றான்.

அவள் சிரித்தவாறு

'உன்னையும் எனக்குத் தெரியும்' என்றாள்

'இல்லை முன்பே உன்னை எனக்குத் தெரியும்' என்றான்.

அவள் சிரித்தாள்.

'எப்படி. . ?' எனக் கேட்டாள்.

'என் கனவுகளில் வந்தவள் நீ' என்றான்.

'கனவுக் கன்னி?' எனக் கேட்டாள்.

அவன் சிரித்தான்.

'உங்கள் உடமைகளை எடுத்துக்கொண்டு தயாராகுங்கள்' என்றாள் காவலாளிப்பெண். ஒரு பை நிறைந்த உடைகள், கடித உறை நிறைந்த ஆவணங்கள் இவைதான் அவர்களது உடமைகள். இருவருக்கும் விலங்கு அணிவிக்கப்பட்டு விசாரணை நடந்த இடத்திற்கு அழைத்துச் செல்லப்பட்டார்கள். முடிபுகள் எவ்வாறு அமையப்போகிறது என்ற அச்சம் அவர்களுக்குள் உழன்றது. அவள் அவன் மார்பில் சாய்ந்தபடியிருந்தாள். விலங்குகள் அகற்றப்பட்டன. ஜெனி அழைக்கப்பட்டாள். வெள்ளை நிற அதிகாரி தனது தீர்ப்பை வாசித்தான். 'உமது அகதி கோரிக்கை, ஐக்கிய அமெரிக்காவின் குடிவரவு மற்றும் அகதிகளுக்கான சட்டத்தின் அடிப்படையில் நிராகரிக்கப்படுகிறது. அமெரிக்காவிலிருந்து உமது சொந்த நாடான எல் சல்வடோருக்கு நாடு கடத்துமாறு உத்தரவையும் பிறப்பிக்கிறது.' அவன் வாசித்தது ஸ்பானிசிலும் மொழிபெயர்க்கப்பட்டது.

'நீங்கள் என்னை நாடு கடத்த முடியாது.

இது எங்கள் மூதாதையர்களின் நிலம்.

நான் யாரிடமும் மண்டியிடத் தேவையில்லை.

உங்களைக் கெஞ்சத்தேவையில்லை' என்று ஜெனி உரக்கக் கத்தினாள்.

'இது ஐக்கிய அமெரிக்கா.

இது எங்கள் நாடு.

சட்ட திட்டங்களுக்குற்பட்ட நாடு.

உன்னைப் போன்றவர்களுக்குரியதல்ல இந்த நாடு' என வெறித்தனமாக வெள்ளை அதிகாரி பதிலளித்தான். இரு காவலாளிகள் வந்து அவளது கைகளைப் பின்னால் கொண்டு வந்து விலங்கிட்டார்கள்.

'நீங்கள் என்னைக் கொலைக் களத்துக்கு அனுப்புகிறீர்கள்' என்றாள். காவலாளிகள் அவள் கையைப்பிடித்து இழுத்துக் கொண்டு வந்தார்கள். அவள் நாதனுடன் சற்றுப் பேசவேண்டும் என்று கேட்டாள். அந்தப் பெண் காவலாளி ஆம் என்றாள்.

'நண்பா என் அன்பு என்றுமிருக்கும்' என்றாள்.

அவன் கண்கள் கலங்கியபடி 'என் காதல் என்றுமிருக்கும்' என்றான். காவலாளிகளால் நெருக்கிப் பிடித்து வைக்கப்பட்டிருந்தவளின் கன்னத்தில் தன் முத்தத்தை ஆழமாகப் பதித்தான். காவலாளிகள் இருவரையும் இழுத்துப் பிரித்தனர். இறுதியாக அவள் கண்களைப் பார்த்தான். எந்தவிதக் கலக்கமுமில்லை. மிக உறுதியாக இருந்தாள்.

'நண்பா எல்லா நன்மையும் உண்டாகட்டும்' என்றாள். காவலாளிகள் இழுத்துச் சென்றனர். அவள் போன திக்கைப் பார்த்தபடியிருந்தான் நாதன். ஆத்திரத்தாலும் இயலாமையினாலும் அவனது தேகம் நடுங்க ஆரம்பித்தது. அவள் உரக்கக் கத்தினாள்.

'குழந்தைகள், பெண்கள், அப்பாவிகளைக் கொன்று குவிக்கிறார்கள்.

கொலைஞர்களை ஆதரிக்கிறீர்கள். . .

யுத்தத்தை நடத்துகிறீர்கள். . .

எங்களைக் கொல்கிறீர்கள்..

எங்கள் தேசத்தை நாசமாக்குகிறீர்கள். . .'

அவளைப் பேசவிடாது இரண்டு காவலாளிகளும் கையை மடக்கியபடிஇழுத்துச் சென்றார்கள். அவள் நிறுத்தவில்லை.

அமெரிக்காவைச் சாடியபடியே நடந்தாள் ஜெனி.

சனவரி, 2016

சந்தி:
ஒரு கதைசொல்லியின் கதை

சந்தி. கிங், குயூன், ரொன்சஸ்வெல்ஸ், குயூன்ஸ்வே போன்ற வீதிகளின் தொடங்குமிடம் அல்லது முடியுமிடம். அதுவொரு மேட்டில் குந்தியிருந்தது. வழமையான பெருநகரச் சந்திகளுக்குள்ள மக்கள் ஆர்ப்பரிப்பு, பரபரப்பு இங்கு இருக்கவில்லை. மந்தமான சந்தி. வீதியெங்கும் றாம் வண்டிகளுக்கான தண்டவாளம். சந்திக்கு மேலே சிலந்தி வலைப்பின்னல்போல் றாம் வண்டிகளுக்கும், மின்சார பஸ்களுக்குமாக மின்சாரக் கம்பிகள். சந்தியின் அருகே பொதுப் போக்குவரத்து வண்டிகளுக்கான பட்டறையும் தரிப்பிடமும் இருந்ததால் சந்தி மின்சாரக் கம்பிகளின் வலைப்பின்னலுக்குள் கிடந்தது. வடமேற்கு மூலையில் மக்டீ உணவகம். அதன் அருகில் ரொன்சஸ்வெல்ஸ் வீதியில் வீடற்றோர், தின வாடகைக்குத் தங்குவோருக்கான லொட்ஜ். அதன் மேற்கே பட்டறை. பட்டறைக்கு மேற்குப் புறமாக சென் ஜோசெப் வைத்தியசாலை. வடகிழக்கு மூலையில் அங்காடி. தென்கிழக்கு மூலையில் மலிவு உணவகம். சந்தியின் தெற்கே ரெயில் தண்டவாளங்கள். அதற்கு சமாந்தரமாக அதிவேக காடினர் பெருந்தெரு. அதற்குத் தெற்கே பூங்காவும் ஒன்டாறியோ ஏரியும். ஒன்டாறியோ ஏரிக்கரையாக நீளும் பூங்காவுக்குப் போவதற்காய் நடப்போர், சைக்கிள் ஓட்டிகளுக்குமான மேம்பாலமொன்றும் சந்தியிலிருந்தே

தொடங்குகிறது. கிங் வீதியின் தொடக்கத்தில்; ஒரு குறும்பூங்கா. அதைத் தொடர்ந்து கிங் வீதியின் தெற்குக் கரையே ஏரியைப் பார்த்தாற்போல் போடப்பட்ட வாங்குகள்.

நான் வந்திறங்கி அனாதரவாக விடப்பட்டிருந்த நீண்ட கோடை நாளில் சந்திக்கு அருகில் கிங் வீதியிலிருந்த எனது அடுக்குமாடிக் கட்டிடத்திலிருந்து இறங்கி கிங் வீதியின் கரையோரம் போடப்பட்டிருந்த வாங்கில் வந்தமர்ந்தேன். மேட்டிலிருந்து பார்த்தபோது ஒன்ராறியோ ஏரி தெளிவாகத் தெரிந்தது. இடையிடையே போகும் ரெயில் சத்தம், ஓய்வில்லாத பெருந்தெரு வாகனச் சத்தம், அடிக்கடி கடக்கும் றாம் வண்டிகளின் தண்டவாளச் சத்தம், றாம் வண்டி எழுப்பும் மணியொலிச் சத்தமென இரைச்சல் நிறைந்திருந்தது அந்தப் பகுதி. ஏரி கண்களை நிறைத்தபோது இரைச்சல் அகன்றிருந்தது. நீலத்தின் சாயல் வண்ணங்களை ஏரி தாங்கியிருந்தது. அந்த வண்ணங்களை விழிகள் ஒற்றியிருந்தன. ஏரியின் நீல சாயல் மறைவதுபோல் இருந்தது. இரைச்சல் மீள நான் நிமிர்ந்தபோது உயர்ந்த பருமனான வெள்ளையின மனிதர் நின்றிருந்தார். தாடி, கோடை வெப்பத்திலும் ஒரு தடித்த கோட், தொப்பி, ரை, சப்பாத்து. நேர்த்தியாக உடையணிந்த மனிதர். அவரிடம் ஒரு தள்ளுவண்டியிருந்தது. அதில் சில பெட்டிகள் இருந்தன. நான் அந்த மனிதரை நிமிர்ந்து பார்த்த தருணத்தில் அவர் நகர்ந்து சென்றார். ஏனைய வாங்குகளில் அமர முயற்சி எடுப்பவராய்த் தெரியவில்லை. மற்றய வாங்கிற்குச் செல்லும் முன்னராகத் திரும்பி என் முன்னால் மீண்டும் வந்து நின்றார். அவரை நான் அண்ணாந்து பார்த்தபோது மீண்டும் நடக்க ஆரம்பித்தார். ஏரியை விடுத்து அவரைப் பார்க்க ஆரம்பித்தேன். மகிழ்வான முகம். மெல்லிய புன்னகையை அந்த முகம் எப்போதும் அளித்தபடியேயிருந்தது. அவர் மீண்டும் என்னருகே வர ஆரம்பித்தார். அவ் வாங்கிலைவிட்டு எழுந்து பூங்கா கரையாக விருந்த கல்லொன்றில் போய் அமர்ந்துகொண்டேன். அவர் வாங்கிலின் இடது கரையில் போய் அமர்ந்தார். அந்தப் பெரிய மனிதர் இருந்த பின்னரும் வாங்கில் இன்னுமொருவர் இருப்பதற்கான இடமிருந்தது. வண்டிலைத் தன் முன்னே நிறுத்தி கயிற்றுக் கட்டுகளை அவிழ்த்தார். மேலிருந்த பெட்டியைத் திறந்து தட்டெழுத்து இயந்திரத்தை வண்டிலின் மேலிருந்த ஏனைய பெட்டிகளுக்குமேல் வைத்தார். றிபன் கட்டையைக் கழட்டி இடது கட்டைப் பக்கமாய் முழுமையாகச் சுற்றி மீளவும் அவற்றுக்கான இடங்களில் பொருத்தினார். பின்னர் காகிதத் தாள் ஒன்றை இயந்திரத்திற்குள் செருகி உருளையைச் சுழற்றித் தாளைச் சரிசெய்தார். பெருவிரல் ஆட்காட்டி விரலுக்குக் கீழே முண்டுகொடுத்தாற்போல் நிற்க ஏனைய

மூன்று விரல்களும் மடிந்திருக்க குத்துவதற்குத் தயாரானது போல் ஆட்காட்டி விரல்கள் நின்றன. நான்கு கட்டைகளை இடது வலது ஆட்காட்டி விரலால் குத்தினார். பின்னர் ஏரியைப் பார்த்தபடி அமர்ந்திருந்தார். இரவு கவியத்தொடங்கியது. அங்கிருந்த வாங்கில்கள் யாரையாவது தாங்கியபடியே இருந்தன. மேம்பாலத்தில் ஏறி நடந்தேன். பெருந்தெருக்களில் செல்லும் வாகனவெளிச்சமும், ரொரன்டோ மத்தியிலிருக்கும் சீ. என் கோபுரமும், கட்டிடங்களிலிருந்தும் வெளியேறும் ஒளியும் இரசிப்பனவாகவிருந்தன.

○○○

இரவு கவிந்திருந்தது. பாலியல் தொழிலாளர்கள், போதைப் பொருள் விற்போர் என்ற இன்னொரு வலைப்பின்னலும் சந்தியை ஒட்டியிருந்தது. மனநிலை தாக்கத்துக்குள்ளானோர், வீடற்றோரை ஆதரிக்கும் இடமாகவும் அந்த வாங்குகள் இருந்தன. வாடிக்கையாளரைக் கவருவதற்காக உடையணிந்த படி குயூன், கிங் வீதிகளிலும் அவை இரண்டையும் இணைக்கும் ஒழுங்கைகளுக்குள்ளும் பாலியல் தொழிலாளர்கள் நின்று கொண்டிருந்தார்கள். தெருவிளக்கின் ஒளி தட்டெழுத்து இயந்திரத்தோடு குந்தியிருக்கும் அந்த மனிதரைத் தெளிவாகக் காட்டியது. அந்த வாங்கை அதற்காகவே தேர்ந்தெடுக்கிறார். அவர் பேசிப் பார்த்ததில்லை. அந்த மெல்லிய புன்னகை மறையாமலே இருந்தது. மணிக் கணக்கில் அவரால் தட்டச்சு செய்ய முடிகிறது. அந்த இரு விரல்களின் வேகத்தை ஒத்ததாக யாராலும் வார்த்தைகளைப் பேச முடியுமோ தெரியவில்லை. சுழிக்குள் வந்து வீழுமாப்போல் அவரைச் சுற்றித் திரியும் சொற்கள் அந்தத் தாள்களில் வந்து வீழ்ந்துகொண்டிருந்தன. அவர் அந்த வாங்கிற்காக சண்டை போட்டது கிடையாது. வழமையாக அங்கு வருவோருக்கு மட்டுமே அந்த வாங்கில் பற்றித் தெரியும். பல சந்தர்ப்பங்களில் அவர் அந்த வாங்கிலைக் கடந்து சென்றிருக்கிறார். அது வெறுமையாகவே இருக்கும். அவருக்கு ஏதாவது தோன்றும்போது மட்டுமே அந்த வாங்கிலைச் சுற்றியபடியிருக்கிறார். வார்த்தைகள் அவர் விரல்களுக்குள்ளால் வருவதற்கு அவதிப்பட்டுக்கொண்டு இருக்கும். அதைப் புரிந்து அனேகமானோர் எழுந்து சென்று விடுகிறார்கள். இரவிரவாகத் தாள்களை வார்த்தையால் நிறைத்தபடியேயிருக்கிறார். இரவின் நிசப்தம் கூடும் தருணத்தில் தட்டெழுத்து இயந்திரத்திலிருந்து எழும் எழுத்தொலி மட்டுமே கேட்டவண்ணம் இருக்கிறது. வார்த்தைகள் வராத பொழுதில் வாங்கில் குறண்டி படுத்துக் கிடக்கிறார். அவருக்காக யாராவது ஒருவர் கோப்பியை வைத்துவிட்டுப் போகிறார்கள்.

○○○

காற்றால் அடித்து வரப்பட்ட காகிதத்தைக் கலைத்துக் கொண்டு வந்த ஒருவருக்கு உதவுவதற்காய் அந்தக் காகிதத்தாளை என் கால்களால் அமுக்கி நிறுத்தினேன்.

"நன்றி" என்றவாறு

அந்தக் காகிதத்தைப் பொறுக்கிக் குப்பையில் சேர்த்தார் அந்த நபர். ரொரன்டோ நகரத் தூய்மையை அந்தக் காகிதத்தாள் குலைப்பதாய் உணர்ந்தாரோ தெரியவில்லை. எனது அறையர் களைத் தவிர்த்து கனடாவில் சந்தித்த முதல் தமிழர் அவர். கதிர். இள நரையேறிய சிக்கிய தலைமுடியும், முகம் நிறைந்த மழியாத் தாடியும், பழுப்பேறிய கோட்டும், பிய்ந்த தடித்த சப்பாத்தும் அவரை எப்போதும் அடையாளப்படுத்தின. முப்பது வயதைத் தாண்டியிருக்கக்கூடும். அவர் நடக்கும்போது நடைபாதை யிலும், தெருவின் கரைகளிலும் ஒதுங்கும் குப்பைகளைப் பொறுக்கித் தொட்டிகளுக்குள் போட்டபடியே செல்வார். குப்பைகளை வகைப்படுத்திப் போடும் தொட்டிகளை மாநகர சபை அறிமுகப்படுத்திய பின்னர் கதிருக்கு மிகுந்த உற்சாகத்தைத் தந்திருக்கவேண்டும். யாராவது மாறுதலாகப் பொருட்களைத் தொட்டிக்குள் கொட்டினால் அவர் தொட்டியைத் திறந்து எடுத்து சரியான தொட்டிக்குள் போட்டுவிடுகிறார். அவர்தான் என்னை அடையாளம் கண்டு

"தம்பி நீ தமிழோ" என்று கதைக்கத் தொடங்கி ஊர் விசாரிப்போடு பொதுநலக் கொடுப்பனவு பெறுவது வரையும் சொல்லி

"உமக்கு ஏதாவது தேவையென்றால் நான் கூட்டிக் கொண்டு போறன்" என உதவிக்கு முன்வந்தார்.

நான் இருக்கும் கட்டிடத்தின் பராமரிப்பாளருடன் கதிருக்கு நெருங்கிய தொடர்பிருந்தது. கதிரும் இந்தக் கட்டிடத்தில் குடியிருந்ததாக அறையர்கள் சொல்கிறார்கள். எமது கட்டிடப் பராமரிப்பாளருக்கு உதவியாக எடுபிடி வேலைகளைக் கதிர் செய்வதைப் பார்த்திருக்கிறேன். வாங்கில் வந்து குந்துவோர் பலரும் கதிரை அறிந்திருந்தனர்.

ooo

கதிர் என்கிற கதிர் காமநாதனைக் கணிதமேதமைகளோடு ஆசிரியர்கள் ஒப்பிட்டபடியேயிருப்பார்கள். தூய கணிதம், பிரயோக கணிதம், பௌதீகம் என்பன அவரோடு பிறந்த வொன்றாக இருக்கக்கூடும். ஆசிரியர்கள் தங்களது கணித சிக்கல்களைக் கதிரிடம் கேட்டுத் தீர்த்துக்கொள்கிறார்கள். கதிர் எண்களால் நிறைந்த மனிதர். கணிதச் சிக்கல்கள் எதுவும் அவருக்குச் சிக்கல்களாகத் தெரிவதில்லை. எண்ணின் இடத்தை

அவர் புரிந்துகொள்கிறார். அவற்றின் ஒழுங்கை அவர் தெரிந்து கொள்கிறார். அவரைச் சுற்றி இருந்த அனைத்துமே ஒவ்வொரு எண்களைப்பற்றிக் கொண்டிருந்தன. அனைத்தையுமே எண்களால் தரம்பிரிக்கக்கூடிய கணித மனம் அவருடையது. உயர் தரத்திலிருக்கும்போதே பல்கலைக்கழக கணிதங்களை விளங்கிக்கொள்ளவும், பிரயோகிக்கவும், நிறுவவும் அவரால் முடிந்தது. அவரது கணித ஆர்வத்தால் இரசாயனம் விட்டு விலகியே நின்றது. உயர்தரப் பரீட்சையில் அவரால் இரசாயனத்தில் சித்தியடைய முடியவில்லை. அவரது நான்கு பாடத்திற்குமான பரீட்சைப் பெறுபேறு முந்நூற்று இருபத்தொன்று. இரசாயனம் இருபத்தொரு புள்ளிகளைப் பெற்றுக் கொடுத்திருந்தது. அனுமதி கிடைக்கவில்லை. மீண்டும் பரீட்சை எழுதினார். இரசாயனத்தில் தேர்வுப் புள்ளியைப் பெற்று பேராதனைக் கணிதபீடத்தில் அனுமதிக்கப்பட்டார். அவரது கணிதத் திறமை அனைவரையுமே ஆச்சரியப்படுத்தியது. கணித மேதைகளின் சிக்கலான கணிதச் சமன்பாடுகளை அவரது கணித மனம் இலகுவாகப் புரிந்துகொள்கிறது. அவரொரு மேதைமை யான மனிதராக மதிக்கப்பட்டார். உலகின் பிரபல பல்கலைக் கழகங்கள் மேல் படிப்புக்கான அனுமதியை அவருக்குத் தருவதற்குத் தயாராகவிருந்தன.

1983 யூலை 24. தனது விடுதி அறையிலிருந்து கணித பீடத்திற்கு நடந்துகொண்டிருந்த கதிர் சிங்கள மாணவர்களால் தாக்கப்பட்டார். கணிதப் பேராசிரியர் ஒருவரின் இடையூட்டால் அவரது வீட்டுக்கு அழைத்துவரப்பட்டு அறையொன்றுக்குள் பதுக்கி வைக்கப்பட்டிருந்தார். கதிர் பற்றிய விபரங்கள் தெரியாது உறவினர்கள் கலங்கிப்போயிருந்தனர். ஏனையவர்கள்போல் அவரும் கொல்லப்பட்டிருக்கலாம் என்றே நினைத்திருந்தனர். கதிரின் கணித மனம் களைத்திருந்தது. அவரைத் தாக்கியவர்கள் தாம் பற்றிய எண்களோடு மீளத் தொடங்கியிருந்தார்கள். அவை அச்சமான எண்கள் என அவரது மனம் சொல்லியபடியே யிருந்தது. ஏனைய எண்கள் பீதியில் ஒளியத்தொடங்கின. படுகொலைகள் ஓய்ந்துபோய் அகதியாய் யாழில் வந்திறங்கிய பின்பும் அச்சமான எண்கள் தொடர்ந்தன. சாப்பாடு இன்றிப் பல நாட்கள் தொடர்ச்சியாக அவர் உறங்கிக் கிடந்தார். நித்திரையின்றிப் பல நாட்கள் தொடர்ச்சியாக விழித்துக்கிடந்தார். சமன்பாடுகள் குலையத் தொடங்கின. அவை தொடர்ந்தன. முடிவிலி. "மேதையைக் கணிதம் இழந்தது" அவ்வாறாகத்தான் கதிரை இப்போது குறிப்பிடுகிறார்கள்.

ooo

ஏஞ்சல் வாங்கில் அந்த மனிதர் அருகே அமர்ந்து சிகரெட் புகைத்த வண்ணம் இருந்தாள். அங்கு கதிரும் நின்றுகொண்டிருந்தார்.

ஏஞ்சலை நான் இருக்கும் கட்டிடத்தில் கண்டிருக்கிறேன். கட்டிடப் பராமரிப்பாளரின் தொடுப்பென எனது அறையர்கள் அவளை அறிமுகப்படுத்தியிருந்தார்கள்.

“ஜோ புகைக்கப் போகிறீர்களா?” என்றவாறு சிகரெட்டை நீட்டினாள் ஏஞ்சல்.

பெட்டிக்குள்ளால் நீட்டியிருந்த சிகரெட்டை எடுத்து வாயில் வைத்தார் அந்த மனிதர். அவள் அதை மூட்டி விட்டாள். அது அவர் வாயிலிருந்து புகைந்துகொண்டிருந்தது. அவரது விரல்கள் இடைவிடாது எழுத்துகளைக் குற்றிக்கொண்டிருந்தன.

“ஜோ இளநீலச் சட்டையுடனும் கறுப்புக் குறும்பாவாடையோடு நிற்பவளைப் பார்த்தீர்களா? அவளொரு பச்சை வேசை. பொலிஸ் வேசை”

அவளது வாடிக்கையாளர்களைக் குறிவைத்துப் பெண் பொலிசாரும் பாலியல் தொழிலாளர்கள்போல் மாறுவேடத்தில் வந்து நின்று ‘சட்டம் ஒழுங்கை’ காப்பாற்றுவதுண்டு. ஏஞ்சல் குறிப்பிட்ட பெண் அதிகாரி அவள் அருகே வந்தாள்.

“உன்னை இந்த இடத்தில் நிற்கக்கூடாது என்று எத்தனை தடவை சொல்வது” என்றாள்.

“ஓ உன்ட தொழிலுக்கு இடைஞ்சலாய் இருக்கோ? நான் எங்கேயும் நிற்பேன். அது எனது உரிமை. நண்பரோடு உரையாடிக்கொண்டிருக்கிறேன். வேசை. . . நீ அழகாய்த்தான் இருக்கிறாய்” என்றாள் ஏஞ்சல்.

“உன் வாயை அடக்கு. உன்னை உள்ளே வைப்பதொன்றும் பெரிய வேலையில்லை.” என்றாள் அதிகாரி.

அவர் குற்றுவதை நிறுத்தி அதிகாரியின் முகத்தை நோக்கிப் பார்வையை எறிந்தார். அவர் ஆத்திரமுற்றிருக்கக்கூடும். ஆனால் அவர் முகத்தில் எதுவும் தெரியவில்லை. எப்போதும் போலவே மெல்லிய புன்னகை புரியும் முகம். அதிகாரி போன பின்னரும் அவளைப் பார்த்தவாறு இருந்தார். ஆத்திரத்திற்கான வார்த்தைகள் அவரைச் சுற்றித் திரிந்திருக்கவேண்டும். அவர் எதையும் பேசவில்லை. திரும்பி தனது தட்டெழுத்து இயந்திரத்தில் இருந்த தாளை நிமிர்த்தி இதுவரை பதித்தவற்றை வாசித்துவிட்டு மிகவேகமாக எழுத்துகளைக் குற்ற ஆரம்பித்தார். அவை அவளது முகத்தில் வீசவேண்டிய சொற்களாய் இருக்கக் கூடும்.

“நீ பொலிஸ் வேலையை விட்டுவிட்டு. இதையே செய். நன்றாக உழைப்பாய்” என்றவாறு சிரித்தாள் ஏஞ்சல்.

“ஜோ இவள்தான் என்னைக் கைது செய்தவள். என்னோடு படுத்தவன் சாட்சியாக வந்துவிட்டான். எனக்கு ஐந்நூறு டொலர் தண்டம். என்ட யோனி அரசாங்கத்துக்குத்தான் சொந்தம் என்று இப்பத்தான் எனக்குத் தெரியும். குயூன் வீதியில் நிற்பதற்குத் தடை. ஆனால் நடக்கமுடியும்.” என்றுவிட்டுப் பலமாகச் சிரித்தாள்.

வாங்கில் ஏறி நின்று “எனது யோனியைக் காப்பதற்குக் காவலர்களும் தண்டத்திற்கு நீதிபதிகளும் இருக்கும்வரையும் சட்டமும் ஒழுங்கும் எனது யோனிக்குள் நிலைநாட்டப்படுகிறது.”

என்று உரக்கக் கத்திவிட்டுச் சிரித்தபடியேயிருந்தாள். அந்த மனிதர் வாயில் இருந்த சிகரெட்டை எடுத்து நிலத்தில் போட்டுவிட்டு எழுத்துகளைக் குற்ற ஆரம்பித்தார். கதிர் காலால் அமுக்கித் தணலை நூற்று குறை சிகரெட்டைப் பொறுக்கிக் குப்பைத் தொட்டிக்குள் சேர்த்தார்.

“ஜோ, என்னைப் பார்க்க ஒரு வேசி போலவா இருக்கிறேன்? நான் தொழில் செய்யாத நாளில் வீதியில் போகுமொருவன் என்னைப் படுக்க அழைக்கிறான். பொலிசார் என்னை நிறுத்தி விசாரிக்கிறார்கள். நான் இந்த நாட்டின் பூர்வீகக்குடி என்பதை என் முகம் காட்டுகிறதல்லவா?”

என்று கூறிவிட்டு மௌனித்திருந்தாள்.

அவர் குற்றுவதை நிறுத்திவிட்டு அவளைப் பார்த்தார்.

“ஜோ உங்களுக்குத் தொந்தரவு தருகிறேனா? உங்களது ஆக்கத்தை எனது அலட்டல்கள் உடைத்துவிடுமா?”

அவர் அவளைப் பார்த்துப் புன்னகைத்துவிட்டு அவளின் வாயிலிருந்து சிகரெட்டைப் பிடுங்கி தனது வாயில் வைத்து இழுத்துக்கொண்டு மேட்டின் கரையோடு இருக்கும் வேலியோடு நின்று ஏரியைப் பார்த்தவாறு நின்றார். திடீரென வார்த்தைகள் அற்ற வெற்றிடத்தை அவர் உணர்ந்திருக்க வேண்டும். ஏஞ்சலும் அவரைத் தொடர்ந்து சிகரெட்டைப் பற்றியவாறு போய் நின்றாள். அவரின் தட்டெழுத்து இயந்திரத்திலிருந்த தாள் காற்றில் படபடத்துக்கொண்டிருந்தது. ஏஞ்சலின் வார்த்தைகளைக் காற்று பதிய முற்பட்டிருக்கக்கூடும்.

○○○

தன்டபே, ஒன்டாறியோ.

தொடர்ந்து மூன்று நாட்களாகக் கொட்டிய வெண்பனி வீடுகள், பாதைகளை மூடிக்கிடந்தது. அந்த மூன்று நாட்களும் தன்டபே நகர் செயலிழந்து கிடந்தது. பொதுவாகவே வெண்பனிப்

பொழிவு கூடிய இடம்தான் தன்டபே. ஏஞ்சலுடன் அவளது சகோதர, சகோதரிகள் ஒன்பது பேர். அவர்களுடன் யூட் இணைந்திருந்தான். அவன் இரண்டு வருடங்களுக்கு முன்னராக ரொரன்டோவுக்கு இடம்பெயர்ந்திருந்தான். அந்த மூன்று நாட்களும் ரொரன்டோ நகரைப்பற்றிய பிரமையை அவர்களுக்கு அவன் ஏற்படுத்தியிருந்தான். அப்படியொரு இடம் இப்பூமியில் இருப்பதும் பதினைந்து மணிநேர கார் ஓட்டத்தில் போய்விடமுடியுமென்பதும் அவளுக்கு ஆர்வத்தைத் தூண்டியவண்ணமே இருந்தது. ரொரன்டோவுக்குச் செல்ல வேண்டுமென ஏஞ்சலும் முடிவெடுத்திருந்தாள். யூட்டிடம் பந்தயக்காரை ஒத்த போர்ட் மஸ்தாங் காரொன்டிருந்தது. அதன் கூரையிலும் கண்ணாடியிருந்தது. அவனது நடையுடை பாவனைகள் அனைத்தும் எல்விஸ் பிரஸ்லியை ஒத்திருந்தன. யூட்டும் அவளது அண்ணனும் வெள்ளையின இளைஞர்களுட னான மோதல் ஒன்றில் குற்றம்சாட்டப்பட்டு சிறிதுகாலம் இளையவருக்கான சிறையில் இருந்தவர்கள். சிறையிலிருந்து வந்த பின்னர் சிறைக்குள் கிடைத்த தொடர்போடு ரொரன்டோ சென்றவன். ஒரு மாதத்திற்கு முன்னராகத்தான் தன்டபே திரும்பியிருந்தான். மஸ்தாங் காரில் முன்னுக்கு இருந்து பயணிக்கும் விருப்பை ஏஞ்சல் யூட்டிடம் தெரிவித்திருந்தாள்.

வெண்பனி வெளிச்சம் கண்களுக்குக் கூச்சத்தை ஏற்படுத்திக்கொண்டிருந்தன. இனி வரும் இரு நாட்களும் முகில் அகன்று சூரிய வெளிச்சமிக்க நாட்களாகவிருக்குமென வானிலை அறிவிப்பு சொன்னபடியிருந்தது. யூட்டின் காரின் முன்னிருக்கையில் ஏஞ்சல் அமர்ந்திருந்தாள். உறைந்திருந்த ஒரு சிறு ஏரிக்குள் வெள்ளை இளைஞர்களின் கார்கள் பல ஓடிச் சறுக்கிக்கொண்டிருந்தன. வெள்ளையர்களின் இனவாதச் சிக்கலுக்குள் அவன் மாட்டிக்கொள்ள விரும்பவில்லை. அவர்கள் நின்ற இடத்தைத் தவிர்த்து வேறொரு பகுதிக்குள் நுழைந்து காரின் வேகத்தை முடுக்கினான். ஏரிக்குள் கிடந்த பனியைத் தூரே வீசியபடி பயணித்தது கார். அவன் தடுப்பை அமர்த்தி சில்லுகளைத் திரும்பினான். கார் வட்டம் வட்டமாய்ச் சுற்றிச் சுற்றி சறுக்கியபடியே சென்றுகொண்டிருந்தது. ஒவ்வொரு வட்டமும் ஒன்றோடு ஒன்று பிணைந்தபடியிருந்தன. இறுதியில் கார் முடிவுறா வட்டத்தின் ஆரையோடு ஏரிக்கரையே ஓய்ந்திருந்தது. அவர்கள் காருக்குள் ஓய்வின்றி இயங்க ஆரம்பித்தனர்.ஏஞ்சல் காரின் வேகத்தையும் காமத்தின் வேகத்தையும் அறிந்து ஓய்ந்திருந்தாள்.

கஞ்சாப் புகை காரை நிறைத்திருந்தது. காரின் இருக்கைகளை சரித்துப் படுத்து வான்வெளியைப் பார்த்தவாறு இருவரும் கிடந்தனர். அண்டத்துக்குள் மிதந்து திரிவதாக

உணர்ந்தாள். அவள் வான்வெளியைவிட்டு நிலத்துக்கு வருவதற்கு விரும்பவில்லை. தொடர்ந்தும் புகைத்தபடியேயிருந்தாள். வெள்ளிகளிடை அவனோடு புணர்ந்தாள். அவள் அவனைத் தொடர்ந்தாள். அண்டவெளிக்கு அவனாலேயே அழைத்துச் செல்ல முடிந்தது. அண்டத்துள் அவனது கையைப்பற்றி மிதந்து திரிவது பேரின்பமாயிருந்தது. அவளது கால்கள் நிலத்திற்கு மீண்டிருந்த ஓர் நாளில் ஏஞ்சல் கருத்தரித்திருந்ததை உணர்ந்தாள். அச்சம் அவளைச் சூழத் தொடங்கியது. அதை யூட் அறிந்தபோது அவனது கார் ரொரன்டோவை நோக்கிப் பயணிக்க ஆரம்பித்தது. ஜன்னலருகே வந்து அவனது கார் சில்லுகளின் வழித்தடத்தைப் பார்த்தவாறு நின்றாள் ஏஞ்சல். அவன் விட்டுச்சென்ற தொலைபேசி இலக்கமும் ஐம்பது டொலர்களும் அவள் வசமிருந்தன.

○○○

கருவைக் கலைத்த களைப்பு. அந்த மருத்துவ நிலையக் கதிரையில் தூங்கியிருந்தாள் ஏஞ்சல். கருத்தரிப்பைத் தடுக்க என்னவெல்லாம் செய்யலாம் என்ற மருத்துவக் குறிப்புகள் அடங்கிய பிரசுரங்கள் அவள் கைகளுக்குள் கிடந்தன. அவளுக்கான தற்காலிகத் தங்குமிட வசதியோடு சமூக சேவை அதிகாரி அவளை எழும்பினார்.

"உனக்குப் பதினைந்து வயதுதான் ஆகிறது. நீ கவனமாக விருக்கவேண்டும். உன் உடலைக் கவனித்துக்கொள். தற்காலிக இடத்தில் ஒரு வாரம் தங்கலாம். அதன் பின்னர் நீ வீடு திரும்ப வேண்டும்."

அதிகாரி தற்காலிகத் தங்குமிடத்தில் சேர்த்துவிட்டு அகன்றாள்.

பாட்டிக்குத் தெரியும். அவரின் சம்மதம் இன்றிக் கருக்கலைப்பைச் செய்ய முடியாது. ஆயினும் ஏஞ்சலை அவர் பார்க்க விரும்பவில்லை. ஏஞ்சலின் நிலை குறித்து அவளது தாய் எதுவும் கூறப்போவதில்லை. தாய் குடிபோதையில் கிடப்பவள். அவள் எதையும் கிரகிக்கும் நிலையில் எப்போதும் இருந்ததில்லை. பாட்டி மட்டுமே அக்கறையுள்ளவர். அவர் ஒன்பது பேரப் பிள்ளைகளைப் பராமரிக்கிறார். பண்பாடு அழிக்கப்பட்டு அல்லலுறும் சமூகத்துள் அந்த முதுதாயின் அரவணைப்பு ஓரளவு அவர்களைக் காப்பாற்றியிருந்தது. முதுமையும், வறுமையும், தந்தையற்ற பேரப்பிள்ளைகளும், குடிபோதையோடு ஒடுங்கிய மகளும் பாட்டிக்குப் பெரும் இடர்தான். பண்பாட்டின் வேர்களைப் பேரர்களுக்குக் கடத்திவிடவேண்டுமென்ற அபிலாசையோடு தனது இறுதி நாட்களைக் கடந்துகொண்டிருந்தாள் அந்த முதுதாய். தான்

கருத்தரித்திருப்பது பாட்டிக்குப் பேரிடியைக் கொடுத்திருக்கும் என்பதை ஏஞ்சல் அறிவாள். சிறுவயது முதலே வறுமை, காமம், போதையின் குரூர முகங்களை அவளுக்குச் சொல்லி வளர்த்தவள். தானும் ஏனைய இளையவர்கள்போல் குரூர வலைக்குள் வீழ்த்தப்பட்டிருப்பதை அறிந்தால் நிச்சயம் அந்த முதுதாயின் திட்டுகளுக்கு ஆளாவோம் என்பதை ஏஞ்சல் அறிவாள். முதுதாயின் வாஞ்சையான தடவல் அவளுக்குத் தேவைப்பட்டது. தலையை வாரிப் பின்னலிட்டு அவளிடும் முத்தங்களுக்காகக் கன்னங்கள் ஏங்கி நின்றன. அவளது கைகளுக்குள் பொத்தி வளர்க்கப்பட்டவள். முதுதாயின் கண்களுக்குப் பதிலளிக்கும் திடம் அவளிடம் இருக்கவில்லை. ரொரன்டோ செல்லும் 'கிரே ஹன்ட்' பஸ்சில் ஏஞ்சல் ஏறி அமர்ந்துகொண்டாள். ரோரன்டோவில் யூட்டின் பாலியல் வலைக்குள் வீழ்ந்தவள் அவனது பிடியிலிருந்து விலகியபோது பாலியல் தொழிலைத் தவிர அவளுக்கு வேறு தெரிவுகள் இருக்கவில்லை. முதுதாயின் திட்டல் அவள் காதுகளுக்கு எட்டியபோதெல்லாம் அவள் போதைக்குள் அமிழ்ந்து போனாள்.

❍❍❍

"ஜோ நான் போகிறேன். அந்த பொலிஸ் வேசை என்னை இந்த இடத்தில் விடப்போறதில்லை. பின்னர் சந்திக்கிறேன். ஜோ இந்த சிக்ரெட்டை வைத்திருங்கள். இரவு தேவைப்படும்."

அவரது கோட் பைக்குள் சிக்ரெட்டை வைத்துவிட்டு ஏஞ்சல் நகர்ந்தாள். அவள் வைத்துவிட்டுப்போன சிக்ரெட்டை எடுத்து மூட்டிக்கொண்டு வேலிக்கரையாக நடந்து திரிந்தார் அந்த மனிதர். பின்னர் வாங்கிலைச் சுற்றி நடந்தபடியிருந்தார். வார்த்தைகள் மங்கி மொழி தடுமாறத் தொடங்கியிருக்கக்கூடும். வாங்கில் அமர்ந்து தட்டெழுத்து இயந்திரத்தைப் பெட்டிக்குள் வைத்துக் கயிற்றால் இறுக்கிக்கொண்டு மக்டீ பக்கமாய் வண்டிலை இழுத்தபடி நடக்க ஆரம்பித்தார்.

❍❍❍

தபீசா வேலைக்கு வந்திருப்பாள். இரவு 11 மணியிலிருந்து காலை 7 மணி வரை அவளது வேலை. மக்டீ உணவகம் இருபத்துநான்கு மணி நேரமும் திறக்கத் தொடங்கியதிலிருந்து அவளுக்கு இரவு வேலை. அந்த உணவகத்தில் நீண்ட நாட்களாக வேலை செய்கிறாள். மொசாம்பிக்கிலிருந்து அகதியாக வந்தவள். சிரித்த முகம். பருத்த உடல். அனைவரையும் கவரும் அழகு. மக்டீயைப் பார்க்கிலும் தபீசா பிரபலமானவள். அவளின் அழகிய குரலில் பாடல்கள் இனிமையாய் ஒலிக்கும். இரவுகளில் அவளின் பாடல்கள் அவளுக்குத் துணை. பகலில் நிற்பவர்கள் வாடிக்கையாளர் தவிர வேறு ஒருவரையும் அங்கு இருக்க அனுமதிப்பதில்லை.

அங்குள்ள கழியலறைகூட வாடிக்கையாளருக்கு மட்டுமே. கழியலறைக் கதவைத் திறப்பதற்கான பொத்தான் தொழிலாளர்களிடம்தான் இருந்தது. வீடற்றோர், மனோநிலை பாதிக்கப்பட்டோர், பாலியல் தொழில் செய்வோர் உணவகத்துக்குள் வந்து குந்திவிடாது இருக்க

"வாடிக்கையாளர்கள் இரு மணி நேரம் மட்டுமே உணவகத்துக்குள் இருக்கலாம்"

"வாடிக்கையாளர் மட்டுமே கழியலறை பாவிக்கும் அனுமதியுண்டு" போன்ற வாசகங்கள் அடங்கிய விடய அட்டைகளும் வாசலில் ஒட்டப்பட்டிருந்தன.

இரவுகளில் தபீசா வேலையிலிருக்கும்போது எந்தத் தடைகளும் இருப்பதில்லை. வீதியில் படுப்போருக்கு மலசலக் கூடம் திறந்தே இருக்கும். கதிர் அங்கு பதியப்படாத தொழிலாளி. தபீசாவின் நட்பினால் இரவுகளில் மக்டீ துப்புரவு வேலைகளில் தபீசாவுக்கு உதவியாய் இருப்பார். ஏஞ்சல் தபீசாவிடம் சிறு தொகை பணத்தைக் கொடுத்து வைப்பதுண்டு. ஜோ, கதிர் அல்லது வீடற்றோர் யாராவது உள்ளே வருவதற்குக் கோப்பிக்கான தொகையது. தபீசாவிற்கு மேலாளருடன் பனிப்போர் இருந்த வண்ணமேயிருந்தது. வீடற்றோர் அங்கு வருவதும் குந்துவதும் அவருக்கு விருப்பமில்லை.

"அவர்கள் கோப்பியை வாங்குகிறார்கள். அவர்களும் வாடிக்கையாளர்கள். சட்டரீதியாக எதுவும் செய்ய முடியாது." என மேலாளருடன் வாதிட்டபடியே இருக்கிறாள் தபீசா.

அவர்களுக்கான பணத்தை தபீசா கொடுக்கிறாள் என்பதே மேலாளரின் குற்றச்சாட்டு. ஏஞ்சல் மட்டுமல்ல அங்கு வரும் வாடிக்கையாளர் பலர் வீடற்றோர், உதவி தேவைப்படுவோருக் காகப் பணத்தை விட்டுச்செல்வதுண்டு. குளிர்காலங்களில் நீளும் இரவுகளில் அவர்களின் சந்திப்பு இடமாக அந்த மக்டீ இருந்தது. அந்த மனிதர் மூலையிலிருந்த இருக்கையில் அமர்ந்து தான் எழுதியவற்றை மீளப்பார்த்து திருத்தங்கள் செய்து கொண்டிருப்பார். அங்கு வேலை செய்யும் பலரும் நாட்டுக்குப் புதியவர்கள் அல்லது மாணவர்களாய் இருந்தார்கள். வேலைப் பளு அதிகரித்துக்கொண்டே சென்றது. சம்பளத்தில் எந்த முன்னேற்றமும் இல்லை. வேலையில்லாத் திண்டாட்டம் அதிகரித்த வண்ணமேயிருந்தது. வேலையை விட்டால் இன்னுமொரு வேலையைத் தேடுவது சிரமம். அதை மேலாளர்கள் நன்கு அறிவார்கள். அதை அவர்கள் தங்களுக்குச் சாதகமாக எப்போதும் பயன்படுத்திக்கொள்வார்கள். அவர்க ளுடன் முரண்படவும் முடியாது. வேலையற்றுப்போய்ப்

பொதுநல கொடுப்பனவுடன் வாழமுடியாது. மேலாளருட னான முரண்பாட்டாலே அவள் இரவு வேலைக்கு மாற்றப் பட்டிருந்தாள். அதனால் அவள் செய்துவந்த பின்னேரப் பகுதி நேர வேலையைக் கைவிடவேண்டியிருந்தது. அவளது கணவரும் இரண்டு பிள்ளைகளும் தென் ஆப்பிரிக்காவில் இருந்தார்கள். அகதி கோரிக்கை ஐந்தாண்டுக்கு மேலாக இழுபட்டபடியே இருக்கிறது. கனடா வதிவிட உரிமை கிடைப்பதற்கும், குடும்பத்தை அழைப்பதற்கும் வேலை முக்கியம். அதனால் மேலாளரின் கடும்போக்குகளை அனுசரித்துச் செல்லவேண்டிய நிர்ப்பந்தம் அவளைச் சூழ்ந்திருந்தது. இரவு வேலைப் பணியாளராய் அவளுடன் மே என்கிற மாணவி சேர்ந்திருந் தாள். துடியாட்டமானவள். சிரித்தபடியேயிருப்பாள். படபடக்கும் பேச்சு. தபீசாவின் மூத்த மகளை ஒத்த வயது. தபீசாவை அவளுக்குப் பிடித்திருந்தது. மற்றோர் மீது பரிவும் கரிசனையும் அவளுக்கு இருக்கும். அதுவே தபீசாவின் நெருக்கத்துக்குக் காரணமாயிருந்தது. மேயுடன் வேலைசெய்வது தபீசாவுக்குப் பிடித்திருந்தது. தபீசா தனது மனதைத் திறந்து பகிர்ந்துகொள்ளக்கூடிய தோழி அவள்தான்.

மேலாளர் தொழிலாளர்களை நடத்தும் முறை குறித்து அதிருப்தி அடைந்திருந்தாள் மே. குறிப்பாக தபீசா மீதான மேலாளரின் வன்மம் அவளுக்கு எரிச்சலைக் கொடுத்தபடி யிருந்தது. தொழில்சங்கம் ஒன்று அமைத்தால்தான் இவர்களின் கெடுபிடியிலிருந்து விடிவு என்று மே சொல்லியபடியிருந்தாள். மேயின் எண்ணத்துக்குக் கருத்தளவில் தபீசா ஒத்துழைத்திருந் தாலும் அவளொரு அகதி, நிரந்தரக் குடியுரிமைக்காகக் காத்திருப்பவள். குடும்பம் அவள் அனுப்பும் பணத்தில் தங்கி யிருக்க வேண்டிய நிலை. பெரு நிறுவனங்களோடு போராடுவது இலகுவானதில்லை. வேலையிழப்பு. இருப்பிடமிழப்பு. பின்னர் எல்லாவற்றுக்கும் கையேந்தும் நிலை. மே மாணவி. சிறுவயதி லேயே அவளுக்கிருந்த அறிவும், துணிச்சலும் தபீசாவுக்குப் பிடித்திருந்தது. தபீசாவுக்காக மே மேலாளர்களுடன் வாதிடுகிறாள். மே தொழில்சங்கப் பிரதிநிதிகளுடான சந்திப்பை ஏற்பாடு செய்திருந்தாள். இருவரும் இரவில் வேலை செய்யும் நாளொன்றில் பிரதிநிதி வந்திருந்தார். தொழிலாளர்களின் கையெழுத்து வாங்கும் முயற்சியில் இருவரும் ஈடுபட்டிருந் தார்கள். பல தொழிலாளர்களின் கைகளுக்குத் திட்டம் எட்ட முன்னமே மக்டீ முகாமைத்துவத்திற்கு எட்டியிருந்தது. மேயும் தபீசாவும் வேலையால் நீக்கப்பட்டார்கள். ஏனைய தொழிலாளர்கள் வேறு கிளைகளுக்கு மாற்றப்பட்டார்கள். முகாமைத்துவம் அந்தக் கிளையைப் பொறுப்பெடுத்தது. எல்லோருமே புது முகங்கள்.

“உங்கள் வேலை நீக்கம் சட்டவிரோதமானது. நாங்கள் மக்டீக்கு எதிராக வழக்குத் தொடர இருக்கிறோம்.” என்றார் தொழில்சங்கப் பிரதிநிதி.

ஆத்திரமும் இயலாமையும் அவர்களைச் சூழ்ந்தபடியிருந்தது. மக்டீக்கு முன்பாக ஆர்ப்பாட்டம் செய்வதெனத் தொழிற் சங்கமும் அவர்களும் முடிவெடுத்திருந்தார்கள். வாங்கில் அந்த மனிதர் அமர்ந்திருந்தார். அவரோடு ஏஞ்சல், கதிர், தபீசா, மே ஆகியோர் நின்றுகொண்டிருந்தனர். போராட்ட சுலோகங்கள் அடங்கிய அட்டைகள் தயாராகின. மக்டீயின் நடவடிக்கையை வெளிப்படுத்தும் துண்டுப்பிரசுரத்தை அந்த மனிதர் தயாரித்தார். “மக்டீயை நிராகரிப்போம்” எனத் தலைப்பிடப்பட்டிருந்தது.

அவர்களின் ஆர்ப்பாட்டம் நீண்டது. எப்போதும் மந்தமாய் இருக்கும் சந்தி ஆர்ப்பாட்டக்காரர்களால் விழித்திருந்தது. வீடற்றோர் பலர் அவர்களது துண்டுப்பிரசுரத்தைக் கொடுத்தவாறும், அட்டைகளைத் தாங்கியவாறும் நின்று கொண்டிருந்தார்கள். அவர்கள் அனைவருமே மக்டீயில் அறிமுகமான வாடிக்கையாளர்கள். தபீசா ஆரம்பத்தில் அவர்களோடு சற்றுக் கடுமையாக நடந்திருந்தாள்;. முகாமைத் துவத்தின் நிர்ப்பந்தம். இப்போ அவர்களில் பலர் அவளுக்குத் தெரிந்தவர்கள். அவளுக்கு ஆதரவாக ஆர்ப்பாட்டத்தில் நிற்கிறார்கள். ஆர்ப்பாட்டம் முகாமைத்துவத்திற்கு சங்கடத்தை ஏற்படுத்தியிருந்தது. நீதிபதியின் கட்டளை பிறப்பிக்கப்பட்டது. மக்டீக்கு அருகே நின்று ஆர்ப்பாட்டம் செய்வது தடுக்கப் பட்டிருந்தது. வீதியின் மறுகரையில் நின்று கோசங்களை எழுப்பினர். ஏஞ்சலின் தொழிலால் அவளைத் தெருக்களில் காணும்போதெல்லாம் அவளைத் தெரியாதவள் போல் தபீசா கடந்திருக்கிறாள். அவள் கண்களுக்கு எட்டாதவாறு தெருக்களை மாற்றி நடந்திருக்கிறாள். கடந்த இரண்டு வாரங்களாக அவர்களுக்கு ஆதரவாக அவள் அங்கு வந்து போகிறாள். தபீசாவுக்கும் மேக்கும் சிற்றுண்டிகளும், பானங்களும் வாங்கி வருகிறாள்.

“ஏஞ்சல் இதெல்லாம் நீ செய்யத் தேவையில்லை” என ஏஞ்சலைக் கட்டியணைத்து தபீசா அழுதாள். அவளுக்கு உள்ளூரக் குற்றவுணர்வு அழுத்தியிருக்கவேண்டும்.

“ஏய் தபீஸ் நாங்கள் நண்பர்கள் இல்லையா.? அழாதே”

ஏஞ்சல் அவளை அணைத்தபடியிருந்தாள். இரண்டு வாரங்கள் கடந்திருந்தன. சோர்வை மறைக்க தபீசா பாடியவாறு இருந்தாள். அனைவரும் பாடினார்கள். ஆடினார்கள். ஆயினும்

அவர்களது சுருதி மெல்லத் தளரத் தொடங்கியது. தபீசா வேறு வேலைக்காகவும், வீட்டுக்காகவும் அலையவேண்டியிருந்தது.

ooo

ஏஞ்சல் வரும்நேரம்தான். தபீசா எதிர்பார்த்திருந்தாள். அன்றைய நாள் கடந்தது. ஏஞ்சலைக் காணவில்லை. சிலவேளை அவள் ஓரிரு நாட்கள் வாடிக்கையாளர்களுடன் சென்று விட்டு மீளவும் வருதுண்டு. இரண்டு நாட்களைக் கடந்தும் அவளைக் காணவில்லை. வழமைக்கு மாறாகவிருந்தது. தபீசா வுக்கு ஏஞ்சல் குறித்த அச்சம் மனதை உறுத்தியவண்ணமிருந்தது.

ஆர்ப்பாட்டத்தில் நின்ற தபீசாவையும் மேயையும் நோக்கி கதிர் ஓடி வந்தார்.

“ஏஞ்சலை யாரோ கத்தியால் குத்திக் காயப்படுத்தித் தெருவில் வீசிவிட்டுப் போயிருக்கிறார்கள். அவள் வைத்தியசாலையில் உயிருக்காகப் போராடிக்கொண்டிருக் கிறாள்” என்று கதிர் அழுதுகொண்டு பொலிசாரின் தகவலைப் பகிர்ந்தார். மூவரும் வாங்கு நோக்கி ஓடினார்கள்.வாங்கில் படுத்துக் கிடந்த அந்த மனிதரை எழுப்பித் தகவலைப் பறிமாறி னார்கள். அவர் எழுந்து அமைதியாகக் குந்தியிருந்தார். தனது கோட் பைக்குள் கையை நுழைத்து எதையோ தடவினார். நெருப்புப் பெட்டியுடன் அவர் கை வெளியில் வந்தது. அவருக்குப் புகைக்கவேண்டும் போல் இருந்திருக்கவேண்டும். வண்டிலை இழுத்துக்கொண்டு வைத்தியசாலை நோக்கி நடக்கத் தொடங்கினார். மூவரும் அவரைத் தொடர்ந்தனர்.

தீவிர சிகிச்சைப் பிரிவில் இயந்திரங்களும், குழாய்களும் சூழ அவள் வளர்த்தப்பட்டிருந்தாள். அவளை அடையாளம் காணமுடியவில்லை. முகம் காயங்களால் வீங்கிப்போயிருந்தது. தபீசாவும் மேயும்

“ஏஞ்சல். . . ஏஞ்சல். . .”

என்று அழைத்துப் பார்த்தார்கள். இருவரின் கண்களும் பனித்திருந்தன. அந்த வார்த்தைகள் அவளை எட்டியதோ தெரியவில்லை. அவர்கள் மௌனித்து நின்றார்கள். செயற்கை சுவாச இயந்திரத்தின் ஒலி அந்த அறையை நிறைத்திருந்தது.

“நீங்கள் உறவினர்களா ? நண்பர்களா ?” என்று கேட்டவாறு தாதி வந்தாள்

“நாங்கள் நல்ல நண்பர்கள்” என்றாள் தபீசா.

“நான் இதைச் சொல்லக்கூடாது. இதைச் செய்த கொடியவனைப் பிடித்துத் தூக்கிலிடவேண்டும்” என்றுவிட்டு தாதி நகர்ந்தாள்.

அந்த மனிதர் ஏஞ்சலைப் பார்த்தவாறு நின்றார். அவர் கண்கள் கலங்கியிருந்தன.

"ஏஞ்சல்" என்று மெதுவாக அழைத்தார். அவளின் பாதங்களைத் தடவினார். அவளது மார்புப் பகுதி விரிந்து சுருங்குவதைப் பார்த்தபடியிருந்தார். அது அவளின் இயற்கை யான சுவாசமாக இருக்கக்கூடாதாவென ஏங்கினார்.

"தயவுசெய்து மீண்டும் வந்துவிடு" என்று கண்கள் பனித்தபடி அறையைவிட்டு வெளியே வந்தார். எந்த வார்த்தைகளுக்கும் அங்கு அர்த்தமில்லை என்பதை அவர் அறிந்திருக்கக்கூடும். செயற்கை சுவாச ஒலி அவரைத் தொடர்ந்தபடியேயிருந்தது. ஏதோவொரு வெறுமை சூழ்ந்திருப்பதாய் அவர் உணர்ந்திருந் தார். அவர் அந்த வாங்கில் குந்துவதை நிறுத்தினார். தெருக்களில் சுற்றி நடந்தபடியே திரிந்தார். 'ஏஞ்சல் எழுந்திருக்கக்கூடும்' என்ற நினைவு அருட்டும்போதெல்லாம் ஆவலோடு அவளைப் பார்ப்பதற்கு வைத்தியசாலைக்குச் செல்கிறார். ஏஞ்சலின் பாதத்தைத் தடவியபடியே நிற்கின்றார்.

"உங்கள் மகளா?" என்ற கேள்வியோடு தாதியொருத்தி வந்து குறிப்பெழுதியபடியிருந்தாள்.

இறுகிய அவரது முகத்துக்குள்ளால் கவலையை விலத்தி; ஒரு சிறு புன்னகை வெளிவந்தது. ஏதாவது உறவு இருந்திருந்தால் தப்பித்திருப்பாளா. என்ன? அவளொரு மனிசி.

"அவள் ஒரு பெண்" என்றார் அந்த மனிதர்.

தாதி குறிப்பு எழுதுவதை நிறுத்திவிட்டு அந்த மனிதரை நிமிர்ந்து பார்த்தாள். அந்தப் பதில் அவளின் நெஞ்சத்தை ஒரு கணம் பிழிந்திருக்கவேண்டும். அவர் ஏஞ்சலின் பாதங்களைத் தடவியபடியேயிருந்தார்.

○○○

இரவு கூடியிருந்தது.

"வாடிக்கையாளர்களின் நன்மை கருதி மக்டீ சீரமைப்புக் காக மூடப்படுகிறது. அசௌகரியத்திற்கு மன்னிப்புக் கோருகிறோம்"

என்ற வாசகத்தைத் தாங்கிய அறிவித்தல் வாசலில் ஒட்டப் பட்டிருந்தது. தொழிலாளர்களின் உரிமைக் கோரிக்கைகள் அடங்கிய அட்டைகளும், பல்தேசிய நிறுவனங்களைக் கண்டிக்கும் அட்டைகளும் மக்டீ சுவரில் சாய்ந்தபடி தெருவில் கிடந்தன. வாடிக்கையாளர்கள் அறிவித்தலைப் பார்த்துவிட்டு அகன்றுகொண்டிருந்தார்கள். ஆர்ப்பாட்டம் இடைநிறுத்தப் பட்டிருந்தது.

தபீசாவும் மேயும் வாங்கில் அமர்ந்திருந்தார்கள். அந்த மனிதர் தனது வண்டிலை இழுத்துக்கொண்டு வைத்தியசாலைப் பக்கமிருந்து சந்திக்கு வந்துகொண்டிருந்தார். செயற்கை சுவாச ஒலி அவரைத் தொடர்ந்தவண்ணமிருந்தது. தொடர்ந்து நாட்களாக அவர் ஏஞ்சலைப் பார்த்து வருகிறார். எந்த முன்னேற்றத்தையும் அவளது உடல் காட்டவில்லை. மக்டீ விளக்குகள் அணைக்கப்பட்டிருந்தன. தெருவில் கிடந்த ஆர்ப்பாட்ட அட்டைகளைப் பார்த்தவாறு வந்தார். அந்த மனிதரைக் கண்டதும் அறிவித்தலைக் காட்டியவாறு

“கப்டன் மக்டீயைப் பூட்டிவிட்டார்கள்” என்றார் கதிர்.

அந்த மனிதர் வண்டிலை அருகே நிறுத்திவிட்டு அறிவித்தலை வாசித்தார். மக்டீயின் முன்னே குறுக்குமறுக்குமாக நடக்கத் தொடங்கினார். அவரின் விரல்கள் துருத்தத் தொடங்கின. அவரது நடையின் வேகம் அதிகரிக்கத் தொடங்கியது. அவரைப் பின்தொடர்ந்து கதிரும் நடந்தபடியேயிருந்தார். அவரின் வேகத்தைத் தொடர முடியாது சந்தியிலிருந்த மின்கம்பத்தோடு சாய்ந்திருந்தார் கதிர். சொற்கள் விரல்களுக் குள்ளால் வெளிவருதற்காய் முண்டிக்கொண்டு இருக்க வேண்டும். அந்த மனிதர் தனது வண்டியின் கயிற்றை அகற்றினார். தனது தட்டெழுத்து இயந்திரப் பெட்டியைத் தூக்கி ஆத்திரத்துடன் வந்தார். மக்டீ உணவகப் பிரதான வாயில் கண்ணாடிக் கதவை நோக்கி எறிந்தார். கண்ணாடியைச் சிறிது உடைத்துவிட்டு அவர் முன்னால் பெட்டி வந்து விழுந்தது. பெட்டியை விட்டு தட்டெழுத்து இயந்திரம் வெளியில் கிடந்தது. அதைத் தூக்கிக் கடையின் பக்கக் கண்ணாடி நோக்கி ஓங்கி வீசினார்.தட்டெழுத்து இயந்திரம் நொறுங்கிப் பாகங்கள் சந்தியில் பரவத் தொடங்கின. கையில் கிடைத்த பாகங்களை ஜன்னல் கண்ணாடிகள் மீது விட்டெறிந்தார். தட்டெழுத்து எழுத்துக்கூடு அவர் கையில் கிடைத்தது. அதைத் தூக்கி எறிந்தார். அது சுவரில் பட்டு மீண்டது. கூடு முற்றாய்க் கலையும்வரை மீளமீள விட்டெறிந்தார். அந்தத் தட்டெழுத்துக் கூட்டிலிருந்து பிரிந்த எழுத்துகள் சந்தியில் சிதறிக் கிடந்தன. அவர் மீளவும் குறுக்குமறுக்காக நடக்க ஆரம்பித்தார். “கப்டன் என்ன செய்கிறீர்கள்” எனக் கேட்டபடி உருண்டு வீதியின் மறுகரைக்கு வந்த றிபன் கட்டையை எடுத்து றிபனைக் கட்டையில் மறுபடி சுற்றிக்கொண்டிருந்தார் கதிர். ஏதோ நடக்கிறது என்பதை வாங்கிலில் அமர்ந்திருந்த தபீசாவும் மேயும் கண்டுவிட்டு சந்தியை நோக்கி ஓடிவந்தனர்.

அவர் தனது வண்டில் நோக்கிப் போனார். வண்டிலுக்குள் கிடந்த ஏனைய பெட்டிகளையும், காகிதத் தாள் கற்றைகளையும்

தூக்கி மக்டீ மீது வீசினார். தபீசாவும் மேயும் அவரை ஆற்றுப்படுத்த முயன்றுகொண்டிருந்தனர்.

அவரது உடமைகள் சந்தியில் கிடந்தன. காகிதத் தாள்கள் சந்தியெங்கும் பரவத் தொடங்கின. வண்டிலைத்தூக்கி மக்டீ கண்ணாடி ஜன்னல்கள் மீது விட்டெறிந்தார். அவரின் விரல்கள் துருதுருத்துக்கொண்டிருந்தன. வீதியின் மறுகரையே இருந்த குப்பைத்தொட்டிகளை உதைத்துக் கவிழ்த்துக் கொட்டிட முயன்றார். அவரால் முடியவில்லை. வழியில் இருந்த குப்பைத் தொட்டிகளை உதைத்தபடியே வேகமாய் வாங்கு அருகே வந்தார்.

“புரொபசர் என்ன செய்கிறீர்கள்.?” என்றவாறு தபீசா அவரை அரவணைக்க முயன்றாள்.

அவர் அவளை உதறிவிட்டு வாங்கு முன் குறுக்குமறுக்காய் நடக்கத் தொடங்கினார். அவரைச் சுற்றிக்கொண்டிருந்த சொற்கள் அர்த்தமிழந்து வெளியில் கரைந்திருக்கக் கூடும்.

தபீசாவும், மேயும் வாங்கில் அமர்ந்து அந்த மனிதரைப் பார்த்தவாறு இருந்தனர். இருவரின் கண்களும் கலங்கியிருந்தன. எப்போதும் உதிரும் சிறு புன்னகை அவர் முகத்திலிருந்து அகன்றிருந்தது. ஆத்திரத்தில் அவரது முகம் இறுகிச் சிவந்திருந்தது. அந்த மனிதரின் புன்னகையை மீட்கும் சொற்கள் தம்மிடம் இல்லையென்பதை அவர்கள் அறிந்திருந்தார்கள்.

காற்று காகிதத் தாள்களை எல்லாத் திக்கிலும் அடித்துச் சென்றது. தாள்களைவிட்டுச் சொற்கள் அகல ஆரம்பித்தன. அவை இந்நிலத்தின் மனிதர்களைப்பற்றிய கதையின் சொற்களாய் இருக்கக்கூடும். அவை காற்றின் சொற்கள். காற்று அவற்றை மீளப் பெற்றிருக்கக்கூடும். அந்த மனிதர் நடந்தபடியேயிருந்தார்.

சந்தியிலும், தெருவிலும் சிதறிக்கிடந்த நொறுங்கிய பொருட்களையும், காகிதத் தாள்களையும் பார்த்தவாறு திரிந்தார் கதிர். அவர் அவற்றைப் பொறுக்கி குப்பைத் தொட்டிக்குள் போட ஆரம்பித்திருக்கவேண்டும். ஆனால் அவர் எவற்றையும் பொறுக்க முட்படவில்லை. அவை எதிர்ப்பின் மொழியைப் பேசுவதாக கதிர் உணர்ந்திருக்கக்கூடும்.

டிசம்பர் 2019.

நனாபுஸ்

“ஜே! நீ ‘போன் எக்கோ’ இற்குப் போ. நிட்சயமாக அது உன்னை ஏமாற்றாது” என்றார் பீற்.

நண்பர் பீற் “போன் எக்கோ” வனப்பூங்காவை அறிமுகப்படுத்தியிருந்தார். காலை. ஏரியைப் போர்த்திருந்த பனிப் புகாரின் ஊடே சூரிய ஒளி ஆங்காங்கே மெல்லெனக் கசிந்தபடியிருந்தது. சலனமற்ற நீரின் மேற்பரப்பில் பாறையும், கரையோடு ஒட்டியிருக்கும் மரங்களின் விம்பமும் பதிந்திருந்தது. கோடை நாளில் இதமான மெல்லிய காலைக் குளிரும், இயற்கையின் வனப்பும் மனதை ஆட்கொண்டிருந்தது. மிசனோ ஏரியின் கரையே செங்குத்தாகக் குற்றி வைத்ததுபோல் இருக்கிறது மிசனோ பாறை. 330 அடி உயரமான பாறை. ஒன்றரைக் கிலோ மீற்றர் நீட்சி அதற்கு இருந்தது. பாறையும் நீரும் சேரும் பகுதி ஆழம் மிக்கது. ஆழத்தின் நிறத்தை ஏரியின் அந்தப் பகுதி காட்டிய படியிருக்கும். பாறையின் அடிவாரத்தில் தீட்டப் பட்டிருக்கும் முன்னோரின் கோட்டோவியங் களைப் பார்ப்பதற்காக ‘கனு’ வள்ளத்தை வலித்துக்கொண்டு பாறையின் அடிவாரத்தை எட்டியிருந்தேன். ஏரி சலனமற்றுக் கிடந்தாற்தான் பாறையின் அருகே இருந்து அந்த ஓவியங்களைத் தரிசிக்க முடியும். அலையெழுந்தால் பாறையருகே கனுவள்ளத்தைக் கொண்டு செல்ல முடியாது. பாறையோடு சேர்த்து அறைந்துவிடும். ஏரியின் உறக்கம்பற்றி நான் நன்கறிவேன். முன்பொரு சந்தர்ப்பத்தில் ஏரியின் கொந்தளிப்பால்

அலைகளுக்குள் அடிபட்டு ஏதோவொரு கரையில் வந்தடைந் திருந்த என்னை வனக் காவலர்கள் மீட்டெடுத்தார்கள். ஏரியின் அமைதியை முன்னோர்கள் அறிந்திருப்பார்கள். அந்த அமைதியின் பொழுதில்தான் இந்த ஓவியங்களை வரைய முடிந்திருக்கும். ஆயிரம் ஆண்டுகளா.? அவற்றில் சில இன்னமும் பழமை வாய்ந்ததாக இருக்கக்கூடும்.

முயலைப் போன்ற நீண்ட செவிகளை உடைய "நனாபுஸ்" என்கிற உலகைப் படைத்தவனின் கோட்டோவியத்தின் அருகே வந்தடைந்திருந்தேன். அவன் கையில் கோல் ஒன்றை வைத்திருந்தான். அவன் மந்திர சக்தி நிறைந்தவன். அவனால்தான் தீமைகளை அழிக்க முடியும். அகங்காரத்தின் கோரத்தை எதிர் கொள்ளமுடியும். அவனால் ஆக்கவும் முடியும். அழிக்கவும் முடியும். நீரை, காற்றை, தீயை, மண்ணை, வானத்தை, உயிர்களை அவன்தான் படைத்தான். அவனது கனவால்தான் இவ்வுலகே உருக்கொண்டது. அவன் தனது கனவை நனவாக்கி னான். அவனது படைப்புகள் குறித்து அவனுக்கு அதிருப்தி இருந்தது. இந்தப் படைப்புகளிடையே இருக்கும் அறிவை, ஆற்றலை, மகிழ்வை, துக்கத்தை, கோபத்தை, எரிச்சலை, பொறாமையை, பகையை, எதிர்ப்பை, அறியாமையை, சண்டையை, ஆடலை, பாடலை, இசையை எல்லாம் அவன் உயிர்களைச் செழுமைப்படுத்தவே உருவாக்கினான். அவனது படைப்புகளில் எப்போதுமே அவனுக்குத் திருப்தி இருப்ப தில்லைபோலும். அதனால் அவனால் காற்றை ஏவ முடிகிறது. இடி, மின்னலை உருவாக்க முடிகிறது. மழையைப் பொழிவிக்க முடிகிறது. பேரலைகளை உருவாக்க முடிகிறது. தீயை ஆட்டுவிக்க முடிகிறது. பூமியைக் குலுக்க முடிகிறது.

"அவனால்தான் ஏரி இன்று உறங்கிக் கிடக்கிறது" குரல் கேட்டு

"ஆம்" என்றவாறு திரும்பினேன்.

எவரும் அங்கு இருக்கவில்லை. தூரே சில 'கனு' வள்ளங்கள் தெரிந்தன. குத்தென நிற்கும் பாறையில் ஏறும் சாகசக்காரர்கள் எவருமே அங்கிருக்கவில்லை. இங்கு வாழும் மக்களுடன் இந்த ஏரியையும், பாறைகளையும், மரங்களையும் படைத்த "நனாபுஸ்" பேசிக்கொண்டுதான் இருக்கிறான். அவனிடமிருந்து வரம் பெறுவது இலகுவானதில்லை. அவனுக்குப் பெரும் சடங்கு தேவைப்படும். அதை அவன் ஏற்று அங்கு எழுந்தருளி உங்கள் தேவைகளை உவந்தளிக்கவேண்டும். இந்தப் பாறை அவனுக்குப் பிடித்தமானது என்கிறார்கள். அதனால் பாறையில் கீறுவதை அவன் அறிந்துகொள்கிறான்.

நனாபுஸ்சைப் பார்த்தவாறு இருந்தேன். கோட்டோவியங் களின் ஒவ்வொரு நுண்துகளிலும் ஒவ்வொரு கணம் நிலை கொண்டிருக்கிறது. அதன் அதிர்வு ஆயிரமாயிரம் ஆண்டுகளாய் யாரோ ஒரு மனிதரோடு நெருங்கி ஊடாடிக்கொண்டுதான் இருக்கிறது. அவனைப் பார்த்துக்கொண்டிருக்கும்போது ஏன் அந்தக் கேள்வி மீண்டது. அந்தக் கேள்வி தொடுக்கப்பட்ட கணங்கள் கடந்து வருடங்கள் ஆகின்றன. ஆனாலும் அதன் அதிர்வு அருட்டியபடியேயிருக்கிறது.

"புது உலகு படைக்கப்படும்" என்ற குரல்கேட்டுத் திரும்பினேன்.

லூன் பறவை ஏரிக்குள் வந்திறங்கியிருந்தது. ஏரியின் உறக்கத்தைக் குலைக்காது அதன் மீதில் மெருதுவாகக் குந்தி கூவியது. "நனாபுஸ்" பற்றி பீற் சொல்லுகிற புராணக்கதைகளில் லூன் பறவை அடிக்கடி வந்துபோகும். புது உலகைப் படைப்பதற்குத் தன் உயிரையே ஈந்திருக்கிறது லூன்.

000

இந்தவாரம் நோமன்டி மாவீரர்களுக்கான வாரம். முன்னாள் படை வீரர்கள் அணிவகுத்து வந்துகொண்டிருந்தனர். சக்கர நாற்காலியில் இருப்போரும், முதிய வீரர்களும் முன்னால் வந்தனர். அவர்களைத் தொடர்ந்து போரில் அங்கயீனர்களான வீரர்கள் வந்துகொண்டிருந்தார்கள். அவர்களோடுதான் பீற் இராணுவத்திற்கே உரிய இறுகிய நிமிர்ந்த மார்போடு காலைச் சற்று இழுத்தவாறு வந்துகொண்டிருந்தார். போர் சாதனை யாளர்களுக்கு வழங்கும் பதக்கங்கள் அவர் மார்பை அலங்கரித் திருந்தன. அவர் அறுபது வயதைக் கடந்திருந்தார். இரண்டாவது மகா யுத்தத்தின்போது வலது காலை இழந்ததால் பொய்க்கால் ஒன்று பொருத்தப்பட்டிருந்தது. பிரான்சை மீற்பதற்காக நோமன்டியில் தரையிறங்கிய இளம் கனேடியப் படைகளில் இவரும் ஒருவர். அணிவகுப்பு மரியாதை, அஞ்சலியென வழமையான சடங்குகள் நடந்து முடிந்திருந்தன. இப்போது அனைவரும் மண்டபத்துக்குள் வருகை தந்திருந்தார்கள். அனைவருக்கும் சிற்றுண்டிகளும், பானங்களும் வழங்கப் பட்டன. அங்கு வருகை தந்த மாணவர்களோடு படை வீரர்கள் தங்கள் அனுபவங்களைப் பகிர்ந்துகொண்டிருந்தார்கள். பீற் தனது அனுபவத்தைக் கூறத் தொடங்கியிருந்தார்.

"கரையை நோக்கி எமது டிங்கி வள்ளங்களில் செல்லும் போதே சரமாரியாக எங்கள் மீது தாக்குதல் தொடுக்கப்பட்டது. எமக்கு எந்தவொரு முன்னனுபவங்களும் இருக்கவில்லை. பயிற்சியும் சில மாதங்கள்தான். ஜேர்மனியர்கள் தகுந்த இடத்தில்

இருந்தார்கள். பிரித்தானியர்கள் எம்மைப் பகடைக்காய் போல் நகர்த்தினார்கள். கொத்துக்கொத்தாய் மடிந்தோம். எதிரிகளுக்கு ஏதாவது பாதிப்பை ஏற்படுத்த முடிந்ததாய் எமக்குத் தெரிய வில்லை. கரையில் காலடி வைப்பதற்கே நாம் 359பேரைப் பலி கொடுக்கவேண்டியிருந்தது. நோமன்டியை மீட்கும் எண்ணத்தைப் பிரித்தானியர்கள் விட்டுவிடவில்லை. எம்மை நகர்த்திக்கொண்டேயிருந்தார்கள். கொலைக்களம். பிய்ந்த உடல்களும், நிணமும், குருதிச் சகதியும், இளம்குருதி வாசனை யும், காயப்பட்டோரின் ஓலங்களும்,கேட்டபடியேயிருக்கும் கட்டளைகளும். இரண்டரை மாதங்கள் அந்தக் கொலைக் களத்தில் நின்றோம். இறுதி நாளில்தான் எனது வலது காலை இழந்தேன். என்னோடு வந்திருந்த 5000ற்கும் மேற்பட்ட கனேடியத் துருப்புகள் தங்கள் வாழ்வை அர்ப்பணித்திருந் தார்கள். நோமன்டியின் ஒவ்வோர் அங்குலத்திலும் ஒரு கனேடியன் இறந்திருந்தான். ‘போர் ஓய்ந்தது. நாம் நோமன்டியை மீட்டுவிட்டோம்’ என்று களிகொண்ட தருணத்தில்கூட வெடிக்காமல் கிடந்த குண்டொன்று எமது வாகனத்தில் சிக்குண்டு வெடித்தது. நான் வைத்தியசாலையில் கண் விழித்த போது எனது வலது கால் துண்டிக்கப்பட்டிருந்தது. கண்கள் பார்வையிழந்திருந்தன. செவி வழி எதுவுமே வந்து சேரவில்லை. பார்வையும், கேள்வியும் வருவதற்கு மாதங்கள் ஆகின.

கனேடியச் சமூகத்தில் பழங்குடியினருக்கெதிரான அடக்குமுறையிலிருந்து வெளியேறுதற்கு வாய்ப்பாகவே போரைத் தேர்ந்தெடுத்தேன். எம்மில் பலர் காலால் படையின் சமையல்காரர்களாகவே சேர்க்கப்பட்டோம். விமானப்படை, கடற்படை எம்மைச் சேர்க்கவில்லை. இராணுவத்திற்குள் நாம் இரண்டாந்தரமாகவே நடத்தப்பட்டோம். போர்க்களம் எங்களுக்குப் பலவற்றைக் கற்றுக்கொடுத்தது. எதிரியின் துப்பாக்கிக்கு வேற்றுமைகள் தெரிவதில்லை என்பதை எமது தளபதிகள் புரிந்துகொண்டார்கள். எமது படைகளுக்கு இழப்புகள் அதிகரித்தபோது எங்களில் பலர் படை வீரர்களாக மாற்றப்பட்டோம். காலால்படையிலும் பதவி உயர்வுக்குரிய தகுதி எமக்கு இருந்தும் தவிர்க்கப்பட்டோம்.

கனடா மீண்டபோது மீண்டும் போராடவேண்டியிருந்தது. நோமன்டியில் போராடியபோது நான் கனேடியன். கனடாவுக்கு மீண்டபோது நான் பழங்குடி. எமது உரிமைகளுக்காகப் போராட வேண்டியிருந்தது. வெள்ளை கனேடிய வீரர்களுக்கு வழங்கப் படும் சலுகைகள் எமக்குக் கிடைக்கவில்லை. பழங்குடி அடையாளத்தை நான் இழக்கவேண்டுமென்றார்கள். எனது அடையாளத்தை இழந்து சலுகைகளைப் பெற்றுக்கொள்ள

எனக்கு உடன்பாடில்லை. மானிட சுதந்திரம், விடுதலைக்காகப் போராடிய நாம் கனடாவில் எதிர்கொண்டதெல்லாம் இனவாதம். அதுவும் எமது நிலத்தில். எனது ஓய்திவூயத்திற்காக 21 ஆண்டுகள் போராடினேன்."

அவரது குரல் தளதளத்தது. சற்றுக்கு மௌனமாகவிருந்தார். கண்களைத் துடைத்தவாறு தொடர்ந்தார்.

"இந்தச் சந்திப்புகளில் இளையவர்களைச் சந்திக்கும்போது நான் கண் கலங்குவது வழமை. உங்களைப் போன்ற இளம் பருவம் எமக்கிருந்தது. அது இனிமையானது. எமது வாழ்வு எவ்வளவு எளிமையானது. இயற்கையோடு ஒட்டியது. எவ்வளவு புராணக்கதைகள். புராணக் கதை மாந்தர்கள். எல்லைகள் அற்ற இந்த இயற்கை உருண்டையை, இந்த அண்டத்தை ஏதோவொரு கதையால் தரிசிக்க முடிந்தது. மானிடத்தும், பிற உயிர்களிடத்தும் அன்புகாட்ட முடிந்தது. அதனால்தான் நாம் ஏமாற்றப்பட்டோமோ தெரியாது. எம்மில் பலருக்குப் போரின் வடுக்களைச் சுமக்க முடியவில்லை. மனவுளைச்சல். அதைப் போக்க ஆதரவோ, ஆதாரமோ இருக்கவில்லை. போருக்குள்ளால் வெளியேற முடியாத நிலை. போரின் பின்னரான வலி போரை விட வலியது. போருக்குப் பின்னாலும் காவவேண்டியுள்ளது. கனேடிய சமூகத்தால் நிராகரிக்கப்பட்டோர் ஆனோம். எம்மில் பலர் போதைகளுக்கு அடிமையானோம். தெருக்களில் கையேந்திக் கிடந்தோம். போரின் சாகசங்களை மட்டுமே கதைப்பது ஒரு சாராருக்கு உகந்தது. அதனால்தான் போரின் வடுக்களைச் சுமப்பவர்கள் எளிதாகக் கைவிடப்படுகிறார்கள்." அமைதியாய் இருந்தார் பீற்.

எல்லோரும் மௌனத்தில் உறைந்திருந்தோம். எம் கண்கள் கலங்கியிருந்தன. ஒரு குவளை நீரைக் கொண்டுபோய் அவரிடத்தில் கொடுத்தேன். அதை வாங்கி அருந்திவிட்டு வெற்றுப் பேளையை என்னிடம் நீட்டியவாறு "நன்றி ஜே" என்றார். "இந்தச் சங்க கட்டிடத்தின் பராமரிப்பாளராக ஆறு வருடங்களாக வேலைசெய்கிறேன். சங்க அங்கத்தினர்களான முன்னாள் போர்வீரர்கள் அனைவரையும் நன்கு அறிவேன். அவர்களில் பலர் விசேட தேவையுடையவர்கள். பலரும் நோமன்டி போரில் பங்குகொண்டவர்கள்தாம்."

பீற் தனது கோட் பையிலிருந்து தட்டை வடிவான இரண்டு அங்குல விட்டமுள்ள கல்லொன்றை வெளியில் எடுத்தார். அதைத் தனது உள்ளங்கைக்குள் வைத்து அனைவருக்கும் காண்பித்தார்.

"இது 'நனாபுஸ்'. இந்த நனாபுஸ்சைத்தான் எனக்குத் துணையாக கிராமத்திலிருந்து கொண்டு சென்றிருந்தேன். எனது

இதயத்திற்கு அருகில் இவன் எப்போதும் இருந்தான். அந்தக் கொடிய யுத்தத்துக்குள் எனது இதயம் கனக்கும்போதெல்லாம் இவன்தான் இதயத்தை இலகுவாக்கினான். வானில் புதிய நட்சத்திரங்கள் ஒவ்வொன்றாக அதிகரிக்கத் தொடங்கின. இனியும் அண்டத்தால் நட்சத்திரங்களைத் தாங்க முடியாது என்று அவன் அறிந்திருக்கவேண்டும். நனாபுஸ் போரைக் கொன்றான். போரைக் கொன்ற பொழுது எனது கால் போன கணமாய்க்கூட இருக்கலாம். நான் நட்சத்திரமாவதை அவன் தடுத்துவிட்டான்" என்றவாறு மெல்லிய புன்னகையை உதிர்த்தார் பீற்.

ooo

பதுங்கு குழியொன்றுக்குள்ளிருந்து பீற் சென்றுகொண்டிருந்த குழுவின் மீது தாக்குதல் தொடுக்கப்பட்டுக்கொண்டிருந்தது. அந்தக் குழியைக் கைப்பற்றினால் நகருக்குள் செல்லும் பாதை யொன்று திறக்கப்பட்டுவிடும். பதினாறு கனேடியப் படையினர் பதுங்குகுழிக்குள்ளிருந்து தாக்கும் ஜேர்மன் படையை எதிர் கொண்டார்கள். பீற்றும் சாமும் குழுவிலிருந்து பிரிந்து பதுங்குகுழியிருக்கும் இடத்துக்குப் பின்னால் செல்வதற்கான முயற்சியை எடுத்துக்கொண்டிருந்தார்கள். அவர்கள் பதுங்கித் தரையில் தவழத்தொடங்கினார்கள். அவர்களைக் காக்க மிகுதியினர் பதுங்குகுழி மீது தாக்குதல் தொடுத்தபடியிருந் தார்கள். பதுங்குகுழியை அண்மித்ததும். 'மில்ஸ்' கைக்குண்டு களைப் பதுங்குகுழிக்குள் எறியத்தொடங்கினார் பீற். பதுங்கு குழிக்குள்ளிருந்து மீள்தாக்குதல்கள் எதுவும் தொடுக்கப்பட வில்லை. சாமைப் பார்த்தார். அவன் அவரைத் தொடரவில்லை. நூறு அடி தொலைவில் அவனது கைகளை அசைத்தவாறு இருந்தான். மீளவும் அவன் இருக்குமிடத்திற்குச் செல்ல முடியாது. அதற்கு முன்னர் பதுங்கு குழியிலிருந்து தாக்குதல் தொடுக்க எவரும் இல்லை என்பதை உறுதிப்படுத்தியாகவேண்டும். பதுங்கு குழி பத்தடி தொலைவிலேயேயிருந்தது. ஆயினும் அதை அண்மிப்பதற்குக் கூடுதல் அவதானமும் பொறுமையும் தேவைப்பட்டது. பதுங்கு குழியிலிருந்து சிறு துளைக்குள்ளால் உள்ளிருப்போரை அவதானித்தார். ஒருவன் மட்டுமே உயிரோடு இருப்பது தெரிந்தது. அவனும் காயமடைந்திருந்தான். பதுங்கு குழிக்குள் இறங்கி

'கையை உயர்த்து' எனப் பலமாகக் கத்தினார்.

கைகளை உயர்த்தும் நிலையில் அவன் இருக்கவில்லை. அதற்குள் ஆறு சடலங்கள் இருந்தன. ஆயுதங்களை மெதுவாக அகற்றினார். அவர்களது பைகளை மெதுவாகத் திறந்து அதற்குள்ளிருக்கும் பொருட்களை மெதுவாக அகற்றினார். காயப்பட்டுக் கிடந்தவன் அவனது முகத்தால் தனது சட்டைப்

பையைக் காண்பித்தான். அவனது சட்டைப் பைக்குள்ளிருந்த முடிச்சை எடுத்துப் பிரித்தார். குளிசைகள். தனது வாயை ஆவென்று காட்டினான். அந்தக் குளிசையில் இரண்டையெடுத்து அவன் வாய்க்குள் இட்டுத் தண்ணீரை ஊற்றிவிட்டார் பீற். பதுங்குகுழிக்குள் கிடந்த துப்பாக்கிகளின் சன்னங்களை அகற்றி வெளியே எறிந்தார். ஜேர்மன் படைகள் சோர்வையையும், வலியையும் போக்க 'மெத்' என்ற போதை மருந்தைப் பாவிப்பதை பீற் அறிந்திருந்தார். சடலங்களின் உடைப் பைகளைத் துலாவி 'மெத்' குளிசைகளை எடுத்தார். வெளியில் நின்று "இந்த இடம் இப்போ பாதுகாப்பானது" எனக் கத்தினார்.

ஆயினும் அவரது குழுவிலிருந்து எவரும் வெளிவருவதாகத் தெரியவில்லை. சாமின் கை மட்டும் சைகை செய்தபடியிருந்தது. சாமுக்கு வயிற்றில் சன்னம் பாய்ந்து வயிறு கிழிந்திருந்தது. அவன் குடலை அமுக்கிப் பிடித்திருந்தான். பீற் உடைகளைக் கிழித்து அவன் வயிற்றுக்குக் கட்டுப்போட்டார். அவனைப் பதுங்கு குழிக்கு இழுத்து வந்து சேர்த்தார். வெடிச்சத்தங்கள் தொடர்ந்த வண்ணமே இருந்தன. சாம் காயத்தில் முனகிக்கொண்டிருந்தான். அவனைவிட்டு விலகமுடியாத நிலையில் பீற் இருந்தார். அவனது காயங்கள் அவனைக் கொன்றுவிடும். அதுவரையில் அவனுக்கு ஆதரவாக இருப்பதற்கு முடிவெடுத்திருந்தார். அவன் ஒருவன்தான் அவரது குழுவில் எஞ்சியிருப்பவன். 'மெத்' குளிசையை எடுத்து சாமின் வாய்க்குள் திணித்தார். தானும் ஒன்றை போட்டுக்கொண்டார். வலியைத் துறக்கக்கூடிய மென் உணர்வொன்று அவருக்குள் மெல்லக் குடிகொண்டது. குழிக்குள் ளிருந்த பிணங்களைப் பார்த்தார். ஜேர்மன்காரனின் ஒற்றைக் கண் திறந்தபடியிருந்தது. அவனும் அனுங்கிக்கொண்டிருந்தான். சாமை அரவணைத்து வைத்திருந்தார். சாம் வலியைத் துறந்திருந்தான். அவனது அலறல் அனுக்கமானது. தாயை அழைத்தவாறு இருந்தான். பீற் அவனைத் தடவியபடியிருந்தார்.

இரவு கூடியிருந்தது. பிய்ந்திருந்த குழியின் கூரைக் குள்ளால் ஒளிரும் நட்சத்திரங்கள் தெரியத் தொடங்கின. நோமன்டியின் வானம் அவருக்காய் விரியத்தொடங்கியது. போர்ச் சன்னதத்திலிருந்து அவர் மீளத் தொடங்கியிருந்தார். பதுங்கு குழி அவரது உடைகளைப் பற்றி இழுப்பதாய் உணரத் தொடங்கினார். உடைகளைக் களைந்தார். அம்மணமாய் வெளியே வந்தார். ஆங்காங்கே ஏதேதோ பற்றி எரிந்தவண்ண மிருந்தன. அவர் பாதங்களில் தடக்குப்பட்ட பிணங்களைக் கடந்தவாறு நடந்தார்.

தீ நடனமாடுவதைப் பார்த்தார். அதன் கரங்கள் அண்டம் நோக்கி நீண்டு அபிநயித்துக்கொண்டிருந்தன. அதை நோக்கி

நடந்தார். அகவல் ஒலி வெளியில் அதிர்ந்தது. வானைப் பார்த்தார். நாலு சுளகு நீளத்தில் சிறகுகளை அகல விரித்தபடி கழுகொன்று சுற்றியது. படைத்தவனின் வருகையை அது உணர்த்திற்று. பறையை வாசித்தபடி அண்டத்திலிருந்து நனாபுஸ் இறங்கி வந்தான். அவன் தாளத்தின் அதிர்வுப் பிடிக்குள் அண்டம் கட்டுண்டது. தாளத்திற்கு இசைவாய்க் கழுகின் அகவல் ஒலி எழுந்தது. பீற்றின் பாதங்கள் அவன் தாளத்தின் நடை கொண்டன. அது தீயின் நடை. பீற் ஆடத்தொடங்கினார். வானின் நட்சத்திரங்கள் ஒவ்வொன்றாக வந்திறங்கியபடியிருந்தன. ஆயிரமாயிரம்.

"தோழர்கள் ஆடுங்கள் தோழர்களே ஆடுங்கள்!!" பீற் அழைத்தவாறு இருந்தார்.

அண்டம் விட்டிறங்கி நட்சத்திரங்கள் தீயை மையம் கொண்டு ஆட ஆரம்பித்தன. தீயின் களி நடனத்துள் அனைவரும் ஈர்க்கப்பட்டார்கள். அந்த ஈர்ப்பில் தொலைந்த கணங்கள் அவர்களுக்காய் மீண்டன.

"வாழ்வைப் பாடுங்கள் வாழ்வைப் பாடுங்கள்" எனத் தோழர்கள் கூச்சலிட்டார்கள்.

வாழ்வின் பாடலை நனாபுஸ் பாடத் தொடங்கினான். தோழர்களின் தொலைந்த காலங்கள் மேலும் மேலும் சேர்ந்த வண்ணமிருந்தன. அவற்றின் வண்ணங்கள் ஒளிர்ந்தும், தெறித்தும், மின்னியும் தீயைச் சுற்றின. பாதங்களின் உதைப்பிலிருந்து துகள்கள் பிறந்து நட்சத்திரப் புகாராய் தீயின் மையத்தைச் சுற்றத் தொடங்கிற்று. பேரண்டம் உருக்கொண்டது.

"இதோ வாழ்வு என்னும் புது உலகு" என்று பேரண்டத்தில் சிறு புள்ளியைக் காண்பித்தான் நனாபுஸ். அதை வாழ்த்திப் பாடி ஆடியபடியே புது உலகு நோக்கிப் போனார்கள் தோழர்கள்.

பீற்றின் தொண்டை கட்டத் தொடங்கிற்று. கால்கள் தாளத்திலிருந்து இடறின. தீ மெல்லென சுருங்கத் தொடங்கிற்று. நட்சத்திரங்கள் வானில் மீண்டும் உலவத் தொடங்கின. பீற் பிணங்களோடு தீயின் அண்டை வீழ்ந்து கிடந்தார். துப்பாக்கி ஓசைகளும், குண்டுச் சத்தங்களும் கேட்டவண்ணம் இருந்தன. அசதி கலைந்து எழுந்தார். தான் எங்கிருக்கிறோம் என்பதை நினைவுக்குக் கொண்டுவந்தார். தீயின் ஒளியில் தெரிந்த பிணங்களின் முகங்களைத் தடவினார். தோழர்கள். வலியில் கத்தினார். சாமின் நினைவு மீண்டது. பதுங்கு குழிக்குள் வந்தார். எவரும் உயிருடன் இல்லை.

"நண்பா மன்னித்துவிடு. நாங்கள் எல்லோரும் தோற்றவர்கள் தான்"

அவனைக் கண்டீர்களா?

உடைகளை அணிந்தார். சாமைப் பதுங்கு குழியால் வெளியே கொணர்ந்து அருகிலிருந்த கட்டிடமொன்றில் கிடத்தினார். வெளியில் வந்து ஏனைய தோழர்களின் உடல்களையும் கட்டிடத்துக்குள் கொண்டுவந்து சேர்த்தார். மனம் களைக்கத் தொடங்கியது. தோழர்களின் பிணங்களிடை குந்தி வானை வெறித்துப் பார்த்தபடியிருந்தார். 'மெத்' குளிசையொன்றை கையில் எடுத்தார்.

"நனாபுஸ்! இந்த இரத்த சகதிக்குள்ளிருந்து என்னை வெளியே எடுத்துவிடு" என்று கத்தினார்.

மெத் குளிசை அவர் தொண்டைக்குள்ளால் இறங்கத் தொடங்கியது. இன்னம் சிறிது நேரத்தில் வானில் கழுகு தோன்றி படைத்தவனின் செய்தியொன்றை பீற்றுக்கு கூறக்கூடும்.

○○○

பீற் விசேட நாட்களைத் தவிர்க்கத் தொடங்கியிருந்தார். அவ்வாறு அவர் சமூகமளித்தாலும் பதக்கங்களை இப்போது அணிவதை நிறுத்தியிருந்தார். பழங்குடியினர் விசேட நாட்களில் அணியும் கழுகு இறகுகள் கொண்ட தலை அணி, தோல் மேலாடைகள், தோல் பாதணிகள், மணிகளைக்கொண்ட அணிகலன்களை அணிந்து அவர் வரத்தொடங்கியிருந்தார். ஆரம்பத்தில் சில எதிர்ப்புகள் கிளம்பியிருந்தன. பீற் அவற்றையெல்லாம் கடக்கும் வல்லமை கொண்டவர். தோழர்களுக்குச் செலுத்தும் அன்பும், மரியாதையுமே அவரை அங்கு வரவழைக்கிறது. முதுமையின் அனுபவ அறிவால் செப்பனிடப்பட்ட ஆன்மாவாக அவர் உருக்கொண்டிருந்தார். சூழலை ஆட்கொள்ளக்கூடிய பிரசன்னம் அவரிடமிருந்தது. அவரின் கதை சொல்லும் ஆற்றல் யாவரையும் ஒற்றி இழுக்கக்கூடியது. பழங்குடியினரின் கதை சொல்லும் பாங்கு, மரபின் தொடர்ச்சி அவரிடமிருந்தது.அவரால் கதைமாந்தர்களாய் மாறிவிட முடிகிறது. கதைகளைப் புனைய முடிகிறது. சிறுவர்களுக்கு இவரின் கதைகள் பிடித்துப் போகிறது. போரை அவர் மறக்க விரும்புகிறார். குழந்தைகளிடத்துப் பேசுவது அவருக்குப் பிடித்தமானதாகவிருக்கிறது. அது போரின் வலிகளை ஆற்றி விடுகிறது. பழங்குடியினரின் புராணக் கதைகளைக் கேட்க குழந்தைகள் பெரியவர்கள் எல்லோரும் கூடுகிறார்கள். குழந்தைகளுக்குக் கதை கூறுவதற்காகப் பாடசாலைகள், நூலகங்களுக்கும் அழைக்கப்படுகிறார். அவருடன் புராணக் கதை நாயகர்களின் பொம்மைகளும் வந்துவிடுகின்றன. "நனாபுஸ்" இன் கதைகளைக் கூறும்போது அவர் நனாபுஸ்சாகவே மாறி விடுகிறார். அப்போது தந்திரத்தால் சிறார்களுக்குப் பரிசுகளை

வரவழைத்துக் கொடுக்கிறார். போரின் குரூரங்களை விட குழந்தைகளின் புன்னகை அவருக்குப் பிடித்திருக்கிறது. இப்போது அவர் சங்கத்திற்கு வருவதைக் குறைத்திருந்தார். ஆனாலும் அவருக்காக 'குழந்தைகள் கதைநேரம்' சங்க மண்டபத்தில் ஒழுங்கப்படுத்தப்பட்டிருந்தது. இப்போது அவரது இடது கால் தனது சக்தியை இழந்திருக்கிறது. அவரின் இடது காலின் வலியால் இயந்திர நாற்காலியில்தான் வந்து போகிறார். ஒவ்வொரு கிழமையும் குழந்தைகளுக்காகத் தன்னைத் தயார்ப் படுத்துகிறார். அவரது கதைகள் எல்லோரையும் கட்டிப்போடும் வல்லமை கொண்டவை. அவர் வந்ததுமே 'நனாபுஸ்' எனக் குழந்தைகள் சந்தோசத்தில் ஆர்ப்பரிக்கின்றனர். அந்த ஆர்ப்பரிப்பு அவரது காலுக்கு வலுவைக் கொடுக்கிறது.

"நனாபுஸ் உங்களுக்கு ஏன் ஒரு கால் இல்லை" என ஒரு குழந்தை கேட்டது.

சிறிது நேரம் மௌனித்திருந்தார். தனது இருக்கையிலிருந்து ஒற்றைக் காலில் எழுந்து நின்றார். அவரது வலது கையில் "நனாபுஸ்" இன் கோல் இருந்தது. கைகளை வானம் நோக்கி விரித்து அண்ணார்ந்து வானத்தைப் பார்த்தார். ஓநாய் போன்று ஊளையிட்டார். பின்னர் குழந்தைகளை நோக்கி "நனாபுஸ் உங்களிடம் ஒரு கேள்வி கேட்கப் போகிறார்" என்றார்.

"எந்த விலங்கு இப்படியாகக் கத்தும்"

எல்லாக் குழந்தைகளும் தங்கள் கைகளை உயர்த்தினர்.

"எல்லோருக்கும் விடை தெரிந்திருக்கிறது அருமை. சரி எல்லோருமே சொல்லுங்கள்"

"ஓநாய்" என்றார்கள் எல்லோரும்.

"என்ன சொல்லுகிறீர்கள் நனாபுஸ்சுக்குக் கேட்கவே யில்லை. எங்கே உரக்கக் கூறுங்கள்"

அனைத்துக் குழந்தைகளும் ஒற்றைக் குரலில் "ஓநாய்" என்று பலம் கொண்டு கத்தினார்கள். மண்டபத்துள் எதிரொலித்தது அவர்களது குரல்.

"ஆமாம் ஓநாய்தான். ஓநாய் மிகுந்த களைப்புடன் என்னிடம் வந்தது. நீண்ட நாட்களாக நீர் இன்றி வந்திருக்கிறது. என்னிடம் நீர் வாங்கிப் பருகியது. களைப்பு அடங்கியவுடன் ஓநாய் பேசத்தொடங்கியது."

"நனாபுஸ், நாங்கள் ஏமாற்றப்பட்டுவிட்டோம். நீர்ப்பூதம் மீண்டும் வந்துவிட்டது. அதனது மாயக் கதைகளால் பீவர்களும், மாஸ்கிஎலிகளும் ஏமாற்றப்பட்டுவிட்டன. தண்ணீரில்

வாழ்பவர்களும், ஈருடக உயிர்களுமே மேலானவர்கள் என்றும் படைப்புகளில் நீர்தான் முதலில் படைக்கப்பட்டதாயும், அங்கே உயிர்கள் முதலில் தோன்றியதாயும் தாமே முதன்மை யானவர்கள் என்றும் நீர்ப்பூதம் கூறுகிறது. பீவர்களும், மாஸ்கிஎலிகளும், ஆமைகளும், லூன் பறவைகளும் அவனது கூற்றுக்கு மயங்கி அங்கே சென்றுவிட்டனர். அவனது கட்டளை ஏற்று எமக்கு நீர் கொண்டு வரும் ஆற்றை அணையிட்டு மறித்து விட்டார்கள்.இப்போ நீர் இல்லை. நாங்கள் கொல்லப்பட்டு விடுவோம். நீங்கள் தான் எம்மைக் காப்பாற்றவேண்டும் நனாபுஸ்" என ஓநாயாகப் பேசி முடித்தார் பீற். பின்னர் நனாபுஸ்சாக மாறினார்.

"ஓநாயாரே நீங்கள் இளைப்பாறுங்கள். என்னைச் சற்று யோசிக்க விடுங்கள். இவ்வுலகு எல்லோருக்குமானது. பெரியோர் சிறியோர் என்று ஏதுமில்லை. இயற்கையின் துடிப்பு எங்கெல் லாம் உண்டோ அவை அனைத்தும் சமானம். ஒன்றுடன் ஒன்று கலந்ததுதான் வாழ்வு" தனது கைத்தடியை ஊன்டியவாறு ஒற்றைக் காலால் நடந்து திரிந்தார் பீற். தனது ஜிப்வே மொழியில் வானம் நோக்கிக் கதைத்தார்.

"நான் கழுகோடு கதைத்தேன். அது எனது செய்தியைப் படைத்தவனுக்கும் முன்னோர்களுக்கும் எடுத்துச் செல்லும். அவர்களின் செய்தியை எனக்கு எடுத்து வரும். அவர்கள் செய்தி தான் என்னை வழிநடத்துகிறது. ஓநாய்களை அழைத்துக் கொண்டு நீர்ப்பூதத்தைச் சந்திக்கச் சென்றேன். நீர்ப்பூதம் பல சக்திகள் கொண்டது. பெரும் அலையாக எழும்பி அனைத்தையும் தூக்கியெறியும் பலம் கொண்டது. பெரும் சுழியாக எல்லா வற்றையும் வளைத்துத் தன்னுள் இழுத்துக்கொள்ளும் வல்லமை கொண்டது. அந்தப் பூதத்திற்கு ஒற்றைக் காலேயிருந்தது. செல்லும் வழியெல்லாம் நீர் இன்றி உயிர்கள் காய்ந்தும், களைத்தும், மடிந்தும் இருந்தன. நீர்ப்பூதம் கட்டிய அணைக்கு முன்னால் 'நனாபுஸ்' போய் நின்றேன். எனது நா காய்ந்து போயிருந்தது. குடவைக்குள் கொண்டுவந்த நீர் அனைத்தும் தீர்ந்திருந்தது. நீர்ப்பூதத்தை அழைப்பதற்கு நாவுக்கு வலுவில்லாமல் இருந்தது. எனினும் எனது பலம்கொண்டு அதை அழைத்தேன். அது சிரித்தவாறு வந்தது."

'எனது பலம் உனக்குப் புரிகிறதா.? சண்டை போடுவதற்கு உன்னாலும் உன் தோழர்களாலும் முடியாது என்பது எனக்குத் தெரியும்.' என்றது பூதம்.

'நான் சண்டையிடுவதற்கு வரவில்லை. எனது தோழர்களை மயக்கி அடிமையாக்கி வைத்திருக்கிறாய்.

அவர்களோடு நான் போராட முடியாது. அணையைத் திறந்து விடு, தோழர்களையும் விடுவித்து விடு.'

நான் சொன்னவுடன் பெரிய அலையொன்று வந்து எனது முகத்தில் அறைந்து என்னைத் தூக்கி தூரே வீசியது. என்னுடன் வந்த தோழர்களையும் அவ்வாறே செய்தது. அந்த அலை தோழர்களை திசை மாற்றிவிட்டது. நான் உடனே எழுந்து நின்றேன். எனது முன்னோர் கற்றுத்தந்த மந்திரத்தை முணுமுணுத்தேன். சற்றுக்கெல்லாம் என் கால்கள் வளர்ந்தன. பூதத்தின் உயரத்தை மீறி நான் வளர்ந்து நின்றேன். எனது கைகள் நீண்டன. எனது உடல் பருத்தது. பூதத்தின் அச்சம் அதன் கண்களில் தெரிந்தது.

'பூதமே இப்போது சொல். சண்டைக்கு நீ தயார். நீ மாயம் அறிந்தவன். ஏய்க்கத் தெரிந்தவன். எனது தோழர்களை எனக்கு எதிராக ஏவிவிட்டுப் பலிவாங்குவாய். உனது மாயத்தால் அவர்கள் தோழமை இழந்து நிற்கிறார்கள். உனது மாயச் சேட்டைகளுக்குள் நான் இறங்கப்போவதில்லை. உனக்கு என்ன வேண்டும் என்பதைக் கேள். அதை நான் தருகிறேன். அணையை எடுத்துவிடு. என் தோழர்களை விடுவித்துவிடு' என்று நான் கேட்டேன்.

'தனக்கும் இரண்டு கால்கள் இருந்தால் நனாபுஸ் போன்று பல மாயங்கள் செய்ய முடியும்.' என்று எண்ணியபடி பூதம் சொன்னது

'உனது கால்களில் ஒன்றை எனக்குத் தா நான் அணையை உடைத்துவிடுகிறேன். உனது தோழர்களையும் தந்துவிடுகிறேன்.'

நான் சம்மதித்தேன்.

ஆனாலும் அதனிடம் சத்தியத்தை வேண்டினேன்.

'உயிர்களிடத்து வேற்றுமைகளை, ஏற்றத்தாழ்வுகளை தூண்டிவிட மாட்டேன் என்று சத்தியம் தா. போர்களை மூட்டமாட்டேன் என்று சத்தியம் தா' என்று கேட்டுக் கொண்டேன். 'சத்தியம்' என்றுவிட்டுப் பாய்ந்து எனது வலது காலைப் பிய்த்தெடுத்துக்கொண்டு 'நான் சத்தியத்தை மீறாதவன் அல்லன்" என்று மாயமாய் மறைந்துபோனது.

அணை திறக்கப்பட்டது. எல்லோருக்கும் நீர் கிடைத்தது. தோழர்கள் மீண்டார்கள் தோழமை பிறந்தது. சமாதானமாக வும், அன்புடனும் மீளவும் வாழப் பழகிக்கொண்டார்கள். இந்த உலகில் போர் இல்லாமல் சமாதானமாய் வாழ்வதற்காகவே நனாபுஸ் தனது காலை இழந்தார்.'

அவனைக் கண்டீர்களா?

என்று சொல்லி முடித்தபோது குழந்தைகள் அவரது ஒற்றைக் காலைப் பார்த்தவாறு இருந்தார்கள். சிறு கண அமைதியின் பின்னர் அங்கிருந்த பெரியோர்கள் தங்கள் கைகளைத் தட்டிக்கொண்டேயிருந்தார்கள். அவரது ஒற்றைக் காலில் வலியேறியிருந்தது. கைத்தடியை அருகே வைத்துவிட்டு இருக்கையில் அமர்ந்தார். ஒரு சிறுமி கையை உயர்த்தியவாறே இருந்தாள். அவளின் தாய் கையைக் கீழேவிடும்படி சைகை காட்டியவாறு நின்றார். பீற் அதை அவதானித்துவிட்டுக் குழந்தையை அருகில் அழைத்து

"என்ன குழந்தாய்" என்றார்

"நனாபுஸ்! எனது அம்மா, அப்பா, தம்பி, நான் எல்லோரும் போரிலிருந்து தப்பி இங்கு வந்தோம். எனது தோழர், உறவினர் பலர் போரில் இறந்துபோனார்கள். இப்போதும் போர் நடக்கிறது.

நனாபுஸ்!அந்தப் போரை உங்களால் நிறுத்த முடியுமா?"

அண்மையில் அகதியாக வந்த குழந்தையின் அந்தக் கேள்வி அவரை நிலைகுலைய வைத்தது. நாம் எப்போதுமே குழந்தைகளிடம் தோற்றுவிடுகிறோம். மண்டபம் அமைதியுள் அமிழ்ந்துபோய் இருந்தது. மானிடத்தின் மனசாட்சியை உலுப்பியபடி சிறுமியின் கேள்வி அங்கு தரித்திருந்தது.அவர் அந்தக் குழந்தையைத் தூக்கித் தனது மடியில் அமர்த்தினார். அவளை அணைத்தவாறு சற்று நேரம் இருந்தார். இந்தக் குழந்தைகளுக்காகத்தானே போராடினோம். இன்னுமொரு குழந்தை கையை உயர்த்தி

"நனாபுஸ் நான் ஒன்றை உங்களுக்குச் சொல்லலாமா?"

குழந்தைகளிடம் கேள்விக்குக் குறைவில்லை என்பதை அவர் அறிவார். நம்மிடம்தான் பதில்கள் இருப்பதில்லை. அதற்குப் பதிலாக ஒவ்வொரு கதையைப் படைக்கவேண்டியிருக்கிறது. அப்படிப் பதில் இருந்தாலும் அதன் பொய்மை அவர்களைத் துருத்திக்கொண்டேயிருக்கும். அது இன்னுமொரு கேள்வியை எழுப்பும்.

"என்ன கேள்வி என்ன சொல்லப் போகிறீர்கள்" என்றார் பீற்.

"நீர்ப்பூதத்திற்கு உங்கள் காலைக் கொடுத்திருக்கக் கூடாது. சாமியின் ஊரில் போய் அது போர் செய்கிறது" என்றாள் சிறுமி.

பூதத்தை உயிர்ப்புடன் வைத்திருப்பது சங்கடமென்பதை பீற் அறிவார். அவர்களின் அறம் அது. அறம் பிழைத்தோருக்கு இவ்வுலகு இல்லையென்று அந்தக் குழந்தை மனம் கூறுகிறது.

அவர்கள் போரை வெறுக்கிறார்கள். அதனால்தான் நீர்ப்பூதத்தை வெறுக்கிறார்கள். பூதம் இல்லாவிட்டால் சாமியின் தோழர்கள் கொல்லப்பட்டிருக்க மாட்டார்கள் இல்லையா? பீற் தொடர்ந்தார்.

"எனது காலைப் பிடுங்கிய பூதம் எனக்குத் தந்த சத்தியத்தை மீறிவிட்டது. அது மீண்டும் நீரைத் தடுத்து வறட்சியை ஏற்படுத்தியது. பூதத்திடமிருந்து தப்பியவர்களுக்கு அடைக்கலம் தருவதற்கு சில விலங்குகள் மறுத்தன. அந்த விலங்குகளின் மனங்களைப் பூதம் மாற்றியிருந்தது. அடைக்கலம் கொடுக்கும் விலங்குகளோடு மற்றைய விலங்குகள் முரண்பட்டன. பூதம் விலங்குகளிடையே பிரிவினையைத் தூவிவிட்டது.

'ஆபத்திலிருப்போருக்கு அடைக்கலம் தருவது எல்லோரினதும் பொறுப்பு. அது எங்கள் மரபு' என்று நான் சொல்லிப் பார்த்தேன். பூதத்தின் மாயசக்தி வன்மத்தை அவர்கள் மனதுக்குள் ஊட்டிவிட்டிருந்தது. பூதத்திடமிருந்து தப்பிய பலர் ஆதரவில்லாமல் கடும் துன்பங்களை அனுபவிக்கத் தொடங்கினர். நான் பூதத்திடம் போனேன். பூதம் நீரை ஏவி விட்டது. நீரின் அலைகள் வானை நோக்கி நீண்டன. சூரியனை மூடி இருளை உண்டாக்கிற்று. அலைகள் என்னை வளைத்துப் பிடித்து சுழிக்குள் முக்கிவிட்டன. சுழி என்னை இழுத்துச் சென்றது. அது ஏழு அண்ட ஆழம். இருளின் இருள். மூச்செடுக்க முடியாது தடுமாறி நீரின் சுழிக்குள் சுழன்றேன். எனது ஒற்றைக் காலால் நீந்த முடியாமல் திண்டாடினேன். ஒளியின் கீற்றை அறிவதற்கு முடியவில்லை. அப்போது ஆமை உதவிக்கு வந்தது.

"நனாபுஸ் என் முதுகில் ஏறுங்கள்" என்றவாறு என்னருகே வந்தது.

முதுகில் ஏறி ஆமையாரை இறுகப் பற்றிக்கொண்டேன். சுழியை வெல்லும் வல்லமை ஆமைக்கு இருந்தது. ஒளியின் திசையை அது அறிந்துகொண்டது. ஏழு அண்ட ஆழத்தை சொற்ப நேரத்துள் கடந்து என்னை மேலே கொண்டுவந்தது. ஆமை உலகத்தை தாங்கும் சக்தி கொண்டது. அதன் முதுகு எனக்கு உரத்தைத் தந்தது. சக்திகளை ஒன்று திரட்டி பூதத்தின் மேல் காற்றை ஏவிவிட்டேன். காற்று சுழன்று ஒரு குழல் கூம்பாய் மாறி வேகம்கொண்டு சுற்றியது. நீரைத் தூக்கி வீசியது. சுழிகளைப் பொருதவிட்டது. சுழிகள் அழிந்து போயின. நீரைத் தூக்கி வீசி பூதத்திற்கு அண்மையாகச் சென்று அதைப் பிடித்துச் சுற்றியது. ஆனாலும் காற்றின் பிடியிலிருந்து பூதம் விலகியது. மின்னலை அதன் மீது ஏவிவிட்டேன். மின்னலை அது ஏய்த்தது. தீயை ஏவிவிட்டேன். நீரை அது சுட்டது. வெப்பத்தில் நிலை மாறியது நீர். வெம்மை தாங்க முடியாமல் அதுவொரு

மரப்பொந்தில் ஒளிந்துகொண்டது. மரப்பொந்தில் புகுந்து பூதத்தை கருக்கத் தொடங்கிற்று. அதனால் தீயிலிருந்து மீள முடியவில்லை.

'என்னை மன்னியுங்கள். வன்மத்தையும், போரையும் உருவாக்கியதற்கு மன்னிப்புக் கோருகிறேன்' என்றது பூதம்.

ஆயினும் தீ நம்பவில்லை. பொய்மை தீயை தீவிரப் படுத்தியது. அது பொய்மையைக் கருக்கத் தொடங்கியது. பூதம் கருகியபடி அலையத் தொடங்கியது. பூதத்திடமிருந்து நீர் மீண்டது. பூதம் சாம்பலாகியது. காற்று சாம்பலைத் தாங்கி நிலமெங்கும் தூவி விட்டது. அதிலிருந்து பழச் செடிகள், பழக் கொடிகள், பழ மரங்கள் முளைத்தன. அதன் கனிகள் அன்பால் நிறைந்து சுவைத்தன. கனிகளை அனைவரும் உண்டார்கள். அன்புடையோர் ஆனார்கள்.எல்லோரையும் ஆதரித்து வாழ்ந்தார்கள்."

என்றவாறு அந்தக் குழந்தையின் உச்சியைமுகர்ந்து முத்தமிட்டு அவளை மடியிலிருந்து இறக்கிவிட்டார்.எல்லாக் குழந்தைகளின் கைகளிலும் திராட்சையும், ஸ்ரோபெரியும் இருந்தது. குழந்தைகள் நனாபுஸ்சை அணைத்து அன்பை வெளிப்படுத்தி

'அடுத்த வாரம் சந்திப்போம்' என்று நகர்ந்தார்கள்.

கதைக்காகக் கொண்டுவந்த பொருட்களைப் பெட்டிக்குள் திரும்பவும் அடுக்கிப் பக்குவப்படுத்தினேன். நானும் பூதங்களிட மிருந்து தப்பியவன் என்பதை பீற் அறிவார்.

"பீற்! நனாபுஸ் ஒரு மாயக்காரன். அவனால்தான் இப்படியான கதைகளைப் புனைய முடிகிறது." என்றேன்.

"குழந்தைகளின் கேள்விகளுக்கு எங்களிடம் பதில் இருப்ப தில்லை. அவர்கள் எமது குழந்தைகள் என்பதால் அவர்களது கேள்விகளை அக்கறையோடு அணுகுவதில்லை அசட்டை செய்கிறோம். அவர்களது மனது புதிது. அவர்களது வெளி புதிது. அதில் எல்லா மாயங்களுக்கும் இடமிருக்கிறது. அவர்களது கற்பனை புதிது. அதனால்தான் மாற்றங்களை எதிர்கொள்ள முடிகிறது. அவர்களது கேள்விகளுக்குப் பதில் கதைகள்தான். அவர்கள் வளர்ந்த பின் இந்தக் கதைகளை மறக்கக்கூடும். ஆனாலும் கதையின் அறம் அவர்களைத் தொடரும் அல்லவா."

பீற்றை கடந்த 30 வருடங்களாக அறிந்திருக்கிறேன். பல முன்னாள் இராணுவத்தினர் தற்போது உயிரோடு இல்லை. அவர் தற்போது 90 வயதைத் தாண்டிவிட்டார். அவரை உற்றுப் பார்த்தேன். பீற் என்ற அந்தப் போர் வீரனை நான் எங்கும்

காணவில்லை. அவரது மனமும் உடலும் சோர்வடையாமலே இருக்கின்றன. முதிர்ந்த ஆன்மாவுக்கு உண்டான வார்த்தைச் சுருக்கமும், வார்த்தையின் ஆழமும் அவருடன் கூடி நிற்கிறது. கவிதை என்றும் சொல்லலாம்.

“ஜே! நனாபுஸ்சால் போரைக் கொல்ல முடியாதல்லவா?” என்றவாறு என்னைப் பார்த்தார்.

பீற்றைப் பார்த்தேன். முதுமையின் சுருக்கத்துக்குள் ஒளிந்திருக்கும் அவரது கண்களின் வீச்சு மின்னல் வெட்டின் கூர்மையைக் கொண்டிருக்கும். இன்று முகில் மூடிய வானத்தின் இருண்மையைக் கண்கள் காட்டின. குழந்தையின் கேள்வி அவரைக் குடைந்தபடியே இருக்கிறது. உள்ளங்கைக்குள் கிடந்த வட்டக்கல்லில் பொழியப்பட்டிருந்த நனாபுஸ்சைத் தடவியவாறு இருந்தார் பீற்.

“எந்தக் கதைகளும் குழந்தையின் கேள்விக்குப் பதில் கொடுக்கப் போவதில்லை என்பதை நீங்கள் அறிவீர்கள்.” என்றேன்.

“நம்பிக்கையைக் கொல்ல முடியாது அல்லவா?” என்று என்னைப் பார்த்துவிட்டு நனாபுஸ்சைத் தடவியவாறு இருந்தார் மிகசீ (கழுகு) என்கிற பீற்.

○○○

நனாபுஸ் கோட்டோவியத்திலிருந்து கண்களை விலக்கிப் பாறையின் நெடுகே அண்டையாக கனு வள்ளத்தை வலிக்கத் தொடங்கினேன். மிசனோபாறையில் பொழியப்பட்டிருந்த வோல்ட் விற்மனின் கவிதை வரிகள் கண்களுக்கு எட்டியது.

“இந்தப் பாறையில்
பிணைந்தும் இணைந்தும் கிடக்கிறது
எனது காலடி
இன்மை பற்றிய உங்கள் எண்ணங்களுக்காக
என்னால் சிரிக்கத்தான் முடிகிறது
காலம்
அதன் அதிர்வை நான் நன்கே அறிவேன்.”

My foothold is Tenon'd and mortised in granite
I laugh at what you call dissolution
And I know the amplitude of time
-Walt Whitman

லூன் பறவையின் கூவல் எதிரொலி மிசனோ பாறையின் உயிர்ப்பைக் கூறியபடியிருந்தது.

யூன், 2020.

சவம் எழுந்த கதை

தை மாதம், ஸ்ரீ மன்மத வருசம் கலியுகம் 5116 பூரட்டாதி நட்சத்திரமும் வரியான யோகமும் கூடிய சுப வேளை பிற்பகல் 4:15 மணிக்கு இந்தக் கதையை மீள எழுதத் தொடங்குவதாகக் கொள்வோம்.

அப்படியொன்றுமில்லை. எனது நீண்டநாள் நண்பன் யோகனைச் சந்திக்க கனடாவிலிருந்து ஜேர்மனி வந்திருக்கிறேன். அவனுடன் இரவு முழுவதும் இருந்ததினால் நானும் அரை சாத்திரியாக மாறிவிட்டேன். நாள் நட்சத்திரம் பார்க்காமல் கதையை எழுத முற்பட்டபோது ஒரு துண்டோடு நின்று போனது. அதற்கான காரணம் மரணயோகத்தில் கதையை எழுத முற்பட்டதாக இருக்கலாம். ஒரு துண்டைக் கதையாக்கக்கூடிய கூட்டம் என்னைச் சுற்றி இல்லாததும் இன்னொரு காரணமாக இருக்கலாம். இன்னும் பல காரணங்கள் இருக்கக்கூடும். பேனையை எடுத்த கிரக நிலை, முதல் எழுத்துப் பதிந்த கிரகநிலை போன்றவற்றை வைத்துக் கணித்தால் நிட்சயமாகப் பல காரணங்கள் முன்னிற்கும். நானும் நீங்களும் ஒரே கிரகத்தில் இருப்பதால் மட்டும் இந்தக் கதையை வாசிக்க முடியாது. ஏழரையின் முதல் கூறில் உள்ளவர்களும் கடைக்கூறில் உள்ளவர்களும் மட்டுமே இந்தக் கதையை வாசிக்கும் பாக்கியம் உண்டாகலாம்.

வியாழ மாற்றம் உங்களுக்கு எப்படி? நல்ல கதையை வாசிக்கும் பாக்கியம் உண்டா?

குரு எந்த இடத்தில் உள்ளார். . ?

இராகு காலத்தில் வீட்டுக்குள்ள வரக்கூடாது என்று யோகன் கட்டளையிட்டான். அவன் இருக்கும் இடத்துக்கு இராகு காலத்தில் புகையிரதம் போய் நின்றது. இராகு காலத்திலும் ஜேர்மனியில் புகையிரதம் ஓடுவது ஆச்சரியமானதுதான்.

'மச்சான் வந்திட்டன்' அவனுக்குத் தொலைபேசியில் அழைத்தேன்.

'மச்சான் குறை நினைக்காதே இப்ப இராகு காலம் வீட்டுக்குள்ள விடமாட்டன். ஐஞ்சு மணிக்குப் பிறகு வா' என்று பதிலளித்தான்.

ஒரு மணிநேரமும் சொச்சத்தையும் அருகிலிருந்த 'பாரில்' கழிக்கலாம் என்று அதற்குள் நுழைந்தேன். மரணயோகம், இராகு காலத்திலும் ஜேர்மன் 'பியர்' நுரைத்தபடியே இருந்தது. அருகிலிருந்தவன் சரையொன்றை விரித்தான். அவனுடன் வெளியே சென்றேன். சிவயோகம் எட்டும்வரையும் புகைத்த படியே இருந்தேன்.

"டேய் எங்கையடா நிற்கிறாய் மூன்று மணி நேரமாய் உன்னைப் பார்த்துக்கொண்டு நிற்கிறன்" யோகன் குழறினான். சித்தயோகம் கூடியபோது அவனின் கதவைத் தட்டினேன்.

"நாயே பார்த்தியே அப்பவே சொன்னன். கதையைத் தேடிக்கொண்டு பரதேசியாய் ஊர் ஊராய்த் திரிகிறாய். எது உள்ள வருகுதோ அதுதான் வெளிய போகும். அது இரண்டையும் வடிவாகக் கவனித்துக்கொள். நல்லது நடக்கும்.' என்று யோகன் சாத்திரியார் சொன்னான்.

இருபத்தைந்து வருடங்களுக்குப் பின்னராக அவனைச் சந்தித்திருக்கிறேன். நாள், நட்சத்திரம் பார்க்காமல் சாப்பிடுவது மில்லை, குதம் கழுவுவதுமில்லையென முடிவெடுத்துவிட்டேன். சுபம்!

○○○

யோகன் சாத்திரியாராக உருமாற எத்தனித்துக்கொண்டிருந் தான். உதுக்குக் காரணம் எங்கள் அறைக்கு வந்து சேர்ந்த ஐயர் பொடியன் சிவம்தான். பண்டியும் உருளைக் கிழங்குமாய்த் தின்று கொழுத்தான் சிவம். ஹம்போர்க்கில் யாரோ ஐயர் வேண்டும் என்று தேடியபோதுதான் சிவம் கையை உயர்த்தினான். அதுவரை ஒருவருக்கும் இவன் ஐயன் என்று தெரியாது. எங்கள் அறையைவிட்டுப் போன பின்னர் அவன் மீண்டும் சிவசர்மா எனும் ஐயன் ஆனான். அவனுக்கு ஊரில் இருந்து வந்த வாக்கியப் பஞ்சாங்கத்தில் இருந்து நாள் பார்க்கப் பழகி கிரக நிலையைக் கணிக்கிற அளவுக்கு வளர்ந்திட்டான் யோகன். அவனுக்குக்

கலியாணம் பேசி பெட்டை வரப்போகிறது என்றவுடன் மெல்ல நண்பர்களைக் குறைத்துப் பொறுப்புள்ள கணவனாக மாற முயற்சித்துக்கொண்டிருந்தான். எங்கள் அறைக்கு இரண்டு பூட்டுக்கள் போட்டான். பழையபொருட்களை அகற்றினான். புதிதாய்த் தளபாடங்களை வாங்கிப் போட்டான். கனகும் புதிய அறைக்குப் போய்விட்டான். மிஞ்சியது நான்தான்.

‘வெளிநாட்டுப் பயணம் சாத்தியப்படுது’ என்று எனக்குப் பலன் சொன்னான். ஒரு கட்டைத் தொடர்பைத் தந்தான். அங்கிருந்து ஒல்லாந்து போய் வரும்போது கட்டையோடு வந்தேன். பிறகு பிரான்ஸ்சுக்கு டொலர் பெட்டி ஒன்றை மாற்றினேன். இதெல்லாம் சாத்திரியின்ட தொடுசல்தான். கையில் நல்ல காசு புழங்கியது. சாத்திரிக்கும் தட்டில் காசை வைத்து விட்டுக் கள்ளப் புத்தகத்தில் கனடா வந்திறங்கினேன். இப்போ யோகன் பேரப்பிள்ளைகளுடன் இருக்கிறான். முள்ளிவாய்க்கால் வரையும் என்னை எதிரியாகவே பார்த்தான். இருவருக்கும் அரசியல் இல்லாத பிரச்சினை. நான் அவனைச் சந்திக்க விரும்பும் போதெல்லாம் ராகுகாலமும் என்னைத் தொடர்ந்தவண்ணம் உள்ளதாக அவன் சொன்னான். ‘தனது பழையதுகளை எடுத்து விட்டு நாறடிச்சுப் போடுவான்’ என்ற பயம் அவனுக்குள் இருந்திருக்கும். கோயில் அறங்காவலர், சோதிடம் என்று அறியப்படும் முக்கியப் புள்ளியாக இப்போ மாறியிருக்கிறான்.

‘வியாழ மாற்றம் உங்களுக்கு எப்படி..?’ என்று உள்ளூர் தொலைக்காட்சியில் நிகழ்ச்சி செய்யுமளவுக்கு வளர்ந்திருக்கி றான். அதற்கு யோகனின் மனைவி பிடித்த விரதங்கள் காரணமாய் இருக்கலாம்.

கனகு ஹம்பேர்க்கில் கடையுடன் இருக்கிறான். இந்தியாவில் இருந்து ஆட்களைக் கூப்பிட்டு நிகழ்ச்சி நடத்தும் முக்கியப் பிரமுகர். இயக்கத்தினுடைய காசு இவனிடம் நிறையப் புழங்குகிறது என மக்கள் கதைக்கிறார்கள். ‘தலைவர் திரும்பி வரேக்க குடுக்கிறதெக்கென்டு கோடிக்கணக்கில வைத்துக் கொண்டு இருக்கிறான்’ என்றும் சொல்கிறார்கள். இயக்கத்துக்கு இன்னமும் விசுவாசமாய் இருக்கிறான். கார்த்திகை மாசம் தொடங்கினால் கடையில் இயக்கப் பாட்டு மட்டுமே ஒலிக்கும். கார்த்திகை 27 கடை மூடியிருக்கும். யோகன் கனகு உறவு இன்னமும் அப்படியேயிருந்தது. தினசரி சந்திப்பு. குடுக்கல் வாங்கல். எல்லாம் வழமைபோலவே.இயக்கக் காசு கோயில் மூலஸ்தானத்திலும் இருக்கிறது. கோயிலும் இயக்கத்தின் மூலதனம் தான். யோகன் கோயில் பொறுப்பாளனாய் இருக்கிறான். சிவசர்மாதான் கோயிலின் குருக்கள். கடவுளின் அருள்ஐயருக்கும் பொறுப்பாளருக்கும் நிறையவே கிடைக்கிறது. ‘தலைவர்

இருக்கிறார். வரவேண்டிய நேரத்தில் மீண்டும் வருவார்.' என்று நெடுமாறன் ஐயா சொல்வதை மற்றவர்களுக்கும் கூறியவாறு இருக்கிறார்கள்.

○○○

கிளாசியோ கப்பல் ஹம்பேர்க்கில் நங்கூரம் இடும்போது இரண்டு சிப்பந்திகள் மாயமாய் மறையப் போகும் விடயம் கப்டனுக்குத் தெரியாது. யோகனும் கனகும் கப்பலில் இருந்து ஹம்பேர்க்குள்ளே பாய்ந்தார்கள். அப்போது மேற்கு ஜேர்மனி 1982ஆம் ஆண்டு கிறிஸ்மஸ்சைக் கொண்டாடிக்கொண்டிருந்தது. ஜேர்மனிக்கு வந்த ஆரம்ப தமிழ்க் குடி இவர்கள். யோகன் கனகு என்றால் ஹம்பேர்க்கில் தெரியாதோர் இல்லை. அப்படித்தான் அவர்கள் சொல்லிக்கொள்கிறார்கள். இவர்கள் அறைதான் எனக்கும் வாழ்வு தந்தது. அதுவொரு திறந்துவிடப்பட்ட அறை. அல்லது 24 மணி நேரமும் திறந்திருக்கும் பார் என்றும் சொல்லலாம். வருவோர்கள் ஏதாவது போத்தலுடன் வருவார்கள். குடிக்குப் பஞ்சமில்லை. சிலவேளை அங்கு நடக்கும் சிரமதானத் தால் சமையல், சாப்பாட்டுப் பாத்திரங்கள் கழுவப்படும். முகம் தெரியாத உபயகாரியினால் அரிசி, உருளைக்கிழங்கு, பண்டி இறைச்சி, முட்டை, கரட்டும் அறைக்கு வந்து சேரும். கனகும் பொருட்களை வாங்கிப் போடுவான். யாரும் சமைக்கலாம். சட்டிக்குள் சோறும், அவித்த உருளைக் கிழங்கும், பண்டிக் குளம்பும், கரட் சம்பலும், தயிரும் தினசரி இருக்கும். காலை உணவுக்கு பாணும், பட்டர், ஜாமும் இருக்கும். முக்கிய நாட்களில் குதிரையின் குறி என அறிமுகப்படுத்தப்பட்ட 'சொஜேஸ்' பொரியலும், கிழங்குப் பொரியலும் கிடைக்கும். கட்டை அடிக்கிறவன், 'போடர்' செய்யிறவன், கறுப்புக் காசு ஓட்டுறவன் என்று எல்லோரும் வந்து போகும் இடமாயும் அது இருந்தது. யாரும் எங்கும் படுத்தெழும்பிப் போகலாம். செஞ்சிலுவைச் சங்கம் கொடுத்த போர்வைகளும், நித்திரைப் பைகளும் நிறையவேயிருந்தன.

நான் வந்திறங்கிய புதிதில் நாய்க்குப் போடும் பிஸ்கட்டை 'நாய் பிராண்ட்' பிஸ்கட் என்று அறிமுகப்படுத்தி சாப்பிடப் பண்ணியவர்கள், அம்சடாம் விருந்தாளிகள் கொண்டுவரும் கஞ்சாவைப் புகைக்கப் பண்ணியவர்கள், ஜேர்மன் பெட்டை களுக்கு யோனி பின்பக்கத்தில் என்று என்னை ஆராய விட்டவர்கள் யோகனும் கனகும்தான். நாய்கள்!

○○○

நாங்கள் உயர்தர பரீட்சை எழுதிவிட்டு முடிவுக்காகக் காத்திருந்த காலத்தில் யோகன் ஒரு வெளிகள வேலையோடு

வந்தான். யாழ் ராணி தியேட்டரில் இரவுக் காட்சி முடிந்த பின்னர் மூத்திர ஒழுங்கைக்குள் புல்லுக்குளத்திற்கு அண்டையாக நின்ற ஒருத்தியோடு யோகன் பேரம் பேசினான். எங்கள் வெளிக்கள வேலைக்குழுவில் ஏழு பேர் இருந்தோம். 'கோட்டை முனியப்பரைத் தரிசிக்கலாம் வாங்கோ'வென வெளிக்களக் குழுவை அழைத்துப் போனாள் அந்த சிங்காரி. கோட்டை முனியப்பருக்கு வணக்கம் தெரிவித்துவிட்டு ஒவ்வொருவராகக் கோயிலின் பின்பக்கம் கோட்டை மதிலோடு போய் வந்தோம். அவளும் ஒவ்வொன்றையும் பக்குவமாகக் காட்டி எங்களிடம் காசைப் பிடுங்கிக்கொண்டிருந்தாள்.

'இவன் ஒரு வெக்கறை' என்று அவளுக்குக் கூறியவாறு யோகன் திரும்பவும் என்னோடு வந்தான்.

'அக்கா வெட்கப்படாமல் காட்டுங்கோ' என்று யோகன் சொன்னான்.

அப்போதுதான் அவள் வெட்கத்தைத் துறந்தாளோ தெரியாது. தனது முழுச்சட்டையை முழுக்கவே கழட்டி எங்கள் முன்னே நின்றாள். யாழ் கோட்டை அவள் பின்னேயிருந்தது. அப்போதுதான் கோட்டையே அர்த்தம் பெற்றது. முனியப்பர் கோயிலுக்கும் கோட்டைக்கும் இடையில் இருந்த வெளிச்சத்தில் அனைத்தும் முன்னுக்கே இருந்தன. என்னைவிட இந்த விடயத்தில் யோகன் சிங்கன்தான். நம்பாமல் இருக்க முடியாது. புதிர்!

○○○

ஹம்பேர்க்கில் துகிலுரி நடனத்திற்கு எங்கள் கூட்டம் போன போது அங்குள்ள நடனதாரைகள் உட்சாகத்தோடு இருந்தார்கள். எம்மோடு இரண்டு கட்டை மற்றும் காசு ஓட்டக்காரரும் இருந்தார்கள். அவர்கள் எறியும் காசை ஜேர்மன்காரரிடம் எதிர்பார்க்க முடியாது. யோகன் ஒருத்தியை அழைத்து அவள் காதுக்குள் எதையோ சொன்னான். பின்னர் என்னைப் பார்த்துக் கண்ணடித்தான். அவள் என்னருகே வந்தாள். முலையின் நுனியும், யோனியும் மறைக்குமளவு ஒரு உடை. காலில் குதி அணிந்திருந்தாள். இந்தக் கோலத்தில் ஒரு பெண்ணை முதற் தடவையாகப் பார்க்கிறேன். குளிருக்காக அணிந்திருந்த தடித்த உடைகளுக்குள் எனது தேகம் படபடக்கத் தொடங்கியது. *East end boys and west end Girls* என்ற பாடல் ஒலிபரப்பானது. எனது மேசைக்கு முன்னால் இருந்த கம்பித் தூணைத் துணைக்கு அழைத்து ஆடத்தொடங்கினாள். அவளது உடல் எல்லாப் பக்கமும் வளைந்தது. கால்கள் எல்லாக் கோணங்களிலும் விரிந்து கொடுத்தது. நல்லை ஆதியினத்தில் யோகாசனம் கற்றிருக்கிறேன். யோகா அக்காவும் காலையும் உடலையும் இவ்வாறு வளைக்கக்

கூடிய வல்லமை பொருந்தியவர். யோகாசனத்தை ஆடை யில்லாமல் கம்பியின் துணையுடன் செய்யக்கூடிய வல்லமை இவளுக்கு இருந்தது. கம்பியைப் பிடித்துக்கொண்டு ஒற்றைக் காலை நிலைக்குத்தாகத் தூக்கினாள். யோனியை மறைத்திருக்கும் துண்டு பறந்துவிடுமோ என்ற அச்சம் அவளுக்கும் இருக்க வில்லை. மற்றைக் காலைத் தூக்கித் தூணைப்பற்றிக்கொண்டு சுற்றினாள். உயர்தரத்தில் படித்த மையவிசையை இப்போது உணரத்தொடங்கினேன். கால்களால் தூணைப் பிடித்துக் கொண்டு கைகளை விடுத்துச் சுற்றினாள். அப்போது அவளது முலைகளை மறைத்திருந்த துண்டைக் கழட்டி என் மீது விட்டெறிந்தாள். அது எனது முகத்தில் வந்து வீழ்ந்தது. அதைத் தூக்கி அவளது மேசையில் பக்குவமாக வைத்தேன். ஒரு வெள்ளைக்காரியின் முலையைப் பார்த்த கிறக்கத்தில் இருந்தேன். நான் முன்பு இவ்வளவு தெளிவாகப் பார்த்தது கிடையாது. ஒளியில், மாறும் நிறத்தில் அவள் எனக்காகத் தன் முலைகளைக் காட்சிப்படுத்திக்கொண்டிருந்தாள். பாடலின் தாளத்திலிருந்து அவளது உடல் பிரியவில்லை. *East end boys* என்று வரும்போது தனது யோனி மீது கிடந்த துண்டையும் துறந்தாள். அதுவும் எனது முகத்தில் வந்து வீழ்ந்தது. அப்போதும் அவளது நடனம் தாளத்திலிருந்து குழம்பவில்லை. மோகத்தின் தாளத்தில் நான் இருந்தேன். அவளது யோனி எனது முகத்தின் முன்னே வந்து நின்றது. உலகப்பந்தின் அச்சில் விலகல் உண்டான தருணம் இதுவாகத்தான் இருக்கும். யோனி என் வாயருகே வந்தது. நான் கண்களை இறுக மூடினேன். அதைப் 'பு' னா என்று பழித்தமைக்காக நான் மன்னிப்புக் கோரினேன். ஆனாலும் எனது மன்னிப்பை அது ஏற்கவில்லை. மீண்டும் மீண்டும் எனது மூக்கின் நுனிக்கு முன்னே வந்து நின்றது. உடல் காமத்தின் விறைப்பில் இருந்தது. பாடல் முடிய முன்பு நான் கழியலறை நோக்கி ஓடவேண்டி வந்தது. கனகும் யோகனும் சிரித்தார்கள். இன்று அறையில் இந்தக் கதைதான் ஓடப்போகிறது. எங்களுடன் பெண்கள் மிகவும் நெருங்கியிருப்பதை அங்கிருந்த ஜேர்மன்காரர்கள் அவ்வளவாக விரும்பவில்லை என்பதை அவர்களின் முகங்களும் பேச்சுகளும் புரிய வைத்தன.

'அகதிகள் எங்கட சரக்குகளை ஓட்டுறாங்கள்' ஒரு வெள்ளையன் சொன்னான்.

'கனகு போய் காரை ஸ்டாட் பண்ணு. முன்னுக்கு நிற்கிற வெள்ளை நாய்க்கு சாத்திப்போட்டு வாறன்' என்று கட்டை ரவி நின்றான்.

அவனுக்குப் பிரச்சினை இல்லை. ஐரோப்பாவில் எல்லா நாடுகளிலும் பதிவு இருந்தது. எங்கள் நிலை அப்பிடியில்லை.

'வீண் பிரச்சினை அனாவை ஏத்து' என்றான் யோகன்.

ஆடல் அழகி அனா எங்கள் காரில் இருந்தாள். அவளுக்கு எப்போதும் நன்றியுடையவனாக இருக்கவேண்டும். அவள் இல்லாவிட்டால் எட்டாவது அதிசயப் புதிரை நான் அவிட்டு இருக்கமுடியாது. யாழ்ப்பாணத்துத் தாமரையும், ஹம்போர்க் ரோசாவும் பிரம்மா வைத்த இடத்திலேயே இருந்தன. எங்கள் அறையின் மூலை முடுக்கெல்லாம் அவளுக்குத் தெரிந்திருந்தது. அவள் எனக்கு முற்பட்ட காலத்துக் காரிகையாக்கும். குசினிக்குள் போய் சோற்றையும், பண்டிக் குளம்பையும் எடுத்துச் சாப்பிட்டாள். கண்ணிமைக்கும் நேரத்துக்குள் அறைக்குள் போய் தனது உடைகளைக் களைந்துவிட்டு எனது சாரத்தைக் குறுக்குக்கட்டு கட்டிக்கொண்டு வந்து குந்தி கஞ்சாவை இழுக்கத் தொடங்கினாள். மப்பு ஏறினால் கனகுக்கு சோகப் பாட்டுத் தான் தேவைப்படும். நேயர் விருப்பத்தில் அவனுக்கான சோகப் பாட்டைப் பாடினால்தான் அன்றைய நிகழ்ச்சியை மேற்கொண்டு நடத்த முடியும்.

"உந்த நாயின்ட பாட்டை முதலில பாடுங்கடா' என்றான் யோகன்.

'அவள் பறந்து போனாளே' என்று ஈழத்து சீர்காழி பாடத் தொடங்கினான். அனா எழுந்து ஆடினாள். எல்லோருக்கும் மதிப்பளிக்கும் முகமாக எல்லாப் பாட்டுக்கும் ஆடினாள். தொடர்ந்து ஆடியிருந்தாள் 'துகிலுரியாமல்' ஆடியமைக்காக அவள் கின்னஸ் புத்தகத்தில் இடம்பெற்றிருக்க முடியும். யோகனும் கனகும் கப்பல் நங்கூரம் இடும் இடமெல்லாம் பாய்ந்து பழகியவர்கள். ஆதலால் அவளது ஆட்டம் இடையிடையே குழம்பிப் போனது. எனது சாரத்தை என்ன செய்வதென யோசித்துக்கொண்டிருந்தேன். பாதகர்கள்!

○○○

'டேய் கனகு போயிட்டான். படுத்த படுக்கையிலை போய்ச் சேர்ந்திட்டான்' என்று யோகன் தொலைபேசியில் அழுதான். போன மாசம்தான் நாங்கள் இருபத்தைந்து வருடத்துக்குப் பிறகு ஒன்றாய் இருந்து கதைத்தோம். அது நீண்ட இரவு. மகிழ்வாய் இருந்தது. கடந்த காலத்தை ஒவ்வொன்றாய் மீட்டுக்கொண்டிருந்தோம். 'வட்டுக்கோட்டையிலிருந்து முள்ளிவாய்க்கால்வரை' அலசி ஆராய்ந்தோம்.

'டேய் இந்த முறை வியாழ மாற்றம் தலைவருக்கு அவ்வளவு நல்லாய் இல்லையென்று நான் கனகனிட்ட சொன்னனான். கனகனிட்ட கேள்' என்றான் யோகன்.

கனகனும் ஆம்மென்று தலையாட்டியவாறு 'தலைமையும் கனக்க தவறுகளை விட்டுட்டு' என்றான்.

தனது சோதிடம் பலித்ததென்ற பெருமையில் இருந்தான் யோகன். கனகன் விசுவாசி. நானறியப் பல வழிகளில் உழைத்த காசுகளை இயக்கத்துக்குக் கொடுத்தவன். அதையவன் பீற்றியது கிடையாது.

'மச்சான் நான் இப்ப நல்லாய் நொந்து போனன். சனம் நான் இயக்கத்தின்ட காசை வைச்சு ஓட்டுறன் என்டு நினைக்கினம். இயக்கம்தான் எனக்குக் கடன்' என்றான் கனகு.

நிட்சயமாக அது பொய்யாக இருக்காது. எமது அறை ஆயிரக்கணக்கில் ஆட்களை வரவேற்று அனுப்பியிருக்கிறது. நாம் ஒரு நாளும் மனம் துவண்டது கிடையாது. எத்தனை பேரை 'போடரால' கொண்டு போய் மற்றய நாடுகளில் விட்டிருப்போம். எதுவித எதிர்பார்ப்பற்ற உபகாரங்களை இப்போ யார் செய்வார்கள். எங்கள் அறைக்கு வந்தவர்கள் எவரும் பசியோடு திரும்பியதில்லை. கனகன் எப்போதும் சாப்பாட்டு சாமான்கள் வாங்கிப் போட்டபடியிருப்பான். எங்கள் அறைக்கு வந்த எவரும் கனகனை மறக்க முடியாது.

ooo

யோகனின் முகம் இருண்டிருந்தது. நாற்பது ஆண்டுகளுக்கு மேற்பட்ட நெருங்கிய உறவு. பஞ்சாங்கத்தை எடுத்துப் பார்த்தான். பஞ்சமி திதி அவிட்ட நட்சத்திரம் என இருந்தது. அவனின் முகம் மேலும் இருண்டது. அவன் ஒருவரோடும் பேசவில்லை. இறுதிக் கிரியைகளுக்கான வேலைகளை முன்னின்று செய்தான். அவன் முகம் விறைத்துப் பேசமறந்து திரிந்தான். நண்பனின் பிரிவு அவனை உள்ளூரக் கொல்வதாக அனைவரும் நினைத்துக் கொண்டோம். அவிட்டம் நட்சத்திரம் பஞ்சமி திதி சாவென்பது சாதாரணமான விடயம் இல்லை. அது அவனுக்குத் தெரியும். எதைச் செய்துகொண்டு நின்றாலும் பஞ்சமி அவனை இடைநிறுத்தியபடியே இருந்தது. பஞ்சமி!

இதைக் கேள் 'அவிட்ட நாளில் இறந்தவர்களின் ஆன்மா பூலோகத்திற்கும் செல்லாமல் மண்ணுலகத்திலும் இல்லாமல் தனித்து அல்லல்படும். தனித்துத் திரியும் ஆன்மா தனக்குத் துணை தேடி அலையும். தாங்கள் விரும்பிய உறவினர்களை, நண்பர்களை தங்களோடு அழைக்க முயற்சிக்கும். தங்களின் நிராசைகளை,வெறியை,கோபங்களை வெளிக்காட்ட முயற்சிக்கும். பற்பல இன்னல்களையும், மரணங்களையும் ஏற்படுத்தும்.' கணினியிலிருந்து மனைவிக்கு வாசித்துக் காட்டினான் யோகன்.

'நான் சொல்லேக்க பல்லிளிச்சாய். பார்த்தியே தவத்தான் அவிட்டத்திலதான் போனவன். அவனோட ஐந்து பேரைக் கொண்டு போயிற்றான். பெரியவை சொல்லேக்க கேட்க வேணும்' மனைவியோடு தன்னை நிறுவினான் யோகன். அவிட்டம்!

அவிட்டம், பஞ்சமி அவனைக் குடைந்தபடியிருந்தது. கனகு அவிட்டம் பஞ்சமியில போயிட்டான். அவன் தன்னோடு கூட்டிக்கொண்டு போகக்கூடிய முக்கியமானவர்களில் யோகனும் இருப்பான்.

ooo

அந்த மண்டபத்தில்தான் தமிழர்களின் பெரும்பாலான மரணச் சடங்குகள் நடைபெறும். அங்கு நடக்கும் தமிழர் மரணச் சடங்குகளை வழிநடத்தும் முக்கிய நபர் யோகன்தான். அந்த மண்டபத்திற்கு யோகன் வருகிறான் என்றால் நிர்வாகிகள் தங்கள் பொறுப்பை அவனிடம் கொடுத்துவிட்டுத் தள்ளியிருந்து விடுவார்கள். பேழையைத் தூக்கி காரில் ஏற்றவும் பின்னர் உலைக்குள் தள்ளவும் மட்டும் உள்ளே வருவார்கள்.

'மச்சான் வந்திட்டியே போயிட்டான் எங்கட கனகன்.' என்று என்னைக் கட்டிப்பிடித்து அழுதான்.

'மச்சான் தலைவர் இருந்திருந்தால் மாமனிதர் பட்டம் கொடுத்திருப்பார்' என்றான்.

எனக்கு அழுகையைக் கட்டுப்படுத்த முடியவில்லை. கூட்டம் வந்துகொண்டேயிருந்தது. மண்டபம் நிறைந்து வழிந்தது. அவனிடம் எத்தனையாயிரம் பேர் உதவி பெற்றிருப் பார்கள். அவன் உண்மையில் மாமனிதன்தான். யார் எவரென்றில்லை அறைக்கு அழைத்து வந்து உதவி செய்வான். உதவிசெய்யாவிட்டால் அவன் முன்பே செத்திருக்கக்கூடும். மாமனிதன்!

'கடசியாய்ப் பார்க்கிற ஆட்கள் பாருங்கோ எரிக்கிற இடத்தில பெட்டி திறக்க மாட்டம்' என்று இறுதியாக யோகன் சொல்லி முடித்தான்.

பேழை ஊர்தியில் ஏற்றப்பட்டு பவனி தொடங்கியது. எரிக்கும் இடம் இங்கிருந்து எழுபது கிலோமீற்றர் தொலைவில் இருந்தது. பேழையைத் தாங்கிய ஊர்திக்குப் பின்னால் நூற்றுக்கும் மேற்பட்ட வாகனங்கள் வந்தன. யோகன் முன்ன ராகவே எரிக்கும் இடத்துக்குப் போய் அங்குள்ள வேலைகளைக் கவனிக்கப் புறப்பட்டுவிட்டான்.

பெருந்தெருவில் இருபது கிலோ மீற்றர் தூரத்தைக் கடந்த போது அமரர் ஊர்திக்குள் படபடக்கும் சத்தம் கேட்கத் தொடங்கியது. சாரதியும் உதவியாளரும் சத்தத்தை உறுதிப் படுத்திக்கொண்டனர். அந்தச் சத்தம் அதிகரிக்கத் தொடங்கியதும் பெருந்தெருவிலிருந்து வெளியேறி சிறு தெருவின் வயல் கரையேஅமரர் ஊர்தி போய் நின்றது. நாமும் அவர்களைப் பின்தொடர்ந்து போய் எமது வாகனங்களை நிறுத்தினோம். நான் சென்ற வாகனத்தில் முக்கியப் பிரதிநிதிகள் இருந்தார்கள். அவர்கள் எல்லோருமே எங்கள் அறைக்கு வந்து சென்று அறிமுகமாகியவர்கள்தான். பிரதிநிதியொருவர் இறங்கிப் போனார். நானும் அவரைத் தொடர்ந்தேன். சாரதியும் உதவியாளரும் வாகனத்தைச் சுற்றிப் பார்த்தார்கள். பின்னர் கீழும் மேலுமாக ஆராய்ந்தார்கள். வாகனம் நிறுத்திய பின்னும் சத்தம் கேட்டவண்ணமேயிருந்தது. சவம் என்பது மரியாதைக்குரிய விடயம். வாகனத்தின் பின் கதவைத் திறந்தார்கள். பேழை இருக்குமிடத்திலிருந்துதான் சத்தம் வந்து கொண்டிருந்தது. அவர்களுக்கு அச்சத்தை ஏற்படுத்திற்று. அவர்கள் செய்வதறியாது பொலீசுக்கும் தங்கள் மேலாளருக்கும் அழைப்பை ஏற்படுத்தினார்கள். பொலிஸ் வந்து சேர்ந்தது. எல்லோரும் வாகனத்துக்குள் இருக்குமாறு பொலிசார் கட்டளையிட்டனர். என்னையும் பிரதிநிதியையும் வருமாறு அழைத்தனர். மேலும் இரு பொலிஸ் வாகனங்கள் வந்து பாதைப் போக்குவரத்தைக் கவனித்தன. பெட்டிக்குள்ளிருந்து சத்தம் வந்துகொண்டிருந்தது. சத்தத்தை பொலிசாரும் கேட்டார்கள். பேழைக்குள்ளிருந்துதான் வருவதாக உறுதிப்படுத்தினார்கள். ஆனாலும் அவர்களால் பேழையைத் திறக்க முடியாது. அது சவத்திற்கு கொடுக்கும் அவமரியாதை. மேலாளர் வந்து சேர்ந்தார். அவரும் சத்தத்தைக் கேட்டார். பேழைக்குள்ளிருந்து வருவதாக அவரும் உறுதிப்படுத்திக்கொண்டார்.

'கனகன் எழும்பியிட்டானோ' என பிரதிநிதி என்னைப் பார்த்துக் கேட்டான்.

கனகன் அமைதியாக எத்தனையோ காரியங்களை செய்து விட்டுப் போயிருக்கிறான். போடரில் எத்தனை அதிகாரிகளுக்குத் தண்ணி காட்டியிருப்பான். சொல்ல முடியாது.

'சிலவேளை எழும்பியிருப்பான்'.

யோகன் குளறிக்கொண்டு செய்கிற காரியத்தைக் கனகன் அமைதியாக முடித்துவிட்டு ஒன்றுமே தெரியாதவன்போல் இருப்பான். எங்கள் அறைக்கு வருபவர்களைக் கவனிப்பது தனது

அவனைக் கண்டீர்களா? 115

கடமையென்று நினைத்திருந்தான். ஒரு தாய்போல் சாப்பாடு மேசையில் உணவு இருப்பதை உறுதிப்படுத்திக்கொள்வான்.

பிரதிநிதி பேழையைத் திறந்து பார்க்குமாறு வற்புறுத்தினார். அது அவமரியாதை. தாங்கள் வீதியில் வைத்துப் பேழையைத் திறக்கமுடியாது என மறுத்தார்கள். பின்னர் நீண்ட வாதப் பிரதிவாதங்களின் பின்னர் பேழையை மரண மண்டப மேலாளர் திறந்தார். அதற்குள்ளிருந்து இரண்டு கிலோ எடையுள்ள சேவல் கோழிதள்ளாடியபடி எழுந்து நின்றது.

'இது என்ன வேலையடா' என மேலாளர் கத்தினான்.

சேவலைப் பிடித்து பொலிசிடம் கொடுத்தான்.

'அது ஆறு முட்டையும் இட்டிருக்கிறது' என மெல்லிய சிரிப்போடு அவற்றையும் தூக்கி பொலிசிடம் கொடுத்தான்.

வெளிக்காற்றுப் பட்டதில் சேவல் புத்துணர்வு பெற்று சிறகை அடித்தது. அதற்குக் களைப்பு அகல பொலிசார் தண்ணீர் பருக்கினர். இந்துக்களின் நம்பிக்கையென்று பொலிசுக்கு விளக்கப்படுத்த முயற்சி எடுத்துக்கொண்டிருந்தார் பிரதிநிதி.

'சவத்தை சிவமாக்கி, சிவத்தை சேவலாய் ஆக்கி யிட்டாங்களோ' என்று பிரதிநிதியிடம் கேட்டேன்.

'லூசன் யோகன்' என்றார் பிரதிநிதி.

இறுதிக்கடன் முடியும்வரை இது குறித்து எதுவித நடவடிக்கையும் எடுக்கவேண்டாமெனப் பிரதிநிதி பொலிசாரை மன்றாட்டமாகக் கேட்டுக்கொண்டார். இங்கு நடந்த விடயங்கள் பின்னுக்கு நின்ற வாகனத் தொடருக்குத் தெரியாததையிட்டு பிரதிநிதி மகிழ்ந்துபோயிருந்தார். அனைத்து விபரமும் பொலிசார் பதிவு பண்ணிய பின்னர் வாகனத் தொடர் எரிக்குமிடம் நோக்கி நகர்ந்தது.

பேழைக்குள் ஏழு உயிரைச் சேர்த்து அனுப்பினால் பஞ்சமி தோசம் போகுமென்று சிவசர்மா குருக்கள் யோகனுக்கு அறிவுரை கூறியிருக்கிறான். ஒரு சேவலை வாங்கினான். அதற்கு சாராயத்தைப் பருக்கி செட்டையைப் பூட்டி முட்டைகளோடு பூக்கூடைக்குள் மறைத்து மண்டபத்திற்குக் கொண்டுவந்து சேர்த்தான். பேழையை மூடும்வரை அருகிலேயே நின்றான்.

'கடசியாய்ப் பார்க்கிற ஆட்கள் பாருங்கோ எரிக்கிற இடத்தில பெட்டி திறக்க மாட்டம்' என்று கத்தி அறிவித்தான்.

பேழையை மூட முன்னர் காலடிக்குள் சேவலையும் முட்டைகளையும் போட்டு பூக்களால் மூடிவிட்டான்.

எரிக்குமிட வாசலிலிருந்து 100 மீற்றர் வரை இருமருங்கும் கறுப்புச் சேலை அணிந்த பெண்களும், வெள்ளை சேட்டும், கறுப்பு பான்ஸ்சும் அணிந்த ஆண்களும் கூடை நிறைய பூக்களைச் சுமந்தவண்ணம் பேழையின் வரவைப் பார்த்தபடி இருந்தார்கள். யோகனும், நானும், நான்கு பிரதிநிதிகளும் பேழையைத் தோளில் தாங்கி எரிக்குமிடம் நோக்கி நகர்ந்தோம். பேழை மீது இரு கரையிலும் இருந்து பூக்கள் தூவப்பட்டன. நண்பனைச் சுமப்பது இலகுவானதில்லை. நல்லவனைத் தூக்குகிறோம். அவனுக்குத் தூவிய பூக்கள் எம் மீதும் வீழ்ந்தன. தனது சிக்கல்களை மற்றவர்களோடு கனகு பகிர்வது கிடையாது. இறுதியாகச் சந்தித்தபோது மனம்விட்டுக் கதைத்தான். தன் குறித்தான பழிச்சுமை அவனை வாட்டியிருந்தது.

'மச்சான் உன்னோட கதைச்சாப் பிறகு சந்தோசமாய் இருக்கு. தண்ணி அடிக்கவேணும்போல இருக்கு' என்று என்னைக் கட்டிப் பிடித்தான்.

'வாடா வீட்டை சமைத்து சாப்பிடுவம்' என்றான்.

அவனே சமைத்து சாப்பாடு தந்தான். தெருவில் உதவி யில்லாமல் நின்ற எத்தனை தமிழர்களை அழைத்து வந்து சாப்பாடு இட்டிருக்கிறான். அவன் மனப்பாரத்தைச் சற்று இறக்கி யிருந்தான். அவனது பாரத்தை நண்பனாய் சுமக்கிறேன். என் கண்களிலிருந்து கண்ணீர் கட்டற்று ஓடிக்கொண்டிருந்தது.

உலையின் முன்னால் உள்ள தட்டில் பேழையை வைத்தோம். யோகன் தேவாரம் பாடி 'ஓம் நமசிவாய' எனக் கத்தினான். அவனோடு சேர்ந்து நின்ற பலரும் கத்தினார்கள். சோகம் தாளாமல் உறவுகள் ஓலமிட்டு அழுதனர். உலையின் கதவு ஆவென்று திறந்து பேழையை உள்ளிழுத்து மூடியது. எரிந்த சிறு நெடி வெளியில் சற்றுப் பரவிற்று. அது சேவலின் இறகின் மணம்போல் யோகனுக்குப்பட்டது. அவனது முகம் மரண ஓலத்திலும் சற்று ஒளிர்ந்திருந்தது.

அவனைக் கண்டீர்களா?

மொன்றியால், கனடா

1

ரவி, மொன்றியால் மிராபல் விமான நிலையத்தில் வந்திறங்கி அகதி கோரிக்கையை சமர்ப்பித்து முதற்கட்ட விசாரணைகளை முடித்து ஆவணங்களுடன் வெளியே வந்தான். பனிப்புயல் காரணமாக விமான, வாகனப் போக்குவரத்துகள் இடைநிறுத்தப்பட்டிருந்தன. போக வேண்டிய பயணிகளும், வந்திறங்கிய பயணிகளும் மண்டபத்தை நிறைத்திருந்தார்கள். தொலைபேசி சாவடிகளிலும் சனங்களால் நிறைந்திருந்தன. தொலைபேசிக்காக வரிசை நீண்டு இருந்தது. உணவகங்களும் அவ்வாறே இருந்தன. வெளியில் போவதற்கு முன்னர் அவனிடம் உள்ள இலக்கத்துக்குக் கதைத்து முகவரியை சரிபார்த்துக்கொள்ள வேண்டும். போக்குவரத்து சீராக, குறைந்தது ஆறு மணிநேரமாவது ஆகுமென்கிறார்கள். அவனுக்குப் பசிக்கத் தொடங்கியது. எதையாவது வாங்கி உண்பதற்கு முன்னர் அவனிடம் உள்ள அமெரிக்க டொலரை மாற்றி எடுக்கவேண்டும். காசு மாற்றும் சாவடியை நோக்கிப் போனான்.

"உனது பாஸ்போட்டைத் தா" என்றான் பணியாளர்.

அவன் அகதிப் பத்திரத்தை நீட்டினான். அதைப் பார்த்ததும் அவனுக்குப் பின்னால் நின்ற ஒருவர்

"நீங்கள் தமிழா" என்று கேட்டார். அவனுக்குச் சற்று மூச்சு வந்திருந்தது.

"அண்ணை பாஸ்போட்டை 'இமிகிரேசன்' எடுத்து வைச்சிருக்கிறாங்கள்" என்றான்

நாதன் ஆங்கிலத்தில் கதைக்கக்கூடியவராய் இருந்தார். அது அவனுக்கு உதவியாக இருந்தது. நாதனும் அகதி கோரிக்கை முடித்து வெளியில் போவதற்குதான் நிற்கிறார். ஆனால் அவரிடம் ஒரு முகவரியும் இல்லை. அகதிகளுக்கு உதவி செய்யும் நிறுவனங்களின் விபர கையேட்டை வைத்திருந்தார். அது ரவியிடமும் உண்டு. அதை வாசித்துப் புரியுமளவில் அவன் இல்லை. இருவரும் 'சான்விஜ்' ஒன்றை வாங்கிப் பகிர்ந்து உண்டார்கள். தேனீரையும் வாங்கி ஒரு கண்ணாடிச் சுவர் ஓரமாய் இருந்த தூணோடு போய் அமர்ந்தார்கள். பயணிகள் தமக்கு இசைவான இடங்களில் அமர்ந்து ஆறிக்கிடந்தார்கள். முதல்தடவையாக ரவி 'சினோ'வைப் பார்த்தான். அந்த ஆச்சரியத்தோடு அதன் கோலங்களைப் பார்த்தவாறு இருந்தான்.

"இயற்கை. எல்லோரையும் இருத்திவிட்டிருக்கு" என்றார் நாதன்.

தங்கள் பிரயாண அனுபவங்களை இருவரும் பகிர்ந்து கொண்டிருந்தார்கள். நாதன் சிறுதுகாலம் ஹொலன்டில் இருந்து விட்டு வந்திருக்கிறார். ரவி இலங்கையிலிருந்து மொஸ்கோ ஊடாக வந்திறங்கியிருந்தான். கதைகளுக்கிடையிலும் இருவரும் தூங்கி எழுந்தார்கள். மெல்ல விடிய ஆரம்பித்திருந்தது. 'சினோ' விடுமாப்போல இல்லை. பார்க்குமிடமெல்லாம் வெண்பனி மூடிக்கிடந்தது.

"தம்பி உம்மட நம்பருக்கு அடிச்சுப் பாரும். ஒருத்தரும் இல்லாட்டி என்னோட வாரும். 'சல்வேசன் ஆமி'க்குப் போனால் எல்லா உதவியும் கிடைக்கும்" என்றார் நாதன்.

அவனுக்கு நாதனைப் பிடித்திருந்தது. அவரோடு இருந்த நாலு மணிநேரத்துக்குள் அவர் மனம் திறந்து கதைப்பது போலவும் அவரது உரையாடல் அர்த்தமானதாயும் அவனுக்குத் தோன்றியது. தொலைபேசிக்கு நின்ற வரிசை இன்னமும் நீண்டு கொண்டேயிருந்தது. 'நாதனுடன் சேர்ந்துபோய்ப் பின்னர் 'சல்வேசன் ஆமி'யிலிருந்து தொடர்பை ஏற்படுத்தலாம்' என்று தனக்குள் நினைத்துக்கொண்டான்.

2

'சல்வேசன் ஆமி கொஸ்டலை' வந்தடைந்தபோது வெளியில் குளிர்–21ஆக இருந்தது. போட்டிருந்த உடைகளுக்குள்ளால்

குளிர் குற்றிக்கொண்டிருந்தது. அந்தக் கட்டிடத்துக்குள் வந்த பின்பும் கால்களின் கடுக்கல் போகவில்லை. நாதன் வரவேற்பாளரோடு கதைத்தார். குளிர் காலம் ஆதலால் பலருக்கு வீட்டுத் தேவையிருந்தது. வீடற்று வீதிகளில் உறங்குவோர் அதிகமானோர் அங்கு வந்திருந்தார்கள். அவர்களைப் பார்த்ததும் ரவிக்கு அந்த இடத்தில் தங்குவது பிடிக்கவில்லை. நாதன் ஹொலன்டில் இருந்தபோது இப்பிடியான இடங்களுக்குச் சென்று உதவிகள் பெற்றிருக்கிறார். ரவியின் முக பாவனையில் அவனது விருப்பமின்மையை நாதன் புரிந்துகொண்டார்.

“தம்பி! அவங்கள் இந்த நாட்டு அகதி. நாங்கள் வெளிநாட்டு அகதி. அகதியென்டால் எல்லாரிட்டையும் கையேந்தவேணும். கிழமை வாடகைக்கு சில அறைகள் இருக்காம். அங்க தளபாடங்கள் இருக்காம். சாமான்கள் இருந்தால் நாங்களே சமைச்சு சாப்பிடலாம். கூப்பன்கள் தரியினமாம். அவையின்ட இன்னொரு இடம் இருக்காம். அங்கபோய் சாப்பாட்டுச் சாமான்கள் உடுப்புகளை இலவசமாய் எடுக்கலாமாம்.”

அங்கிருந்த பணியாள் அவர்களுக்கான குடியிருப்பைத் தேடிக்கொடுத்தான். அது சென்லோரன்ஸ் தெருவில் அங்காடி யொன்றின் மேல் இருந்தது. அவர்களிடமிருந்த பணத்திற்கு இரண்டு கிழமைக்கு அங்கு தங்க முடியும். அதன் பின்னர் சமூக நல உதவித் தொகை வரத்தொடங்கினால் தான் அவர்களால் சமாளிக்க முடியும். எல்லாப் பதிவுகளும் ‘சல்வேசன் ஆமி’யின் துணையுடன் முடித்திருந்தார்கள். இப்போ அவர்களிடம் வேலை செய்வதற்கான பத்திரம், சமூகநல நிதிப் பணம், வங்கிக் கணக்கு எல்லாம் இருந்தன. ஒவ்வொரு தடவையும் சல்வேசன் ஆமிக்குச் செல்லும்போதும் “பார்த்தியே ரவி, இஞ்சத்தைய ஆமிக்காரன்கள் எவ்வளவு நல்லவங்கள்” என்பார்.

அவர் சிரிக்காமல் சிலவிடயங்களைச் சொல்லிக் கொள்வார். அதைப் புரிவதற்கு ரவிக்கு நாட்கள் எடுக்கும். நாதன் இல்லாவிட்டால் இந்தப் புதிய புலத்தை எதிர்கொள்ள அவதிப்பட்டிருப்பான். அவரின் முன்னனுபவம் அவனுக்குத் துணையாகவிருந்தது. அகதியாக வந்திறங்கியிருந்தாலும் அகதியாகத் தம்மை ஏற்றுக்கொள்ளப் பலரது புலத்து வாழ்வு விடுவதில்லை. நாதன் ஒவ்வொரு விடயத்திலும் அகதி வாழ்வை ரவிக்கு சுட்டிக்காட்டிக்கொண்டிருந்தார். ரவியைவிட நாதன் இருபது வயது மூப்பு.

நாதன் சாதாரணதரம் பரீட்சை எழுதி சித்தியடைந்திருந் தாலும் வீட்டின் வறுமையால் பதினேழு வயதில் உடுப்புக்கடை வேலைக்குகொழும்புசென்றவர். 1983ஆம் ஆண்டு இனக்கலவரத்தில் உயிர் தப்பி ஊர் செல்லும் வரை குடும்பத்திற்காகவே வாழ்ந்தவர்.

ஊர் திரும்பும்போது அவருக்கு வயது 40. திருமணம் ஆகவில்லை. அதைப்பற்றி பெற்றோருக்கு இருந்த கவலைகூட அவருக்கு இல்லை. 'திருமணம் என்பது காமத்திற்கான வடிகால்' என்பதே அவரது எண்ணம். காமத்தைத் தீர்ப்பதற்கு அவருக்கு வேறு வழிகள் இருந்ததால் திருமணத்தை அவர் யோசிக்கவில்லை. தங்கைகளின் திருமணங்கள், தம்பியின் கல்விச் செலவு, வளவில் கல்வீடு எனக் குடும்பத்திற்காக அவர் சுமந்த பாரம் மிகப்பெரிது. வாழ்வின் அனுபவங்கள், வலிகள் சிலருக்கு மற்றோர் மீது பரிவையும் அன்பையும் காட்டி அரவணைக்கும் சித்த மனத்தை உருவாக்கிவிடுகிறது. வேறு சிலருக்கு ஆத்திரத்தையும் வன்மைத்தையும் விட்டுச் செல்கிறது. நாதன் சித்த மனதுடையவர். அவர் எல்லாவற்றையும் எளிமையாகச் சிந்திக்கிறார். செயற் படுகிறார். தொடக்கத்திற்கான அடிப்படையை நன்றாக விளங்கிக்கொள்கிறார். அதனால் அவரிடத்தில் எந்தப் பதட்டத்தையும் காணமுடியாது. அவர் பெருநகரத்தில் வாழ்ந்தபடியால் எல்லாவித மனிதர்களையும் அறிந்திருக்கிறார். மனித வாழ்வின் அடிப்படை ஒன்றாகவே இருக்கிறது. அதை அவர் உணர்ந்திருக்கிறார். பிழைப்பிற்கான பித்தலாட்டங்களை யும் அவர் நன்கறிந்து வைத்திருக்கிறார்.

3

வேலை தேடும் படலம் ஆரம்பமாகியிருந்தது. வந்திறங்கியதி லிருந்து ஏதோவொரு தேவைக்காக அவர்கள் தினசரி 'சல்வேசன் ஆமி'க்கு வந்து போய்க்கொண்டிருக்கிறார்கள். வேலை தேடுபவர்களுக்கான உதவியும் ஆலோசனையும் அவர்கள் வழங்குகிறார்கள். விளம்பரப் பலகையில் போடப்பட்டிருந்த வேலைகளை நாதன் பார்த்துக்கொண்டிருந்தார். 'இரவுநேர சுத்திகரிப்புப் பணியாளர்கள்' தேவையென இருந்தது.

"டொக்டர் வேலை இருக்காம் செய்வீயோ.?" என்று ரவியைப் பார்த்துக் கேட்டார்.

அவன் எதுவும் சொல்லாமல் நின்றான்.

"மற்ற வேலையெல்லாம் பெரிய வேலையாயிருக்கு. டொக்டர் வேலைக்கென்டால் எங்கட அனுபவம் போதும். ரவி வேலை இருக்கு போய்ப் பாப்பம்" என்றுவிட்டு அங்கிருந்த பணியாளரிடம் அங்கு செல்வதற்கான வழிகளைத் தெரிந்து அவர்கள் கொடுத்த போக்குவரத்துக்கான 'டோக்கனை'யையும் பெற்று வெளியேறினார்கள்.இரவுபகலாக இயங்கும் வீடியோ விளையாட்டு மையம். அதற்கே பணியாளர்கள் தேவையாய் இருந்தன. அலன் என்பவரைச் சந்திக்கவேண்டும். அவர்கள் மையத்திற்கு அருகிலிருந்த 'மெற்றோ'வில் இறங்கி 'சென்

கத்தரின்' தெருவில் நடக்கத் தொடங்கியிருந்தார்கள். ஐந்து மணியைத்தாண்டியிருந்தது. இரவு கூடியிருந்தது. வியாபாரத் தளங்களின் பல வர்ண மின்விளக்குகளும் நியான் பெயர்ப் பலகைகளும் தெருவுக்கு அழகு சேர்த்திருந்தன. நத்தாருக்காய் அலங்கரிக்கப்பட்டிருந்த வீதியின் மின்கம்பங்களும் மரங்களும் விளக்குகளால் ஒளிர்ந்திருந்தன. மின்னி மின்னி எரியும் விளக்குகள் இரவின் சிமிட்டலாய் இருந்தன.

உள்ளாடைகளுடன் குனிந்தும், நிமிர்ந்தும், கவிழ்ந்தும், விரித்தும் என பற்பல கோணங்களில் இளம் நங்கையர்களின் படங்கள் பாரிய அளவில் 'கட்அவுட்'டாய் இரண்டாவது மாடியில் தொங்கவைக்கப்பட்டு அவற்றின் விளிம்புகளைச் சுற்றி நியோன் வெளிச்சமிடப்பட்டிருந்தன. அவர்களைத் தேடிவருபவர் தொலைந்து போகாமல் இருக்க மின்விளக்குகளால் அலங்கரிக்கப்பட்ட பாரிய அம்புக்குறியொன்று மின்னிமின்னி அவர்களது வாசலைக் காட்டியபடி தூக்கி வைக்கப்பட்டிருந்தது. அதன் அண்டையாக விளம்பரப் பலகையின் இரு கரைகளிலும் ஆர்கேட் வீடியோ மெசின் 'கட்அவுட்'கள் தூக்கி வைக்கப்பட்டு ஒளிர்ந்துகொண்டிருந்தன. நிர்வாணப் பெண்களின் ஸ்டிக்கர்களும், ஆர்க்கேட் விளையாட்டு ஸ்டிக்கர்களும் ஒட்டப் பட்ட அந்தக் கட்டிடத்தின் முன் கண்ணாடிகள். திருவிழா சஞ்சாரத்திலும் ஆர்க்கேட் இயந்திரங்கள் எழுப்பும் ஒலி வீதிக்கும் கேட்டவண்ணம் இருந்தது. வெவ்வேறு நிறங்களிலான மின்விளக்குகளின் ஒளிகள் சேர்ந்தும், இணைந்துமென புதுவர்ணங்களில் ஒளிர்ந்தன. கட்டிட வாசலைச் சுற்றி எரிந்து கொண்டிருந்த நியோன் விளக்கின் சென்னிற ஒளியின் வீச்சு வீதியின் இரு மருங்கும் பரவிக்கிடந்தது. அதற்கு முன்னால் இருவரும் நின்று தாங்கள் கொண்டு வந்த முகவரியைச் சரி பார்த்தார்கள். அந்தக் கட்டிடம் இரண்டு தளங்களோடு இருந்தது. இரண்டுக்கும் ஒரே வாசல். ஒரே முகவரி. சுற்றும் பார்த்தார்கள். குளிர்காலத்திலும் விழாவுக்கு குவியம் கூட்டத்திற்குக் குறை வில்லை. சென்னிற வாசல் ஊடே நுழைந்தார்கள். சிகரட் புகையின் அடர்த்தியூடே சென்னிற ஒளியின் கசிவு மாயத் தோற்றத்தைத் தந்தபடியிருந்தது. இடது பக்கம் இருந்த இரட்டைக் கதவுக்கு மேல் 'சொர்க்கவாசல்' என எழுதப்பட்டிருந்தது. வலது பக்கம் ஆர்க்கேட் வீடியோ விளையாட்டு மையம்.

"இந்த வாசலுக்கு ஒரு பெயரையும் காணேல்ல. இது நரகமோ?" என்றார் நாதன்.

நேரே கட்டிடத்தின் மத்தியில் மேல் தளத்திற்குச் செல்லும் படி கட்டுகள். மார்புக் கச்சையும், கீழ் உள்ளாடையும் மட்டுமே அணிந்த பெண் ஒருத்தி மேல் தளத்திலிருந்து இறங்கி வந்து

கொண்டிருந்தார். அவளுக்கு முன்பாகவும் பின்பாகவும் ஆறுஅடி உயரமும் உடல்வாகுமிக்க இருவர் அவளைப் பாதுகாப்பாக அழைத்துப் போனார்கள். அவள் சொர்க்கக் கதவைத் திறந்து உள்ளே சென்றாள். பாதுகாப்புப் பணியாளர்கள் கறுப்பு ரி சேட் அணிந்து மேலும் கீழும் நின்றிருந்தார்கள். சொர்க்கத்தின் வாசலுக்குள்ளால் நுழைந்தவள் போன்றே வெளியில் தொங்கும் 'கட்அவுட்'களும் இருந்தன. அவளை இருவரும் பார்த்தார்கள்.

"அம்மாளாச்சி! நல்ல சகுனம். வலது கால் எடுத்து வைச்சனியோ" என்று ரவியைப் பார்த்தார் நாதன்.

வலதுகாலை வைத்தேனா? என்ற ஐயத்தில் நாதனைப் பார்த்தான் ரவி.

சீலிங்கும், சுவர்களும் கறுப்பு வர்ணம் பூசப்பட்டு செந்நிற மின் விளக்குகள் ஒளிர்ந்தபடியிருந்தன. எல்லோர் மீதும் செந்நிறத்தின் சாயல். வலது பக்கமாய் இருந்த கதவைத் திறந்து ஆர்க்கேட் மையத்துக்குள் நுழைந்தார்கள். ஆர்க்கேட் இயந்திரத்திலிருந்து எழும் ஒளியும் ஒலியும் சூழலை ஆக்கிர மித்திருந்தது.

ஊழியப் பெண்ணிடம் தாங்கள் வந்த விபரத்தைத் தெரிவித்தார்கள். 'இரண்டாம் மாடிக்குப் போங்கோ. அங்கே அலுவலகம் என்று எழுதியிருக்கும்' என்றாள். வெளியே வந்து கருமைக்குள் ஒளிரும் செந்நிற வெளிச்சத்தில் அலுவலகத்தைக் கண்டுபிடித்தார்கள். அதற்கு முன்னே நின்ற காவல் பணி யாளர்கள் அவர்கள் வந்தவிடயத்தை அறிந்து ஆயுதங்கள் ஏதாவது உண்டாவென உடலைத் தடவிச் சோதித்த பின்னர் உள்ளே அனுமதித்தார்கள்.

"தமிழரென்டால் ஒரு பயம் இருக்கத்தான் வேணும்" என்று மெல்லிதாக ரவிக்குச் சொன்னார் நாதன்.

அந்த அறையில் மட்டும் பட்டொளி வீசிக்கொண்டிருந்தது. மார்புக்கச்சையும், கீழ் உள்ளாடையும் மட்டுமே அணிந்த பெண்களும், கீழ் உள்ளாடை மட்டுமே அணிந்த ஆண்கள் சிலரும் உரையாடிக்கொண்டு நின்றார்கள். அங்கு முழு ஆடையோடு கோட்டும் அணிந்து நிற்பவர்தான் அலனாக இருக்குமென நாதன் முடிவுக்கு வந்தார்.

"நினைச்சன். உடுப்போடு இருக்கிறவன்தான் முதலாளி என்டு. எப்பவும் உழைக்கிறவைக்கு உடுப்பிருக்காது" என்றார் நாதன்.

அங்கிருந்த எவருக்கும் இவர்கள் வந்து நின்றது பொருட்டாகப்படவில்லை. ரவி, முதல் தடவையாகப் பெண்

உடலை அரை நிர்வாணமாய்ப் பார்க்கிறான். அவனுக்குக் கூச்சமாக இருந்தது. அண்மையாகப் பெண் உடல்கள். அவனால் நம்ப முடியாமலும் இருந்தது. அவர்களது பராக்குப் பார்வையைக் குலைத்த அலன், அவர்களை அழைத்துக்கொண்டு அறைக்குச் சென்றான். அவர்களின் விபரங்களை எடுத்து வைத்தான். 'வாக்கி டோக்கியில்' கதைத்தான். 'யூனிபோம்' போட்டபடி ஒருவர் வந்து சேர்ந்தார்.

"நாளைக்கு ஒரு மணிக்கு வருவார்கள். இவர்களைக் கூட்டிக்கொண்டு போய் வேலைகளைக் காட்டு" என்றார். பின்னர் இவர்களைப் பார்த்து "நாளைக்கு ஒரு மணிக்கு வேலைக்கு வாங்கோ" என்றான்.

கூலிப்பணியாளர்களுக்கான தட்டுப்பாடு நிலவியபடியிருந் தது. புதிய அகதிகளின் வரவு அந்தப் பணிகளை நிரப்பியபடி யிருந்தன. அலன், அவர்களின் அனுபவங்கள், கல்வி, பின்னணி எதைப்பற்றியும் அறிய ஆர்வப்படவில்லை. அதற்கு நாதனின் உரையாடலும் ஒரு காரணமாய் இருக்கலாம். அவன் கேட்கா விட்டாலும் தன்னைக் கடை முகாமையாளராயும், ரவியைத் தற்பாதுகாப்புக் கலை பயிற்றுநராகவும் அறிமுகப்படுத்தி யிருந்தான். அதை அலன் கவனத்தில் எடுத்தானோ தெரியாது.

4

நாதன் வெளிப்படையாகக் கதைக்கும் ஒருவர். ஆயினும் தனிப்பட்ட பிரச்சினைகளைக் கதைத்தது கிடையாது. அவருடன் தனது பிரச்சினைகளை மனம்விட்டு கதைக்கும் நிலையில் ரவி இருந்ததில்லை. தன்னுடைய பிரச்சினைகளை விளங்கிக்கொள்ள ஒருவரும் இல்லை என்று அவன் வலுவாக நம்பியிருந்தான். அந்தரங்கத்தைக் காப்பாற்ற எம்வருக்குத் தெரியாது. தன்னைப் பரிகாசத்துக்குரிய பொருளாக மாற்றி விடுவார்கள் என்ற அச்சம் அவனுக்குள் இருந்தது. சந்தேகத்துடன் அணுகும் கண்கள் அவனைச் சுற்றி இல்லை என்பதில் சற்று நிம்மதி இருந்தது. ஊர் அனுபவங்களும் அதன் வலிகளும் அவனை இறுக்கமாக இருக்கக் கற்றுக்கொடுத்திருந்தன.

மொன்றியாலும், இரவு வாழ்வும், மகிழ்ச்சியான மனிதர் களும், அவர்கள் கேளிக்கையும், பொழுதுபோக்கும் அனுபவக் கசப்பைக் கடக்க ரவிக்கு உதவுகின்றன. மகிழ்வின் ஊற்று எது? எப்படி இவர்களால் மகிழ்வாய் இருக்க முடிகிறது? அவர் மகிழ்வின் அதிர்வு இவனையும் தொற்றிக்கொள்ளலாம். வேலை குறித்து அவனுக்கு எந்தவித எதிர்பார்ப்பும் இருந்ததில்லை. ஒளிரும் இரவும், மகிழ்வான மனித முகங்களும் அவனுக்குள் எதிர்பார்ப்பை ஏற்படுத்தியிருந்தன.

5

பிற்பகல் ஒரு மணிக்கு அங்கு வந்தடைந்திருந்தார்கள். காற்றோடு குளிர் −30ஐ தாண்டியிருந்தது. போட்டிருந்த உடைகளைக் களையவே மணித்தியாளங்கள் ஆகலாம். இரவு இருந்த விழாக்கோலம் இப்போது இருக்கவில்லை. ஆர்க்கேட் ஒலி கேட்டுக்கொண்டேயிருந்தது. பலர் விளையாடிக்கொண்டிருந்தார்கள். கூலியோ. பகல் நேர சுத்திகரிப்புப் பணியாளர். பூர்வீகம் டொமினிக்கா. மொன்றியாலின் ஸ்பானிஸ் பகுதியில் வசித்துவருகிறார். பத்து வருடங்களுக்கு மேலாகப் பணி. தமிழர்களைச் சந்திப்பது இதுதான் முதல்தடவை. பரஸ்பர அறிமுக உரையாடலின் பின்னர் இரண்டாம் மாடிக்கு அழைத்து வந்து 'பாவமன்னிப்பு அறை' என எழுதப்பட்டிருந்த கதவைத் திறந்து உள்ளே போனார்கள். அது கட்டிடப் பராமரிப்பாளருக்கான அறை. கட்டிடப் பராமரிப்புக்குத் தேவையான அனைத்துப் பொருட்களும், 'மப்' வாளிகள், சுத்திகரிப்புத் தள்ளுவண்டிகள் என்பவும் இருந்தன. உடைகள் மாற்ற, சாப்பிட, இளைப்பாற வசதிகள் அதற்குள் இருந்தன. நிர்வாண நங்கையரின் படங்களால் நிறைந்திருந்தன சுவர்கள்.

"இதெல்லாம் உன்ட வேலையா.?" என்று நாதன் கேட்டார்

"முன்னோர்களது வேலை. நானும் சிலவற்றைச் சேர்த்திருக்கிறேன்" என்றான் கூலியோ.

"ஏன் பாவமன்னிப்பு என்று எழுதியிருக்கிறது?" என்று கேட்டார் நாதன்.

அவன் சிரித்துக்கொண்டே "விரைவில் உங்களுக்குத் தெரியவரும்" என்று அவர்களுக்கான 'யூனிபோமை'க் கொடுத்தான்.

இருவரும் யூனிபோமை அணிந்திருந்தார்கள். கனடாவில் முதலாவது தொழில். ஒருவரையொருவர் பார்த்துப் புன்னகைத்தார்கள்.

"கழிவறைகளை முதலில் பார்ப்போம்" என்றவாறு வண்டிலைத் தள்ளிக்கொண்டு வெளியே வந்தான் கூலியோ. அவனைத் தொடர்ந்தார்கள்.

இரண்டாவது மாடியில் ஆண், பெண் வாடிக்கையாளர்களுக்கான இரண்டு கழிவறைகள். பெண்களின் கழிவறையில் மூன்று மலப்போக்கியும், மூன்று கை கழுவும் 'சிங்'கும். ஆண்களின் கழிவறையில் மூன்று மலப்போக்கியும், மூன்று

சலப்போக்கியும், மூன்று கை கழுவும் 'சிங்'கும். அதை விடவும் ஒவ்வொரு கழியலறைக்குள்ளும் இரண்டு பெரிய குப்பை வாளிகள்.

மற்றய இரண்டு கழிவறைகள் அங்கு பணியாற்றும் பாலியல் நடன மாந்தர்களுக்கானது. அந்த ஆடம்பரமான கழிவறைகள் அவர்களுக்கெனப் பிரத்தியகமாக ஒதுக்கப்பட்ட பெரிய கூடத்துக்குள் இருந்தன. அதனருகே இரண்டு ஆடம்பரமான குளியலறைகள். வெண்ணிறத் துவாய்களும், றோப்புகளும் அடுக்கிய தட்டு, ஒப்பனைக்கான வசதிகள், அவர்களின் உடமை களை வைக்கும் அலமாரிகள், சொகுசு சோபாக்கள், கதிரைகள், பானங்கள் நிறைக்கப்பட்ட குளிர்ப்பெட்டி, தொலைக்காட்சி, பழங்களும் – நொறுக்குத்தீனிகளும் நிறைந்த சாப்பாட்டு மேசை ஆகியன இருந்தன.

கருஞ்சுவர்களில், தூரிகைகளும் வர்ணங்களும் புணர்ந்து தெழுந்த காமத்தின் தீராக் கோலங்கள் ஓவியமாகி அங்காங்கே கொழுவப்பட்டிருந்தன. மரத்தினால் செதுக்கப்பட்ட முகங்கள் ஓவியங்களுக்கிடையில் கொழுவி வைக்கப்பட்டும், ஒரு இடத்தில் சிறு முகங்களைக்கொண்டு பெரும் முகமொன்று உருவாக்கப்பட்டுமிருந்தது. அவை உலகின் பல பாகங்களிலிருந்து கொண்டு வரப்பட்டவை. அந்த முகங்களை ரவி பார்த்துக் கொண்டிருந்தான். அவை அவனையே பார்ப்பதாக உணர்ந்தான். ஒரு முகம் அவனைப் போன்று இருப்பதான நெருடல் தோன்றி மறைந்தது. அந்த அறையின் ஒரு பகுதியில் நடனத்திற்குத் தேவையான உடைகள் 'குளோசெட்'டுக்குள் கொழுவி வைக்கப்பட்டிருந்தன. அழகிய இத்தாலியன் 'சன்டலியர்' விளக்கு கூண்டுகளால் ஒளிர்ந்தது அந்தக் கூடம். சொகுசு ஹொட்டலின் ஆடம்பரத்தின் சாயல். இத்தாலிய பிரெஞ்ச் கலப்பு அழகியல் வனப்பு கூடத்தில் குடிகொண்டிருந் தது. எங்கெங்கு குப்பை வாளிகள் இருக்கின்றன என்பதை கூலியோ காட்டினான்.

முதலாளி, முகாமையாளர் அலுவலகத்துள் ஒரு கழியலறை. அங்கு மூன்று பேர் வேலை செய்வதற்கான மேசைகள் போடப் பட்டிருந்தன. அவர்களது கணக்காளர் தனது வேலைகளைப் பார்த்துக்கொண்டிருந்தான். கூலியோ அவர்களை அறிமுகப் படுத்தினான்.

"எனக்கு உங்களது சமூகக் காப்புறுதி இலக்கம் தேவை" என்றான் கணக்காளர்.

பின்னர் இருவரது பெயர்களையும் கேட்டு அறிந்து உறுதிப்படுத்திக்கொண்டான். அவர்கள் சமூகக் காப்புறுதி

இலக்கத்திற்குப் பதிந்திருந்தார்கள். வருவதற்கு இன்னும் மூன்று வாரங்கள் ஆகலாம். அதுவொரு பிரச்சினை இல்லை எனக் கணக்காளர் சொன்னார். அங்கிருக்கும் குப்பை வாளிகளைக் காட்டினான் கூலியோ.

"இனித்தான் உண்மையான வேலை தொடங்குகிற இடம்" என்றவாறு மேல் மாடியில் இடது பக்கமாய் இருந்த வாசலைத் திறந்தான்.

"நரகத்திற்கான வாசல்" என்று இதில் எழுதியிருக்க வேண்டுமென கூலியோ கூறியபடி உள்ளே வெளிச்சத்தைப் போட்டான்.

இருவரும் அமைதியாக அவனைத் தொடர்ந்தார்கள். ஆச்சரியங்கள் அவர்களைத் தொடர்ந்த வண்ணமிருந்தன. 'பீப் சோ' எனப்படும் பாலியல் நிகழ்த்துகைகள் நடப்பதற்கான 'பூத்'கள் இருந்தன. ஒவ்வொரு 'பூத்'துக்குள்ளும் பிளாஸ்த்திரித் தடுப்பொன்று பாலியல் நிகழ்த்துநர்களையும் வாடிக்கை யாளர்களையும் பிரித்து இருந்தது. நிகழ்த்துநர் பக்கமாகத் திரையொன்று தடுப்பை மூடியிருந்தது. காசு போட்டால் திரை விலகும். ஒவ்வொரு ஐந்து நிமிடத்துக்கும் காசு போட்டவாறு இருக்கவேண்டும். திரை விலகினால் அதற்கூடாக மறுபக்கத்தில் உள்ளோரை பார்த்துக்கொள்ள முடியும். அதில் ஒரு துவாரம் இருந்தது. நிகழ்த்துனர்களுக்கு 'டிப்ஸ்' கொடுப்பதற்கான ஓட்டை அது. 'டிப்ஸ்'ஐ பொறுத்து வாடிக்கையாளரின் கோரிக்கைகள் நிறைவேற்றப்படும். பாலியல் நிகழ்வைப் பார்த்து ஆண் வாடிக்கையாளர்கள் அந்த 'பூத்'தை விந்தால் தோய்த்து விடுவார்கள். இந்த 'பூத்'களை ஒவ்வொரு ஆண் வாடிக்கை யாளர்கள் சென்ற பின்னர் சுத்திகரிக்க வேண்டியிருக்கும். இருபது 'பூத்'கள் இருந்தன.

"இதுதான் பாவமன்னிப்பு அறைகளா.?" என்று கேட்டார் நாதன்

கூலியோ சிரித்தவாறே

"வருவோர் இங்கு செய்யும் பாவங்களை நாங்களே மன்னிக்கிறோம். அவ்வாறு நினைத்தால்தான் இங்கு வேலை செய்ய முடியும்" என்றான்.

அதைவிடவும் அரைவட்ட வடிவ மேடையிருந்தது. அங்குதான் வார இறுதியில் ஆண்-பெண், பெண்-பெண், ஆண்-ஆண், பலர் இணைந்த கலவையென நேரடியாகப் பாலியல் உறவு காட்சிப்படுத்தப்படும். இதில் பிரபலமான 'போர்ன்' நடிகர்களும் கலந்துகொள்வார்கள். வார இறுதியில் பெருந்திரளாக

வாடிக்கையாளர்கள் வருவார்கள். தெருவில் இருக்கும் விளம்பரப் பலகையில் பாலியல் நடிகர்களின் பெயர்களும், காட்சி நேரங்களும் பகிரப்பட்டிருக்கும். மற்றைய நாட்களில் பிரத்தியேகப் பாலியல் ஒன்றுகூடல்கள் நடக்கும். அதற்குள் 'பார்' ஒன்றும் இருந்தது.

"கடவுளுக்கு நன்றி. இங்கு கழியலறை எதுவும் இல்லை. ஆனால் 'பூத்'கள் கழியலறையிலும் மோசமாய் இருக்கும்" என்றான் கூலியோ.

"நீ குப்பைவாளிகளை மறந்துவிட்டாய்" என்றார் நாதன்.

"எல்லா பூத்துக்குள்ளும் ஒவ்வொன்று இருக்கிறது பார்த்தாயா? ஒருத்தரும் அதைப் பயன்படுத்துவதில்லை. சில வேளை, சாமானை மடக்கத் தெரிந்தவன் பாவிப்பான். அதைப் பார்க்கவேணும். பின்பு கிடந்து நாறும்" என்றான் கூலியோ.

அவன் இவற்றைச் சொல்லும்போது வார்த்தைகளில் எந்த அழுத்தமும் இல்லை. இயற்கை. அதை இயல்பாய்க் கடப்போம் என்றவாறே சென்றான்.

படியால் கீழ் இறங்கி "சொர்க்கத்துள்" புகுந்தார்கள். அமைதியாக இருந்தது. ஆறு மணிக்குத்தான் காமக் கதவுகள் திறக்கும். கூலியோ, ஒவ்வொரு கழியலறைகளையும் காட்டினான். மேலிருந்த வாடிக்கையாளர் கழியலறைகள் போன்றே அங்கும் இருந்தன. இந்த மண்டபத்தில் பெரிய 'பார்' இருந்தது. மறுகரையே இரண்டு மேடைகள். மேடையின் நடுவே வெள்ளி கம்பித்தூண் இருந்தது. சுவரின் கரையே சுவரில் சாய்ந்து இருக்கக்கூடியதாய் இருக்கைகள் இருந்தன. வாடிக்கையாளர் களின் தொடைகளில் நங்கையர்கள் அமர்ந்து ஆடும் 'லாப்' நடனத்திற்கு வசதியாக அந்த இருக்கைகள் இருந்தன. மேடையைச் சுற்றி மேசைகளும், கதிரைகளும் மதுபானத்தோடு துகிலுரி நடனத்தைப் பார்வையிடக்கூடியதாகவே ஒழுங்கமைக்கப் பட்டிருந்தன.

ஆர்கேட் மையத்துள் பணியாளர்களுக்கான அறையும், வாடிக்கையாளருக்கான கழியலறையும் இருந்தன. நூற்றுக்கும் மேற்பட்ட ஆர்கேட் இயந்திரங்கள் அங்கு இருந்தன.

"இங்குதான் அடிக்கடி குப்பை வாளிகள் நிறையும். சாப்பாட்டோடு வந்து 24 மணிநேரமும் விளையாடிக்கொண்டு கிடப்பார்கள்." என்றான் கூலியோ.

அங்கு வேலையில் நிற்கும் பணியாளர்களுக்கு அவர்களை அறிமுகப்படுத்தி வைத்தான். 'வாக்கி டோக்கி'யை எப்படி இயக்குவதென்பதையும் அவர்களுக்குச் சொல்லிக் கொடுத்தான்.

மேல் தளத்திற்குச் செல்லும் படிக்கு கீழ் சுத்திகரிப்பு சாமான் களுடன் இன்னுமொரு அறையிருந்தது. கீழ்த் தளத்தின் சுத்திகரிப்புக்கான பொருட்கள் அதற்குள் கிடந்தன. ஆறு மணியை நெருங்க ஆரம்பித்தது. பணியாளர்கள் வரத்தொடங்கி யிருந்தார்கள். ஒவ்வொருவருடனும் அறிமுகமாகிக் கொண்டிருந்தார்கள். மெல்ல மெல்ல இரு தளங்களும் நிறைய ஆரம்பித்தன. வெள்ளை மின் விளக்குகள் அணைந்து சென்னிற விளக்குகள் ஒளிரத் தொடங்கின. ஆறு மணியாகியிருந்தது. சொர்க்கத்தை உங்களிடம் ஒப்படைக்கிறேன். பார்த்துக் கொள்ளுங்கள் என்றுவிட்டுப் புறப்பட்டான் கூலியோ.

இருவரும் தங்களது அறையில் ஓய்ந்திருந்தார்கள். இன்னமும் வேலை ஆரம்பிக்கவில்லை. ஆனால் களைத்திருந் தார்கள். வழமையாக எதையாவது கதைக்கும் நாதன் வாயடைத்துப் போயிருந்தார். சுவரில் ஒட்டியிருந்த நிர்வாணப் பெண்களின் படங்களைப் பார்த்தவாறு இருந்தார்கள்.

“காமத்தைக் காசாக்கத் தெரிஞ்சவங்கள்” என்றார் நாதன்.

6

“இன்டைக்குதான் எங்களுக்கு முதல் இரவு” என்றார் நாதன்

முகாமையாளர் எமிலி அவர்களது அறைக்கதவைத் தட்டித் தன்னை அறிமுகப்படுத்தினாள். அவர்களது பெயர்களைக் கரிசனையுடன் கேட்டுத் தெரிந்துகொண்டார். ரவியை ராவி என்றாள். நாதனை நேத்தன் என்றார். பல யூதர்களுக்கும் அந்தப் பெயர் இருந்தது. அலனும் யூதர்தான். அவளே பாலியல் கேளிக்கைப் பணியாளர்களுக்குப் பொறுப்பானவர். பார், ஆக்கேட் பகுதியையும் அவர் கவனிக்கவேண்டும். பிரத்தியேக ஒன்றுகூடல்களும் அங்கு ஒழுங்குசெய்யப்படுகின்றன. குறிப்பாகத் திருமணத்திற்கும் முன்னரான மாப்பிள்ளை, பெண்பிள்ளைக் களியாட்டங்கள் அவை. இன்றும் ஒரு ஒன்று கூடல் உண்டு எனச் சொல்லிவிட்டு ‘பூத்’ பற்றி அவர்களிடம் மீண்டும் சொன்னாள். அடிக்கடி அதைப் பார்க்குமாறு கேட்டுக் கொண்டார்.

‘பூத்’தை நோக்கிப் போனார்கள். எல்லா ‘பூத்’தும் நிறைந்திருந்தன. பெண் வாடிக்கையாளர்களும் ‘பூத்’துகளுக்கு வந்திருந்தார்கள். அவர்களுக்காக ஆண்கள், பெண்கள், மூன்றாம் பாலினத்தோரென பாலியல் சேவையில் இருந்தார்கள். ஆண்கள் போன ‘பூத்’துகளைப் பார்த்தார்கள்.

“ஒரு கையால காசு... திரை விலகும். மறு கையால் டிப்ஸ்... சட்டை விலகும். அதுக்குள்ள. நாசமாய்ப் போவாங்கள். ஊரில நின்டு போராடியிருக்கலாம். துணிவே துணை.” என்றுவிட்டு ‘பூத்’துக்குள் புகுந்தார் நாதன்.

காமத்துக்கு உயரம் உண்டு என்று அறிந்துகொண்டார்கள். விந்து நிலத்தில் மட்டும் இருக்கவில்லை குறுக்கேயிருந்த தடுப்பிலும், சுவர்களிலும் பாய்ந்து வலிந்துகொண்டிருந்தது. கிருமி நீக்கியை விசிறி அவற்றைத் துடைத்து எடுத்த பின்னர் நிலத்தை ‘மப்’ அடித்தார்கள்.

‘சொர்க்கம்’ பாலியல் களியாட்டத்தில் திளைந்திருந்தது. இசையின் இசைவில் ஆடலர்களின் உடல் நளினம் காம அரும்புகளை அருட்டியபடியிருந்தது. போதையில் காமமும், காமத்தில் போதையுமென மனிதர்களின் நிலையைப் பார்த்திருந்தது கூடம். அடர்ந்த சிகரட் புகை தரிந்திருந்தது. சுவரருகே ‘லாப்’ நடனத்தில் திளைத்தோர் பணத்தை உள்ளாடைக்குள் செருகியபடியிருந்தார்கள். ‘பார்’ பரபரப்பாக இயங்கியபடியிருந்தது. ‘பியர்’ குடிப்போரினால் கழியலறை சலத்தால் நாறியிருந்தது. பெரிய சலக் குவளைகள் இருந்தாலும் வெறியில் வெளியில் பெய்திருந்தார்கள். இது மூன்றாவது முறையாக அங்கு செல்ல வேண்டியிருந்தது.

“பெரிய ஓட்டையைப் பார்த்திருக்கத் தெரியாத பரதேசிகள்” என்று நாதன் சலித்துக்கொண்டிருந்தார்.

மேலும் கீழும் என அவர்கள் ஏறி இறங்கிக் களைத்துப் போயிருந்தார்கள். நாதன் கீழ்த் தளத்திலேயே நின்றார். ரவி மேல் தளத்தில் நின்றான். இப்போது அவர்கள் வேலைக்கு சற்று இசைந்திருந்தார்கள். குறிப்பாக ஆண்களின் கழியலறை மோசமாகவே இருந்தது. பெண்களின் கழியலறை பெரிய சிக்கல் இருந்தால் மட்டுமே பார்க்கவேண்டி வரும் என்று கூலியோ சொல்லியிருந்தான். பனி கொட்டிக்கொண்டிருந்தது. வாடிக்கையாளரின் சப்பாத்துகளுடன் வரும் பனியினால் வாசல் ஈரமாய் இருந்தது. அதை அடிக்கடி ‘மப்’ பண்ண வேண்டியிருந்தது.

எமிலி ‘பூத்’களைப் பார்த்தாள்.

“ராவி எனக்கு உனது உதவி தேவை. பொம்பிள்ளை பார்ட்டி நடக்கிறது. அவர்களுக்கான சாப்பாடு வெளியிலிருந்து வரும். அதை மேலே கொண்டுவர வேண்டும்” என்றாள்.

அவள் சொன்னதில் அரைவாசி அவனுக்கு விளங்கியது. அதுவும் அவளது கை, கண் அசைவுகளால் அவன் அறிந்தது.

பின்னர் நாதனிடமும் அதைச் சொன்னார். சாப்பாட்டை இரண்டாம் மாடியில் நேரடிப் பாலியல் காட்சிகள் நடக்கும் இடத்துக்குக் கொண்டுபோய் அங்கு ஒழுங்கு செய்திருந்த மேசைகளில் வைத்தான். அங்கு அவர்களுக்காக 'பார்' இயங்கியது. ஐந்து ஆண்கள் துகிலுரி நடனம் ஆடிக்கொண்டிருந்தார்கள். அவர்களது மேனியை மேய்ந்துகொண்டிருந்தனர் பெண்கள்;. ஆண்குறிகள் பெண்களின் கைகளில் விளையாட்டுப் பொருள் போல் கிடந்தன. ரவியின் ஆச்சரியக் கதவு திறந்தபடியே இருந்தது. பெண்களின் துகிலுரி நடனம் பற்றி கேள்விப் பட்டிருக்கிறான். ஆண்களின் நடனத்தை இப்போதுதான் பார்க்கிறான். பெண்கள் எவ்விதக் கூச்சமும் இன்றி அந்த ஆண்களின் உடலை மொய்த்துக் கிடக்கிறார்கள்.

"ராவி நீ குடிப்பாயா?" என பியர் ஒன்றை நீட்டினாள் எமிலி

தலையை அசைத்து சிரித்துக்கொண்டே அதை வாங்கினான்.

"நேத்தனையும் அழைத்து வா" என்றாள்

இருவருக்குமான பீட்சாவையும் பியரையும் அறைக்குள் வைத்துவிட்டிருந்தாள். இருவரும் அறையில் சாப்பிட்டுக் கொண்டிருக்கும்போதே "ராவி மன்னிக்கவேணும். பெண்களின் கழியலறை ஒருக்கால் பார் வாந்தி எடுத்துவிட்டார்கள்" என்றாள்

ரவி வண்டிலால் வாசலை அடைத்துவிட்டு உள்ளே போனான். இருவர் மலசலப் பேழைகளைக் கட்டிப்பிடித்து ஓங்காழித்து வாந்தி எடுத்துக்கொண்டிருக்க அவர்களுக்கு உதவியாக மேலும் இருவர்; 'சிங்'குக்குள் வாந்தி எடுத்தார்கள். கூடிக் கும்மாளம் அடித்ததுபோல் ஓங்காழிப்பையும் இணைந்தே செய்கிறார்கள். அவனுக்கும் குமட்டிக்கொண்டு வந்தது. ஒருவரையொருவர் கவனிக்கும் நிலையில் ஏனைய பெண்களும் இல்லை. நிறை வெறியில் அவர்களின் வாயால் வெளியான களிப்பின் வார்த்தைகள் வாந்தியாக மாறியிருந்தன.

தரையில் கிடந்த வாந்தியை அள்ளி குப்பை வாளிக்குள் போட்டான். அந்த மணம் அவனுக்கு ஓங்காலத்தை ஏற்படுத்திற்று. வெளியே வந்து நாதனிடம் சொன்னான்.

அவர் எமிலிக்குச் சொன்னார்.

"சரி பெட்டைகளே இத்தோடு பார்ட்டி முடிவுக்கு வருகிறது" என்றாள் எமிலி.

'பார்' மூடியாயிற்று. அனைவரையும் சாப்பிடுமாறு வற்புறுத்தினாள். மூக்காலும் வாயாலும் பீட்சாவை சாப்பிடத்

தொடங்கினார்கள். அதில் பாதிப்பேர் நேற்றைய சாப்பாட்டையும் சேர்த்துக் கக்கிக்கொண்டு இருந்தார்கள். கழியலறைக்குள் கிடந்தவர்களை எமிலி கொண்டுவந்து சேர்த்துவிட்டு ரவியிடம் மன்னிப்புக் கேட்டவாறு நின்றாள். மூன்று மலப் பேழைகளும், 'சிங்'குகளும் வாந்தியால் நிறைந்திருந்தன.மூக்கைத் துண்டால் கட்டிக்கொண்டு சுத்திகரிக்கத் தொடங்கினான். சிங்குக்குள் இருந்த வாந்தியை அள்ளி குப்பை வாளிக்குள் இட்டு பையைக் கட்டியெடுத்து புதுப்பையைப் போட்டான். 'மப்' ஆல் சுத்திகரித்தான். 'பிளீச்' மணத்தை மீறியும் வாந்தியின் மணம் கழியல் அறைக்குள் நின்றது. பின்னர் துர்நாற்றத்தைப் போக்க வாசனைக் கட்டிகளை மூலைகளுக்குள் போட்டுவிட்டான். பெண்களைப் பிரத்தியேக வாகனத்தில் ஏற்றிக்கொண்டிருந்த காவல் பணியாளர்களுக்கு போதையிலும் அவர்கள் முத்தத்தைக் கொடுக்கத் தவறவில்லை.

கூடத்துக்குள் வந்தான் ரவி. ஆடலர்கள் போய்விட்டார்கள். அவர்கள் வெளியேற்றிய விந்தின் சுவடுகள் மேடையில் ஆங்காங்கு இருந்தன. கூடத்திலிருந்தே வாந்தி எடுக்கத் தொடங்கியிருக்கிறார்கள். எமிலி அங்கு வந்து ரவிக்கு உதவியபடியும் மன்னிப்புக் கேட்டபடியும் நின்றாள். இவ்வாறான காரணங்களால்தான் அங்கு ஒருவரும் வேலையில் நின்று பிடிப்பதில்லைபோலும். வாந்தியை அள்ளிக் குப்பை வாளிக்குள் போட்டான். ஆணுறை வரும் பிளாஸ்த்திரிக் கவசங்களும் நிலத்தில் இருந்தன. அவற்றையும் வாளிக்குள் போட்டான். எமிலி 'மப்' வாளியை உருட்டிக்கொண்டு வந்தாள். ரவி 'மப்'பை வாங்கி நிலத்தையும், மேடையையும் சுத்திகரிக்கத் தொடங்கினான். எமிலி இன்னொரு 'பியரை'யும் அவனிடம் நீட்டினாள். அவன் களைத்துப் போய் இருந்தான். வேலை ஒரு புறம். காம லீலைகள் மறுபுறம். அவனுக்கு எல்லாம் புதிராகவே இருந்தன. அந்த மேடையில் குந்தியிருந்து பியரை அருந்திக்கொண்டிருந்தான். எல்லாமே ஓய்ந்திருந்தன. கருமைக்குள் ஒளிரும் சென்னிறத்தின் சாயல் மட்டும் அவனைக் கவிந்திருந்தது. அந்தப் பெண்களின் குதூகலத்தின் ஒலி அவனது காதுகளுக்குள் நின்றொலித்துக் கொண்டிருந்தது.

"ராவி! எனது பரிசு" என இருபது டொலர்களை அவனுக்குக் கொடுத்தாள் எமிலி.

பெண்கள் துகிலுரி ஆடவர்களுக்குக் கொடுத்த 'டிப்ஸ்' இலிருந்து இவனுக்குக் கிட்டியதுதான். அவர்கள் எடுத்த வாந்தியை அள்ளுவதற்காகக் கொடுத்ததாய் இருக்கட்டும். எல்லா லீலைகளும் முடிந்த பின்னர் கழிவுகளை அகற்ற வேண்டியவர்கள்

இவர்கள் தானே. அவள் கொடுத்த பணத்தைப் பார்த்தான். கனடாவில் அவனது உழைப்புக்குக் கிடைத்த முதற்படி.

பெண்கள் விருப்பங்களுக்கு இணங்க வாழ்கிறார்கள். மோகம். அதை அவர்கள் கட்டுப்படுத்தவோ, கட்டிக்காக்கவோ இல்லை. தமது காமத்தை வெளிப்படையாகவே தீர்த்துவிட்டுப் போகிறார்கள். அவன் இதுவரை அறிந்திராத பெண்மையின் பக்கங்கள் அவனை அதிசயக்க வைத்துக்கொண்டிருந்தன. அந்த மோகவலையை அனைவரும் கடந்தே ஆகவேண்டும். ரவிக்கு மெல்லியதாய் போதை ஏறியிருந்தது. அந்த மேடையில் அண்ணார்ந்து படுத்திருந்தான். அந்த மேடையில் நடந்தவற்றை நினைத்துப் பார்த்தான். மேடைகள். அவன் முகத்தில் புன்னகை யிருந்தது. செவ்வொளியில் முகம் சிவந்திருந்தது. மோகம் கறுப்பு காமம் சிவப்பு என்று தனக்குள் சொல்லிக்கொண்டான். ஊரில் மேடைகளில் கராட்டி நிகழ்ச்சிகளை அவன் செய்திருக்கிறான். அவனுக்கு அந்த மேடையில் கராட்டி பயிற்சியை செய்து பார்க்க வேண்டும் போலிருந்தது. கராட்டி உதைகளையும், தற்காப்பு முறைகளையும் சத்தமிட்டுச் செய்து பார்த்தான். தொண்டை கட்டியது. அவனையறியாது அவன் கண்களிலிருந்து நீர் தாரை தாரையாகக் கொட்டத் தொடங்கியது. மீண்டும் அமர்ந்து மேடையில் அண்ணாந்து கிடந்தான். கன்னங்களால் வழிந்த கண்ணீர் மேடையில் விழுந்துகொண்டிருந்தது. அவனது 'வாக்கி டோக்கி' பூத்தை சுத்திகரிக்க அழைப்பு விட்டது. எழுந்து 'பூத்'தை நோக்கி நடந்தான்.

7

வெள்ளொளி மின் விளக்குகளை எரியவிட்டான். 'பூத்'துகள் வெறுமையாக இருந்தன. ஆண்கள் விட்டெறிந்த விந்துச் சுவடுகள் காய்ந்தும் காயாமலும் இருந்தன. அதன் மணம் அவனுக்கு குமட்டிக்கொண்டு வந்தது. அந்த மணத்தைப் போக்கவே அதிகமாக 'பிளீச்சை' மப்வாளி நீருக்குள் ஊற்றியிருந்தான். அனைத்தையும் துடைத்து சுத்திகரித்து 'மப்' அடித்துவிட்டு மற்றைய பக்கம் வந்தான். பாலியல் கேளிக்கைப் பணியாளர்கள் பணியாற்றும் பகுதியில் குருதித் தடங்கள் இருந்தன. அனைத்தையும் 'மப்' ஆல் சுத்திகரித்துவிட்டான்.

எல்லாப் பணியாளர்களும் போயிருந்தார்கள். இறுதியாக கழிவறைகளைப் பார்த்தான். முன்னேற்றம் ஏதும் இல்லை. எல்லாவற்றையும் மீண்டும் சுத்திகரிக்கவேண்டியிருந்தது. நிலத்தில் கிடந்த ஆணுறைகளைப் பொறுக்கி குப்பை வாளிக்குள் இட்டுக் கட்டி புதுப் பையைப் போட்டான். எல்லா அறைகளும் 'பிளீச்'சின் வாசனையைக் கொண்டிருந்தன.

நாதன் மேலே வந்தார். இருவரும் ஆடம்பரக் கூடத்துக்குள் அமர்ந்தார்கள். நாதன் வெறியில் இருந்தார். அவரின் அளவுக்கு அதிகமான சிரிப்பும், அளவு குறைந்த கதையும் அதைக் காட்டியது. எமிலி அளவுக்கு அதிகமாவே அவரை கவனித்திருக்கவேண்டும். அங்கிருந்த பாவித்த துவாய்களையும், றோப்புகளையும் எடுத்து பையில் அடைந்து கட்டி வைத்தான் ரவி. கழியலறைகளையும் துப்பரவாக்கினான். கடும் நெடி அவன் மூக்கை அரித்தது. அது கழிவறைக் குப்பை வாளியிலிருந்து வந்துகொண்டிருந்தது. அதை எடுத்து வெளியில் வர எமிலியும் அங்கு வந்து சேர்ந்தாள். அவளும் அந்த நெடியை உணர்ந்தாள்.

"பெட்டையள் தங்கட மாதவிடாய் ஒற்றியை இதற்குள் போட்டிருக்கிறார்கள். கழியலறையில் அதைப் போட்டுக் கட்டுவதற்கு சிறிய பிளாஸ்த்திரிக் பை வைத்திருந்தோமே இருக்கிறதா பார்" என்றாள்.

"மாதவிடாய் காலத்தில் அவர்கள் ஏன் வேலைக்கு வருகிறார்கள்" என்றார் நாதன்

"மாதவிடாய் காலத்தில் பெண்களுக்கு எங்கேதான் லீவு தருகிறார்கள். உனக்குத் தெரியாது... நிறையவே ஊத்தை ஆண்கள் இருக்கிறார்கள். அவர்கள் அதைப் பார்க்கவே வருகிறார்கள்." என்றாள் எமிலி

"எல்லாமே ஊத்தை வியாபாரம்" என்றார் நாதன்

"நேத்தன், வியாபாரம் என்றாலே ஊத்தைதான். கூலியோ எல்லாம் சொல்லியிருப்பான். விளக்குகளை அணைத்துவிடுங்கள். அதுசரி நீங்கள் எப்படி வீட்டுக்குப் போகப் போகிறீர்கள்." என்றாள் எமிலி

அப்போதுதான் அவர்களுக்கும் அதுபற்றிய யோசனை வந்தது. நேரம் அதிகாலை மூன்றை அண்மித்திருந்தது. பொதுப்போக்குவரத்து எதுவும் இருக்காது. அவர்களின் இருப்பிடத்தைக் கேட்டாள். அது அவள் போகும் திசைக்கு எதிர் திசையில் இருந்தது.

"நீங்கள் குளிக்கலாம். பீட்சா மிச்சம் இருக்கிறது சாப்பிடலாம். சோபா இருக்கிறது படுக்கலாம். உங்களுக்குத் துணையாக ஆர்க்கேட் பணியாளர்கள் இருக்கிறார்கள். காலையில் வீட்டுக்குப் போங்கள். உங்களது இருப்பிடம் நிரந்தர மானது இல்லைத்தானே. அண்மையில் அலனின் கட்டிடம் இருக்கிறது. அதிலும் நீங்கள் வாடகைக்கு இருக்கலாம். கேட்டுப் பாருங்கள். நல்லிரவு நண்பர்களே" என்று அகன்றாள் எமிலி.

"காசு தந்தவளே.? எனக்கு இருபது தந்தாள். காமக் கழிவுகளைத் துப்பரவாக்கியதற்கு. நல்ல பெட்டை. அகதியென்டு எங்களை அவள் அகற்றி வைக்கேல. அதுதான் வாழ்கையின்ட அழகு. காமம் இன்றி அசையாது இவ் உலகு. காமம் காமம்." என்று நாதன் சிரித்துக்கொண்டே இருந்தார்.

இருவரும் குளித்துவிட்டு 'றோப்'பை அணிந்து கொண்டார்கள். நாதன் அங்கிருந்த குளிர்பெட்டியைக் கிளறி 'பியர்' ஒன்றை எடுத்து அரைவாசி குடித்துவிட்டு ரவியிடம் நீட்டினார். அவன் அதைப் பருகினான். மெல்லிதாய் விளக்கு எரிந்துகொண்டிருந்தது. அங்கு கொழுவியிருந்த முகங்கள் அவர்களைப் பார்த்தபடியேயிருந்தன. ரவி திரும்பி சுவரில் இருந்த முகமொன்றைத் தேடத் தொடங்கினான். அது அவனைப் போல் இருந்த முகம். இன்னொரு முகம் குறுக்கிட்டது. அவனை அறியாமலே கண் கலங்கத் தொடங்கினான். அவனது விம்மல் மேலெழுந்திருந்தது. எல்லா முகங்களும் அந்த முகமாய்த் தெரிந்தது. அவனால் உறங்க முடியவில்லை. நாதனின் குறட்டை ஒலி கேட்கத் தொடங்கியிருந்தது.

8

எமிலியின் அரவணைப்பு இருவரையும் வேலையில் வைத்திருந்தது. முப்பது டொலர் வரை நாளாந்த 'டிப்ஸ்' கிடைக்கத் தொடங்கியிருந்தது. கிட்டத்தட்ட நாட் சம்பளத்தின் அளவு. பாலியல் பணியாளர்களது கொடையும் அதில் இருந்தது. இருவரும் அலனின் கட்டிடத்தில் வாடகைக்கு இருந்தார்கள். இருப்பிடம் வேலையிடத்திலிருந்து பத்துக் கட்டிடம் தள்ளி யிருந்தது. பாலியல் பொருட்கள் விற்கும் கடைக்கு மேலேயே அந்த இருப்பிடம். அதுவும் அலனுடையதுதான். ரவி வீட்டில் பொழுதுபோகாவிட்டால் வேலையிடத்துக்குப் போய்விடுவான். கூலியோவும் அவனும் நெருக்கமானவர்களாகி விட்டார்கள். நாதன் இப்போது ஆர்க்கேட் மையத்தின் நிர்வாக விடயங்களில் எமிலிக்கு உதவியாய் இருந்தார். வேலை செய்பவர்களால் வருமானத்தில் ஒரு பகுதி கொண்டு செல்லப்படுகிறதென்பதை அலன் அறிவான். 'வருமானத்தையே அள்ளிப்போகும் அளவுக்கு இல்லாதிருந்தால் போதும் என்பதே அலனின் நிலை' என்று எமிலி நாதனிடம் சொல்லியிருந்தாள். அதற்காக அவன் எதையும் கவனிக்காமல் இல்லை. எமிலி போன்றவர்களை அவன் எதிர்பார்த்துக்கொண்டிருந்தான். நாதனைப்பற்றி எமிலி சொன்னபோதுதான் நாதனை ஆர்க்கேட் நிர்வாக விடயங்களில் உதவியாக வைத்துக்கொள் என்று சொல்லியிருந்தான்.

ரவியிடம் பெரும் மாற்றமிருந்தது. அவனது ஆங்கில உரையாடலில் முன்னேற்றம் இருந்தது. பிரெஞ்சும், ஸ்பானிசும்

கற்றுவிடும் திறன் அவனுக்கு இருந்தது. சூழல் அவனுக்குக் கற்றுக்கொடுக்கிறது. சிலருக்கு மொழியைக் கவ்வும் திறன் இருக்கிறது.

அவன் மனதில் ஒரு விலகல் குடிகொண்டிருந்தது. தமிழ்ச் சூழலிலிருந்து சற்றுத் தள்ளியிருக்க விரும்புகிறான். நாதன் தமிழர் வாழும் பிரதேசமொன்றில் வீடு வாடகைக்குப் பெற முயன்றபோதும் அவன் அங்கு செல்ல விருப்பப்படவில்லை.

கூலியோவே அவனது ஆசான். முதல் கோடை காலத்தில் மொன்றியாலின் முக்கிய இடங்களையெல்லாம் அவனே ரவிக்கு அறிமுகப்படுத்தியிருந்தான். கூலியோ ஒரு சாப்பாட்டுப்பிரியன். மொன்றியாலில் இருக்கும் பல நாட்டு உணவகங்களையும், உணவுகளையும் ரவிக்குக் காட்டிக் கொடுத்திருக்கிறான். அவனின் அறிமுகத்துடன் உடல் பயிற்சி நிலையத்திலும் இணைந்திருந்தான். கூலியோ மல்யுத்தத்தில் பித்துப் பிடித்துத் திரிந்தான். மொன்றியால் 'போற'த்தில் நடைபெறும் மல்யுத்தப் போட்டிகளைத் தவறவிடமாட்டான். ரவி கராட்டியில் கறுப்புப் பட்டி என்பதால் அவன் மீதில் மதிப்பு வைத்திருந்தான்.

இரவில் குவியும் வாடிக்கையாளர்களுக்குப் போதைப் பொருட்களும் கிடைக்கக்கூடியதாய் இருந்தது. கஞ்சா, கோக், ஐஸ் என எல்லாவகை போதைப் பொருட்களும் உள்ளே புழங்கிக்கொண்டிருந்தன. அதற்குப் பின்னால் 'மாபியா' குழுக்கள் இயங்கி வந்தன. அவர்களைப்பற்றி அலனுக்கும் தெரியும். போதைப் பொருட்களைக் கட்டிடத்துக்குள் கொண்டு வந்து உள்ளே விற்கும் நபர்களிடம் ஒப்படைக்கும் பணியை கூலியோவே செய்துவந்தான். கூலியோவின் 'மாபியா' தொடர்பை அங்குள்ள சிலரே அறிவர். போதைப் பொருள் விநியோகத்தில் கூலியோ பொலிசாரிடம் அகப்பட்ட பின்னரே பலரும் அதிர்ந்திருந்தார்கள். ரவிக்கு அது அதிர்ச்சியை ஏற்படுத்தவில்லை. அவனோடு திரிந்திருக்கிறான். கூலியோ ரவியின் அறைக்குப் பலமுறை வந்துபோயிருக்கிறான். அங்கு அவனோடு கஞ்சாவை முதலாகப் புகைத்துப் பார்த்தான். வேறு போதைப் பொருட்களைப் பாவித்துப் பார்க்குமாறு கூலியோ வற்புறுத்திய பல தருணங்களில் ரவி மறுத்திருக்கிறான். அவனிடத்தில் இயல்பான சுயக் கட்டுப்பாடு இருந்தது. அங்கு வேலை செய்யும் பெண்கள் போதைப் பொருட்களுக்காக அவனை நம்பியே இருந்தனர். அவன் சரைகளைப் பரிமாறுவதை ரவி பல முறை பார்த்திருக்கிறான். எமிலி ரவியை விசாரித்தாள். அவனும் தனது அதிர்ச்சியை வெளிப்படுத்தினான். ரவி கூலியோவின் பணியையும் சேர்த்துச் செய்யவேண்டியிருந்தது.

9

பூத்துகளில் பணியாற்ற புதிய பெண்கள் வரத் தொடங்கி யிருந்தார்கள். பெரும்பாலும் கிழக்கு ஐரோப்பாவில் இருந்து வந்தவர்களாய் இருந்தார்கள். பொன்னிறத் தலை முடியுடன் அனைவரும் இருந்தார்கள். அவர்களுக்கு மொழிச் சிக்கல் இருந்தது. பெரும்பாலானோர் ரஸ்ய மொழியிலேயே கதைத்தார்கள். அவர்களைக் கொண்டுவருவதும் அழைத்துப் போவதற்கென ஒரு குழுவிருந்தது. ஒவ்வொரு நாளும் புதிது புதிதாகப் பெண்கள் வந்துகொண்டிருந்தார்கள். அவர்கள் மொன்றியாலில் உள்ள ஏனைய பாலியல் களியாட்ட இடங்களிலும் பணிக்காகக் கொண்டு செல்லப்படுகிறார்கள். பணிகள் முடிந்த பின்னர் விபச்சாரத்திற்கும் நிர்ப்பந்திக்கப் படுகிறார்கள். அவர்களின் முகங்களில் எப்போதும் அச்சம் கவிந்திருக்கும். அவர்களது வரவு ஏற்கனவே இருந்த உள்ளூர் பாலியல் களியாட்டப் பெண்களுக்கு சங்கடத்தை ஏற்படுத்தியது. தொழில் போட்டியிருந்தாலும் அந்தப் பெண்கள் நடத்தப்படும் முறை குறித்து அதிருப்தி இருந்தது. உள்ளூர் பாலியல் களியாட்டப் பெண்களுக்குத் தொழிலில் தமக்கான குரல் இருந்தது. புதிய பெண்கள் விலங்குகள்போல் நடத்தப்படு கிறார்கள் என்ற குமுறல்கள் இருந்தன. அந்தப் புதிய பெண்களின் பின்னாலும் பாதாளக் குழுவொன்றே செயற்பட்டு வந்தது. அலனால் அவர்களை மீறமுடியாது.

ஆடம்பரக் கூடத்தில் பெண்கள் இருந்தார்கள். புதிய பெண்கள் எப்போதும் தங்களுக்குள் குழுவாய் இருந்து கதைத்துக்கொள்வார்கள். அவர்களது உரையாடல் எப்போதும் இருளைக் கடப்பதுபோலவே இருக்கும். மறுகரையில் உள்ளூர் பெண்களின் உரையாடல் களிப்பும், மகிழ்ச்சியுமாய் இருக்கும். புதிய பெண்களுக்குப் பொறுப்பானவன் உள்ளே வந்து அந்தப் பெண்களுடன் கதைத்தான். அவனுடன் செல்வதற்குத் தயாராகப் பெண்கள் எழுந்தார்கள். அதில் ஒருத்தி மட்டும் குந்தியபடி யிருந்தாள். அவன் அவளிடம் பேசிக்கொண்டிருந்தான். அவளின் உரையாடலில் ஆத்திரம் இருந்தது. அவள் மறுத்துக்கொண்டே யிருந்தாள். அவர்களின் உரையாடலின் சத்தம் பெருக்கத் தொடங்கியது. உள்ளூர் பெண்கள் அவர்கள் இருவரையும் பார்க்கத் தொடங்கினார்கள். அது அவனுக்கு மேலும் ஆத்திரத்தைக் கொடுத்திருக்கவேண்டும். அவளைக் கையில் பிடித்து இழுத்தான். அவள் முரண்டுபிடிக்கவே கன்னத்தில் அறைந்தான். உள்ளூர் பெண்கள் அனைவரும் எழுந்து அவனைத் திட்டத் தொடங்கினார்கள். இதற்குள் தலைபோட வேண்டாம்

என்று அவன் அவர்களை மிரட்டிக்கொண்டு நின்றான். பெண்கள் பெரிதாகக் கத்தத் தொடங்கினார்கள். புதிய பெண்கள் அச்சம் தோய்ந்த மௌனத்தில் இருந்தார்கள். தண்ணீர் எடுப்பதற்காக ரவி உள்ளே வந்தான். ஆறடி உயரமான திடமான மலையன் அந்தப் பெண்ணை இழுத்துக்கொண்டு நின்றான். வாசலுக்குப் போக முடியாதபடி உள்ளூர் பெண்கள் மறித்துநின்றிருந்தார்கள்.

“என்ன நடக்குது..?” என்று கேட்டான் ரவி

“இந்தப் பெண்ணை அடித்துக் கூட்டிக்கொண்டு போகிறான்” என்றாள் உள்ளூர் பெண் ஒருத்தி

“அவளை விடு” என்றான் ரவி

அவன் அவளது கையை விட்டான். அந்தக் கணமே ரவியின் முகத்தில் ஒரு குத்துவிட்டான். ரவி அருகிலிருந்த சோபாவில் விழுந்தான். அவன் அந்தக் குத்தை எதிர்பார்க்க வில்லை. அதில் இருந்து மீள அவனுக்கு நாளிகைகள் ஆகின. அவன் கராட்டி பயின்றிருந்தவன். அந்தக் குத்தைத் தடுத்திருக்க வேண்டும். அதுவே அவனுக்குக் குடைந்தபடியிருந்தது. ஒருவாறாக எழுந்தான். மலையன் நினையாத் தருணத்தில் அவனது விதையில் ஒரு உதை கொடுத்தான். அந்த வலியில் குனிந்தபோது கழுத்தில் ஒரு உதை கொடுத்தான். மலையன் குப்புற விழுந்தான். எல்லோரும் ரவியைப் பார்த்தவண்ணம் இருந்தனர். ரவி புரூஸ்லீயின் பாணியில் நின்றுகொண்டிருந்தான். ரவியின் மூக்கால் இரத்தம் வந்துகொண்டிருந்தது. அந்தக் கூடம் அமைதியானது. மலையன் மூச்சடைத்துப் போய் இருந்தான். பெண்கள் ஓடிப்போய் வெளியில் இருந்த காவல் பணியாளரைக் கூட்டிக்கொண்டு வந்தார்கள். நாதனும் வந்து சேர்ந்தார். அவனுக்கான முதல் உதவியைச் செய்யத் தொடங்கினார்கள். என்ன நடந்தது என்று கேட்டபோதும் எவரும் வாய் திறக்க வில்லை. சிறிது நேரத்தில் அம்புலன்ஸ் வந்தது. தொடர்ந்தும் முதலுதவி கொடுத்துத் தூக்கிப் போனார்கள். ரவி சோபாவில் குந்தியிருந்தான். அவன் மூக்கால் வரும் இரத்தத்தைத் துவாய் ஒன்றால் துடைத்துவிட்டு தண்ணீர்க் குவளையை அவனிடம் நீட்டினாள் உள்ளூர் பெண் ஒருத்தி. மலையனிடமிருந்து மீண்ட பெண் ரவியை வாஞ்சையோடு பார்த்தபடி நின்றாள்.

“என்னடா! என்ன நடந்தது” என்று கேட்டவாறு நின்றார் நாதன்

அவன் அண்ணாந்து தண்ணியைக் குடித்து முடித்தான். அவனருகே பெண்கள்போய் தேற்றியபடியிருந்தார்கள். ஐஸ்

பையுடன் வந்த ஒருத்தி அவன் மூக்கின் மேல் வைத்துப் பிடித்தபடியிருந்தாள். எமிலி வந்தாள். நடந்தவற்றைப் பெண்கள் சொன்னார்கள். எமிலி சம்பவத்தை அலனுக்கு அழைத்துச் சொன்னாள். நடந்த சம்பவம் அங்கு பணியாற்றிய அனைவருக்கும் எட்டியது. ரவியா.? என ஆச்சரியப்பட்டுக் கொண்டிருந்தார்கள். அலன் வந்து சேர்ந்தான்.

"நீ என்ன காரியம் செய்திருக்கிறாய்? அவங்கள் யாரெனத் தெரியுமா.? என்ன ஓழுக்கு அவனை அடித்தாய்.? மடையன்" என்று ரவியைப் பார்த்து அலன் பேசிக்கொண்டு நின்றான்.

அங்கிருந்த உள்ளூர் பாலியல் களியாட்டப் பெண்கள்

"எல்லாற்றுக்கும் நீதான் காரணம். நீதான் இந்தப் பெண்களைக் கொண்டு வந்தாய். அவர்களால் வந்த பிரச்சினை தான் இது. நீதான் காரணம். பெண்களுக்கு எதிரான வன்முறை நடக்கிறது. . . எம் விருப்பத்திற்கு எதிராக எங்களிடம் வேலை வாங்க முடியாது. நீதான் மடையன்"

அலனைத் தாறுமாறாகத் திட்ட ஆரம்பித்தார்கள். அவர்களது ஆத்திரத்தைப் புரிந்துகொண்டு ரவியைத் தனது அலுவலகத்திற்கு வருமாறு அழைத்துவிட்டு வெளியே போனான். அவனைத் தொடர்ந்து எமிலியும் நாதனும் போனார்கள்.

"எதற்கும் பயப்பிடவேண்டாம் ரவி" எனப் பெண்கள் அவனுக்கு ஆதரவு வார்த்தையைத் தெரிவித்தார்கள். அவன் மூக்கில் ஐஸ் பையை வைத்தபடி சென்றான்.

10

மூவரும் அமர்ந்திருந்தார்கள். அலனின் கொதி அடங்கவில்லை.

"உனக்கென்ன வெறியா.? முதலில், நீ அடிப்பதை நிற்பாட்ட வேண்டும்"

"அலன் நீ என்ன ஓழ்க்கதை கதைக்கிறாய்.? மலையன் தான் முதலில் அடித்தான்" என்றாள் எமிலி.

"உனக்குச் சில விடயங்கள் தெரியவேணும். அவங்களை அனுசரிச்சுத்தான் போகவேணும். எங்களுக்கும் அவங்களுக்கு மான உறவு தவிர்க்க முடியாதது. நாங்கள் பொலிசுக்கும் கொடுக்கிறோம். மாபியாவுக்கும் கொடுக்கிறோம். அதனால்தான் நாங்கள் தொழில் செய்ய முடிகிறது. இது உங்கட இடம் மாதிரி யில்லை. நீ கவனமாய் இருக்கவேணும். சுட்டுப்போட்டு போய் விடுவாங்கள்." என்று அலன் கத்தினான்.

மூவரும் மௌனமாய் இருந்தார்கள்.

“உன்ட நண்பனுக்கு இதெல்லாம் சொல்ல வேணும் நேத்தன்.” என்று நாதனைப் பார்த்தான்.

அலனின் கதையைக் கேட்டு அவரும் மிரண்டு போய் இருந்தார்.

“ரவி! உண்மையாய் நீதான் அடித்தாயா.?” என்று ரவியைப் பார்த்து ஆச்சரியமாகக் கேட்டான் அலன்.

அந்த ஆச்சரியம்தான் இப்போ மீதம் இருந்தது. ரவி எதையும் சொல்லவில்லை.

அலன் மெல்லிதாய்ச் சிரித்தான்.

“ஏன் சிரிக்கிறாய்” என்றாள் எமிலி

“நான் எல்லாவற்றையும் சமாளிக்கிறேன். வெளியில் எங்கேயும் நான் ரவியைப் பார்க்கக்கூடாது. ஒன்று செய். ‘செக்ஸ் சொப்’ இல் நில். நான் லக்ஸ்சுடன் கதைக்கிறேன். அதற்குப் பிறகு அவனை ‘பார்’ இல் போடு. உள்ளுக்கு நின்று உதவி செய்யட்டும்” என்றான் அலன்.

அது அவனைப் பாதுகாக்கும் முயற்சி. செய்த விடயத்தின் தார்பரியத்தைப் புரியாமல் ரவி மௌமாய் இருந்தான். ரவி போன்ற ஒருவனை அவனுக்கு வெளியில் அனுப்ப விருப்ப மில்லை. முக்கியமாக எமிலிக்கு. எமிலி பாலியல் களியாட்ட நடனக்காரியாகவே தன் பணியை ஆரம்பித்தவள். அவள் சந்தித்த பாலியல் துஸ்பிரயோகங்கள் சொல்லி மாளா. அவள் அதிலிருந்து கற்றதே இன்றைய அவளது நிலை. பாலியல் களியாட்டங்களில் வேலை செய்யும் பெண்களின் உரிமைக்காய்க் குரல் எழுப்பியவர்களில் அவளும் ஒருத்தி. அதனால்தான் இங்கு பெண்களைக் கண்ணியத்தோடு நடத்துகிறாள். அவர்களுக்குத் தேவையான வசதிகளையும் செய்து வைத்திருக்கிறாள். அங்கு பணிபுரியும் பெண்களில் சிலர் போதைப்பொருட்களுக்கு அடிமையாகியிருந்தார்கள். முன்னாள் பணியாளர்கள் சிலர் ‘எயிட்ஸ்’ நோயால் பாதிக்கப்படடிருந்தார்கள். அவர்களுக்கான கரிசனையான கவனிப்பை எமிலி செய்து வருகிறாள். ஆதலால் பெண்கள் பலரும் இங்கு வேலை செய்யவே விரும்புகிறார்கள்.

மாபியாக்களுடனான அலனின் வியாபாரத் தொடர்புகள் குறித்து அவளுக்கு முரண்பாடு உண்டு. வெளியேறவும் அவளால் முடியவில்லை. ரவி அலுவலகத்தால் வெளியே வந்தான். எமிலி அவனைத் தொடர்ந்து அணைத்தவாறு நடந்து சென்றாள். கூலியோவின் கைதால் உண்டான வெற்றிடத்தை ரவியே நிரப்பியிருந்தான். அவனுக்கு எதையும் சட்டென ஒற்றிக் கொள்ளும் திறன் இருந்தது. ரவி அறைக்குள் போய் தனது

‘வின்டர் கோட்’டை அணிந்துகொண்டு வெளியில் வந்தான். எமிலியும் தயாராய் நின்றாள்.

“நானும் உன்னோட நடந்து வருகிறேன்” என்றாள்.

அவனின் பாதுகாப்புப் பற்றிய அச்சம் அவளுக்கு இருந்தது. பாதாளக் கோஸ்டிகள் பற்றி அவளுக்கு நன்கு தெரியும். பனி மெல்லியதாகத் தூவியபடியிருந்தது. சிகரட்டை எடுத்து மூட்டினாள். ரவிக்கு ஒன்றை நீட்டினாள். அவன் அதை வாங்கி மூட்டாமல் கையில் வைத்திருந்தான். வீடு வந்ததும் அவனை அணைத்துக் கன்னத்தில் முத்தமிட்டுவிட்டு

“நாளை சந்திக்கிறேன். ‘செக்ஸ் சொப்’ வேலை செய்ய சுவாரசியமான இடம்” என்றுவிட்டு அகன்றாள்.

அலன், ரவி செய்த சம்பவத்தின் விபரீதத்தை நாதனுக்கு விளங்கப்படுத்திக்கொண்டிருந்தான்.

“நாங்கள் கத்திமேல் நடப்பவர்கள். அவதானமாக இருக்கவேண்டும். இந்த ஓழ் வியாபாரத்திற்கு அவர்கள்தான் அடிப்படை. அரசாங்கத்தால் வரக்கூடிய பல சிக்கல்களை அவர்களால் சமாளிக்க முடிகிறது. அவர்களுக்கு எல்லா இடங்களிலும் ஆட்கள் இருக்கின்றனர். உன் நண்பனுக்கு அதை வடிவாய் விளங்கப்படுத்து. இரவு வேலைக்கு ஆட்கள் வேணும். உனக்குத் தெரிந்த ஆட்கள் இருந்தால் கூட்டி வா” என்றான் அலன்.

எமிலி கொடுத்த சிகரட்டுக்குள் கஞ்சாவைக் கலந்து புகைக்க ஆரம்பித்தான் ரவி. மனதிலிருந்த பாரம் விடுபடும் போது உடல் எடையின்றிப் போகிறது. வெளியில் ஈர்ப்பின்றி மிதக்கத் தொடங்கினான். ‘என்னை மன்னித்துவிடு’ என அவன் உதட்டுக்குள் கூறியபடியிருந்தான். அவன் கண்கள் கசிய ஆரம்பித்தன.

11

‘செக்ஸ் சொப்”பின் முகாமையாளர் லக்ஸ் இற்கு அறுபதை யொட்டிய வயது இருக்கும். சாந்தமான முகம். அல்லது அவ்வாறு முகத்தை வைத்திருக்கப் பழகியிருக்கிறாள். யோகாசனத்திலும், காம சூத்திரத்திலும் தேர்ந்திருந்தாள். காமத்தால் கடவுளை அடையும் வழியைத் தேடிக்கொண்டிருந்தாள். பாலியல் ஆலோசனைக்காகப் பலர் அவளை நாடி வருகிறார்கள். காமசூத்திரத்தோடு யோகாசனத்தை இணைத்து அங்கு வருபவர்களுக்கு வகுப்பும் எடுக்கிறாள். பாலியல் விளையாட்டுப் பொருட்கள், நறுமண சாம்பிராணிக் குச்சிகள், மெழுகுதிரிகள்,

பொம்மைகள், சிறு சிற்பங்கள், ஓவியங்கள், பாலியல் அதீத கற்பனையாளருக்கான உடைகள், உடலுறவுக்கான பாதுகாப்பு உறைகள், மெத்தைகள், தலையணிகள், பெண்கள்–ஆண்களுக்கான கவர்ச்சி உள்ளாடைகள், காமசூத்திர வீடியோக்கள், பாலியல் அறிவுரை வீடியோக்கள், புத்தகங்கள், எண்ணெய்கள், களிகள், மூலிகைகள் என ஆயிரக்கணக்கான பொருட்களோடு அழகாக வடிவமைக்கப்பட்டிருந்தது அந்தக் கடை. நுழைந்ததும் வாடிக்கையாளரை வரவேற்பது தியானத்திலிருக்கும் புத்தரின் சிலையும் அதன் அருகே வாசனையைப் பரப்பிக் கொண்டிருக்கும் சாம்பிராணியின் சந்தன மணமும்தான். ஒரு புத்தகக் கடைக்குள் நுழைந்த பிரமையே இருக்கும். அமைதியும் சாந்தமும் நிலை கொண்டிருந்தது.

"காமமென்பது ஒரு சடங்கு. அதை நாம் அவ்வாறுதான் அணுகவேண்டும். உச்சநிலை அடைவது மட்டுமல்ல அதன் பின்னரும் இரு உடல்களுக்கான பிணைப்பு வேண்டும். அதைத் தான் நான் இங்கு கற்பிக்க முற்படுகிறேன்"

அவளின் வகுப்பு ஆரம்பித்திருந்தது. காஷ்மீரத்துக் கம்பளம் விரிக்கப்பட்டிருந்தது. அதில் உருளைத் தலையணைகள் கிடந்தன. அந்த இடம் மங்கலாக இருந்தது. மெழுகுதிரிகள் கூண்டுக்குள் இருந்து எரிந்தவண்ணமிருந்தன. சந்தனவாடை குடிகொண்டிருந்தது. மூன்று சோடிகள் வந்திருந்தார்கள். அதிலொன்று பெண் சோடி.

"உள்ளே இருப்பது எமக்குத் தெரியாது. வெளியே காணக் கூடியவற்றை நாம் உன்னிப்பாக அவதானிப்பதில்லை. நமது உடலையே நாம் அறிவதில்லை. உடல் மீதான நாட்டம் மிகவும் முக்கியம். உங்கள் துணையின் உடலை நீங்கள் அறிதல் வேண்டும். உடலை அறிதல் காமத்திற்கு முக்கியமானது. தொடுதல் எவ்வளவு பூரிப்பைத் தரும். வெறும் தொடுதலாலேயே உச்சத்தை அடைந்துவிட முடியும். துணையின் உடலை அறிவதற் கூடாகக் காமத்தின் வழியில் ஆத்மாவைத் தொட்டுவிட முடியும். அதைச் சடங்காகப் படிப்படியாக உயர் நிலைக்குக் கொண்டுவர வேண்டும். உறவு சலிப்புத் தராது. இறுக்கமாகும்."

லக்ஸ் தியான நிலையில் குந்தியிருந்து சொல்லிக் கொண்டிருந்தாள். ரவியும் கேட்டுக்கொண்டிருந்தான். எம் முன்னோர்கள் சொன்னதைத்தான் அவள் சொல்கிறாள். ஆனால் நாமோ காமத்தைக் கதைப்பதற்கு சங்கடப்படுகிறோம் என்று சலித்துக்கொண்டான்.

விபரணத்திற்காக அங்கு வந்திருந்த ஆணொருவன் கீழ் உள்ளாடையோடு அண்ணார்ந்து படுத்திருந்தான். அவனின்

காதலி அருகில் வந்தமர்ந்தாள். தொடுகைபற்றிய விளக்கத்தை லக்ஸ் கூறியபடியிருக்க அவள் விரல்களால் மெதுவாக அவனின் உச்சியிலிருந்து வருடத் தொடங்கினாள். நெற்றி, புருவங்கள், கன்னங்கள், காதுகள், மூக்கு, இதழ்கள் என அவள் மெதுவாக மேலிறங்கி வந்துகொண்டிருந்தாள். அதை ரவி பார்த்துக்கொண்டிருந்தான். அவனுக்கு நெஞ்சு கனக்குமாப் போல் இருந்தது. அவனது கண்கள் கலங்கத் தொடங்கின. விம்மி அழத் தொடங்கினான். ஜன்னல் அருகேயிருந்த கதிரையில் வந்தமர்ந்து வெளியே மெல்லிதாய்த் தூவிக்கொண்டிருந்த பனியை வெறித்துப் பார்த்தபடியிருந்தான்.

12

இரண்டு வாரங்களின் பின்பே வேலைக்கு வந்தான். அந்த சம்பவத்தின் பின்னர் அவன் பேசுபொருளாய் இருந்திருக் கிறான். அவனை எல்லோருக்கும் தெரிந்திருக்கிறது. எல்லோரும் அவனது பெயரைச் சொல்லி அழைத்தார்கள். அவனுக்கு அங்கு வேலை செய்யும் சிலரது பெயர்கள்தான் தெரியும். இப்போது எல்லோரது பெயரையும் தெரிந்துவைத்திருக்கவேண்டிய தேவை வந்திருக்கிறது. குறிப்பாக ஆறடி உயர காவல் பணியாளர்கள் ரவியிடத்தில் நெருக்கத்தைப் பெற விரும்பினார்கள்.

'பார்'இற்கு வேண்டிய உதவிகளைச் செய்தபடியிருந்தான். வாடிக்கையாளர்கள் ஓய்ந்த பொழுதில் அறிவிப்பாளர் ரீட்டா மேடையில் நின்று ரவிக்கு அழைப்பு விடுத்தாள். அவன் வந்து அமர்வதற்குக் கதிரையொன்றையும் போட்டார்கள். ரவி போய் அமர்ந்தான். பணியாளர்கள் பலரும் கூடத்துக்குள் வந்து நின்றார்கள். இது எமிலியின் ஏற்பாடாய்த்தான் இருக்குமென அவன் ஊகித்தான்.

"எங்கள் நண்பனுக்கான எங்களது காணிக்கை இது. எங்கே பாடல் ஒலிக்கட்டும்" என்றாள் ரீட்டா.

பாடலோடு நான்கு நடன நங்கைகள் மேடைக்கு வந்தார்கள். அவனது ரிசேட்டைக் களைந்தார்கள். உடற்பயிற்சியால் அவனது தேகம் மெருகேறி இருந்தது. அவனைச் சுற்றி வளைந்தும், நெளிந்தும், குனிந்தும், நிமிர்த்தியும் அவர்களது துகிலுரி நடனத்தைத் தொடர்ந்தார்கள். ஒவ்வொருவரும் மார்புக் கச்சையைக் களைந்து எறிந்தார்கள். பணியாளர்கள் ஆர்ப்பரித்துக் கைகளைத் தட்டினார்கள். பெண்கள் அவனது மேனியை முலைகளால் தடவினார்கள். உடலில் பாம்பு ஊருவதுபோன்ற கூச்சம் இருந்தது. கண்களை மூடியபடி இருந்தான். ரவி கூச்சப்படும்போதெல்லாம் 'ரவி ரவி'

என்று ஏனையோர் ஆர்ப்பரித்தார்கள். ஒருத்தி அவனது மடியில் வந்து அமர்ந்து அவன் கழுத்தை முத்தமிட்டவாறு இருந்தாள். அவள் எழுந்ததும் அவன் முகத்தை தன் முலைகளுக்குள் புதைத்தாள் இன்னொருத்தி. அவனது மேனியை மொய்த்திருந் தார்கள். அவர்கள் கீழாடையையும் களைந்தபோது அவனுக்குக் கூச்சம் தலைக்குள் ஏறிக் குந்தியது. பாடல் முடிவடைந்திருந்தது. நான்கு பெண்களும் அவனை அரவணைத்து முத்தமிட்டார்கள். அவன்மேல் வைத்திருந்த அன்புக்கு அடையாளம். அவன் நெகிழ்ந்துபோய் இருந்தான். அவர்களுக்குத் தனது நன்றியைத் தெரிவித்துவிட்டு மீண்டும் அரவணைத்து முத்தமிட்டான். அவர்களின் ஆத்மார்த்தமான உள்ளத்தின் துடிப்பை அவன் உணர்ந்துகொண்டான்.

ரவி ரீட்டாவிடமிருந்த ஒலிவாங்கியை வாங்கினான்.

“நண்பர்களே நன்றி. உண்மையில் நான் நெகிழ்ந்துபோய் இருக்கிறேன். நானும் நாதனும் இங்கு வேலைக்கு வரும்போது உங்களின் பலரது முகங்களில் நெளிவுகள், சுழிவுகள் இருந்தன. அது எங்கள் நிறமாக இருக்கலாம். அல்லது எங்கள் வேலையாக இருக்கலாம். நாங்கள் அகதிகள். உங்கள் கழிவுகளை அகற்றி சுத்திகரிக்க வந்த கூலிகள். உங்கள் அழுக்குகளை அகற்றித் தூய்மையைக் கொண்டுவரும் பணியாளர்கள். நானொரு கராத்தே ஆசிரியன். அதுதான் எனது தொழில். அதுதான் என் வேட்கை. சுத்திகரிப்புத் தொழில்பற்றி எனக்கு எதுவும் தெரியாது. அதுவும் இந்தச் சூழலில். ஆணுறைகளும், தீட்டுத் துண்டுகளும், விந்துச் சேறுகளும். கடினமான வேலை. வார இறுதிகள் நரகம். இந்த இரண்டு வருடங்களில் பலமுறை இந்த வேலையை விட்டிட்டுப் போவோமென நினைத்திருக்கிறேன். அது வேலைப் பளுவால் அல்ல. ஒருவனது வேலைக்கூடாக அவனை எடைபோடும் தன்மை வேலைப்பளுவைவிடக் கொடியது. மரியாதையையே நான் எதிர்பார்த்தது. இல்லாதபோது மனது வலிக்கும். அந்த சந்தர்ப்பங்களில் என்னை இங்கே வைத்திருக்கப் பண்ணியது எமிலியின் நேசம்தான். அவள் தாய்போல் எங்களை அரவணைத்தாள். உங்களில் பலருக்கு எனது பெயர் தெரியாது. அல்லது எனது பெயரை அறிவதற்குகூட நீங்கள் முனையவில்லை. ‘எக்ஸ்குயீஸ் மீ, சுஇல் வூ பிளே’ என்றே எனது கவனத்தைத் திசை திருப்பினீர்கள். ஆனால் இப்போது உங்களில் பலருக்கு எனது பெயர் தெரிகிறது. இப்போ நீங்கள் ‘ரவி’ என அன்பாக அழைக்கிறீர்கள். உங்களில் பலரது பெயர்கள் எனக்குத் தெரியாது. நான் வெகு சீக்கிரம் அறிந்துகொள்வேன்.

உங்களைப்பற்றி எனக்கு நல்ல அபிப்பிராயம் இருக்க வில்லை. உள்ளார்ந்தமாக நீங்கள் அழகானவர்கள். அன்று அந்தப்

பெண்களுக்குத் துன்பம் நேர்கையில் அவர்களுக்காக எழுந்து நின்றீர்கள். உங்கள் நேசம் அழகான விடயம். அந்த நேசம்தான் எங்களை ஒன்றுசேர்த்தது. உங்கள் மீது நான் கொண்டிருந்த அபிப்பிராயத்தை மாற்றியது. நான் உங்கள் மீது வைத்திருந்த அபிப்பிராயத்திற்காக மன்னிப்புக் கேட்கிறேன். நீங்கள் எல்லோரும் என் அன்புக்குரியவர்கள். நாங்கள் எல்லோரும் அழகானவர்கள். எமிலி உன் நேசத்துக்கு நன்றி”

அவன் கண்கள் கசிந்திருந்தன. ரீட்டாவை அணைத்து அவள் நெற்றியில் முத்தமிட்டான். அவள் கண்களைத் துடைத்தவாறு நின்றாள். அங்கிருந்தோர் அவன் பேச்சில் நெகிழ்ந்து கண்கள் கலங்கியிருந்தார்கள். நேசத்தின் மௌனம் அந்தக் கூடத்தை நிறைத்திருந்தது.

“நானும் நிகழ்த்துநர் தான். கராத்தே நிகழ்த்துநர்” என்று விட்டு

ஆக்ரோச ஒலியுடன் கராத்தே தற்காப்பு முறைகளை சில நிமிடங்கள் செய்து எல்லோருக்கும் வணக்கமிட்டான். நரம்புகள் புடைத்து உடல் மெருகேறியிருந்தது. எமிலி மேடைக்கு வந்து ரவியை அரவணைத்தாள்.

“நீ என்னை ஆச்சரியப்படுத்தியவாறே இருக்கிறாய்.” என்றாள். அவள் கண்கள் பனித்திருந்தன.

13

இன்று மூன்றாம் பாலினத்தோர், மாற்றுப் பாலினத்தோருக்கான நிகழ்வொன்று இரண்டாம் தளத்தில் ஒழுங்காகியிருந்தது. பலரும் வரும்போதே ஒப்பனைகளோடு வந்திருந்தார்கள். சிலர் அங்கு வந்து ஒப்பனை செய்துகொண்டிருந்தார்கள். ஆடம்பரக் கூடத்திலிருந்த ஒப்பனை அறைகள் அவர்களால் நிறைந்திருந்தன. நிகழ்வுக் கூடத்திலிருந்த ‘பார்’ ரை ஒழுங்கமைத்துவிட்டு ஆடம்பரக் கூடத்தில் சோபாவில் குந்தியிருந்தான் ரவி. அவனுக்குச் சற்று அசதியாக இருந்தது. மெல்லிய தூக்கம் தேவைப்பட்டது. சற்று அயர்ந்து போனான். பலர் வருவதும் போவதுமான சத்தங்கள் கேட்டுக்கொண்டிருந்தன.

‘ரவி. . . ரவி. . .’ என்று அவனை அழைக்கும் குரல் கேட்பது போலிருந்தது. மெல்ல கண்களைத் திறந்தான். குறைத் தூக்கத்தில் மங்கலாக யாரோ நிற்பது தெரிந்தது. மீண்டும் ‘ரவி. . . ரவி. . .’ என அழைக்கும் குரல் கேட்டது. எழுந்து சோபாவில் அமர்ந்து முன்னே யாராவது நிற்கிறார்களா.? எனப் பார்த்தான். ஈர்ப்பின்

மையம் அவன் நெஞ்சுனுள் குவிந்ததுபோலிருந்தது. கண்களை வெட்டாது அவளையே பார்த்தவாறு நின்றான். அதன் பின்னர் அவள் கதைத்தது எதுவும் அவனுக்குக் கேட்கவில்லை.

நெஞ்சின் ஈரம் பெருக்கெடுக்கத் தொடங்கியது. ஆயிரமாயிரம் நினைவுகளுக்குள் புதைந்திருந்த கணத்தின் வித்து மேலெழத் தொடங்கிற்று. முதல் ஈர்ப்பின் முதற் கணம் மீளவும் கூடுமோ? உயிர்ப்பு சிறகுகளை விரிக்க ஆரம்பித்தது. அவளையே பார்த்தவாறு இருந்தான். அவள் கண்கள் பேசத் தொடங்கின. கண்களின் படபடப்பில் அவன் இதயத்தின் வேகம் மாறத்தொடங்கியது. அவன் அவளைப் பார்த்தவாறு இருந்தான். சுவரில் கொழுவியிருந்த முகங்களைப் பார்த்தான். அவை அப்படியே இருந்தன. அது மாயை அல்ல. எழுந்தான். அவள் கன்னங்களைத் தன் இரு கரத்தாலும் தடவிப் பார்த்தான். அவள் கண்களைப் பார்த்தான். அவன் கண்கள் கலங்கத் தொடங்கின. கேவி அழத்தொடங்கினான். அடக்க முடியாத பெரும் கத்தலோடு அழத் தொடங்கினான். அவனது அழுகையைப் பார்த்து திகைத்து ‘ரவி. . . ரவி’ என அவள் அழைத்துக்கொண்டு நின்றாள். அவன் அழுகை ஓலத்தின் முன் எதுவும் கேட்க வில்லை. அவள் வெளியே போய் எமிலியையும், நாதனையும் அழைத்து வந்தாள்.

“ரவி என்னடா?” என்றார் நாதன்

அவன் அழுதுகொண்டே இருந்தான். அவனது அழுகை ஆச்சரியமாய் இருந்தது. மலையனைச் சாய்த்த அந்த ஆணிடமிருந்து இந்த அழுகையை யாரும் எதிர்பார்த்திருக்க வில்லை. அவனுக்குள் திணித்து வைக்கப்பட்டிருந்த சோகம் அடக்க முடியாமல் மேலெழுந்திருக்கவேண்டும். அவனை தினமும் வதைத்துக்கொண்டிருந்த நினைவு மீளெழுந்திருக்க வேண்டும். அவன் கேவி அழுதுகொண்டேயிருந்தான். மூவரும் அவனைப் பார்த்தவாறு இருந்தார்கள். எமிலி அவனருகில் இருந்து முதுகைத் தடவியவாறு தன்னோடு அவனை அணைத்து வைத்திருந்தாள். அவனது கேவல் ஓய்ந்திருந்தது. கண்களால் நீர் கொட்டியவண்ணமிருந்தது.

“நான் தான் அவனைக் கொன்டு போட்டடன்” என்று தமிழில் சொன்னான். அவனது கேவல் மீண்டும் ஆரம்பித்தது.

“டேய்! மலையன் ஆஸ்பத்திரிக்குப் போன உடனேயே வீட்ட ஒழும்பி போயிட்டான். நீ அதுக்கே அழுகிறாய்” என்றார் நாதன்.

“நான் எனது காதலைக் கொன்டு போட்டடன். நான் தான் செந்திலைக் கொன்டன்” எழுந்து ஓவென்று அழத் தொடங்கினான்.

ரவி என்ன சொல்லுகிறான் என்று நாதனைக் கேட்டவாறு இருந்தாள் எமிலி. நாதனுக்கு என்ன சொல்வதென்று தெரிய வில்லை.

“ஏதோ பிரச்சனை. தெளிவாய்ச் சொல்லுகிறான் இல்லை” என்று சமாளித்தார்.

எமிலி அவனருகே போய் அணைத்து அவளருகே சோபாவில் இருத்தினாள்.

“ரவி தயவுசெய்து சொல்லு. என்ன நடந்தது.? ஏன் அழுகிறாய்.? ஊரில யாராவது இறந்துவிட்டார்களா.? உனது வீட்டாருக்கு ஏதும் பிரச்சினையா.? இல்லைத்தானே.?” என்று கேட்டபடியிருந்தாள்.

“நான் செந்திலைக் கொன்றுவிட்டேன். என்னால்தான் அவன் இறந்தான்” என்று திரும்பத் திரும்பச் சொல்லிக் கொண்டு இருந்தான். எமிலி நாதனைப் பார்த்தாள். நாதன் எதுவும் தெரியாது எனத் தலையை அசைத்தார்.

“ரவி இதில் நித்திரையாய் இருந்தான். நிகழ்ச்சி தொடங்கப் போகிறது என்று அவனை எழுப்பினேன். அவன் எழுந்து என்னைக் கண்வெட்டாது பார்த்துக்கொண்டு இருந்தான். பின்னர் எழுந்து என் கன்னங்களில் கை வைத்து என் கண்களை உற்றுப் பார்த்தான். சடுதியாக அழ ஆரம்பித்துவிட்டான்.” என்றாள் அந்தப் பெண்.

அந்தப் பெண் அருகே போனான்.

“என்னை மன்னித்துவிடு” என்றான்.

அவள் அவனை அரவணைத்தாள். அவன் அவள் அரவணைப்புக்குள்ளேயே நெடுநேரம் இருந்தான்.

“என்னை மன்னித்துக்கொள் நான் உன்னைக் கொன்று விட்டேன்” என்றான் ரவி.

அவனோடு சோபாவில் அமர்ந்தாள்.

“உன்ட மனதுக்குள் ஏதோ கிடந்து கனன்று கொண்டிருக்கு. நீ அதை வெளியில் விடு.” என்று தண்ணீரை எடுத்துக் கொடுத்த வாறு அவன் அருகில் எமிலி அமர்ந்தாள்.

இப்போ அவன் மீளவும் அழத்தொடங்கினான். நினைவின் கணங்கள் கண்ணீராய் வெளியே கொட்டத் தொடங்கியது. அதை அவர்கள் பார்த்தவாறும், கேட்டவாறும் இருந்தார்கள்.

யாழ்ப்பாணம், இலங்கை

1

பழைய பூங்காவில் சாரணர் தினம் நடைபெற்றுக் கொண்டிருந்தது. மலைவேம்பின் கீழ் பாடசாலைகள் தமக்கான கூடாரங்களை அமைத்திருந்தார்கள். வினோத உடைப் போட்டிக்காக கல்லூரிகள் தயாராகிக் கொண்டிருந்தன. செந்திலைப் பாடசாலையின் நாடக ஆசிரியர் ஒப்பனை செய்து கொண்டிருந்தார். அருகே இன்னுமொரு ஆசிரியர் ரவிக்கு ஒப்பனை செய்துகொண்டிருந்தார்.

'தம்பி கண்ணை மூடி வைச்சிரும்' என்று ஆசிரியர் சொல்ல ரவி கண்களை இறுக மூடியபடியிருந்தான்.

மை இட்டுப் புருவங்களைச் சரிசெய்தார். அவனது கண்கள் செப்பனாய் கவரும்வகை இருந்தது. 'இப்ப திறவும்' என்றார் ஆசிரியர். கண்களைத் திறந்தவன் முன்னே நின்ற உருவத்தால் சற்று திகைத்துப் போய்க் கண்களை வெட்டாது பார்த்தவாறு இருந்தான். அவன் முன்னே சீதையாக செந்தில் ஒப்பனை செய்து வந்திருந்தான். ஒரு பெண்ணைப் பார்க்கும்போது ஏற்படும் மென்மையான கூச்சம் அவனுக்குள் இருந்தது. அவன் செந்திலோடு கதைப்பதற்கு சங்கடப்பட்டான். அப்போது செந்தில் நாணம் கலந்த பார்வையோடு கண்களை வெட்டித் திறந்தான். அவன் ஒரு பெண்ணாகியிருந்தான்.

'ரவி எப்படி சீதை' என்று கேட்டார் நாடக ஆசிரியர்.

அப்போதுதான் ஆச்சரியத்திலிருந்து விடுபட்டு

'சீதை சீதைதான். நான் எப்படியிருக்கிறன் சேர்' என்று ஆசிரியரைக் கேட்டான்.

அவரும் பதிலுக்கு

'ராமர் ராமர்தான்' என்றார்.

ரவி இன்னமும் சீதை தந்த அதிர்விலிருந்து மீளவில்லை. சகவயதுப் பெண்களுடன் காட்டும் அன்னியம் செந்திலைக் காணும்போது அவனுக்கு ஏற்பட்டது. அவனருகே செல்வதற்குக் கூச்சமாகவிருந்தது. அவனது அக்காவைப் பார்ப்பதுபோலவே அவனுக்கு இருந்தது. அவரொரு நடனக் கலைஞர். அவரது கண்கள் காட்டும் பாவம்போன்றே செந்திலின் கண்களும் இன்று இருக்கின்றன. செந்தில் தானொரு பெண்ணாக இயல்பாக இருந்தான். அந்த மாயை ரவியை நெருடிக்கொண்டிருந்தது. செந்தில் நீண்டகால நண்பன். ரவியின் அயல்வீடு. இருவரும்

அரிவரியிலிருந்து ஒன்றாகவே படித்து வருகிறார்கள். அவர்களுக்கு இருவீட்டிலும் சாப்பாடும், படுக்கையும் இருக்கும். இங்கு இல்லாவிட்டால் அங்கு எனப் பெற்றோர்களும் நினைத்துக்கொள்வார்கள். ஆயினும் என்றுமில்லாதவாறு ரவிக்கு செந்தில் மீதொரு ஈர்ப்பு உருவாகியிருந்தது. அதைக் கடப்பதற்கு கடினப்பட்டுக்கொண்டு இருந்தான். வினோத உடைப்போட்டி முடிந்து வேடங்கள் கலைந்த பின்னும் செந்தில் மீதான ஈர்ப்பு ரவிக்குக் கலையவில்லை.

அன்று இரவு செந்தில் தூங்கியிருந்தான். ரவி கட்டிலில் இருந்து காமிக்சை வாசித்தவாறு இருந்தான். செந்திலைப் பார்த்தான். நீண்ட நேரம் அவனைப் பார்த்தபடியே இருந்தான். அவனுக்கு விசித்திரமாக இருந்தது. அவனோடு அருகில் படுப்பது நெருடலைத் தருமாப்போல் இருந்தது. செந்திலின் நெற்றியை, புருவங்களை, கண் இமைகளை, உதடுகளை விரலால் மெல்லி தாகத் தடவினான். அவன் உறக்கத்திலேயே இருந்தான். ‘அவன் இவ்வளவு காலமும் என்னருகில்தான் படுத்திருக்கிறான் இது என்ன புதிதாய்’ என்ற மனக்கலக்கத்தில் அவனைப் பார்த்து இரசித்துக்கொண்டிருந்தான். பின்னர் மின்விளக்கை அணைத்து விட்டு அவனை இறுகக் கட்டிப்பிடித்தவாறு நித்திரைக்குப் போனான்.

இருவரும் தங்களுக்குள் உண்டான மாற்றங்களைப் பேசிக் கொண்டார்கள்.

“எங்களுக்கு எப்படா கோவணம் வாங்கித் தருவினம்” என்றான் ரவி

“நாங்கள் பெரிய பிள்ளையாயிட்டம். முகத்தில பரு வந்திட்டு. ‘சஸ்பெண்டர்’ வாங்கத்தான் வேணும். என்னென்டு அம்மாவிட்ட காசு கேட்கிறது.”

“டேய்! எட்டாம் வகுப்பில எல்லோரும் சஸ்பெண்டர் போடவேணுமென்று வாத்தியார் சொன்னவர் என்று கேட்பம்” என்றான் ரவி.

ரவியின் எண்ணம் வேலை செய்தது. இருவருக்கும் ‘சஸ்பெண்டர்’ வாங்குதற்குப் பணம் கிடைத்தாயிற்று. ‘லைடனில்’ தான் எல்லோரும் வாங்குவதாகக் கேள்விப்பட்டிருந்தார்கள். ‘லைடனு’க்குள் கால் வைக்கும்போது பதைப்பு இருந்தது. அங்கு வேலை செய்யும் பெண்களைப் பார்த்தபோது பதைப்பு சற்று அதிகரித்தது. எப்படி இவர்களிடம் கேட்பது? என்று இருவரும் பராக்குப் பார்த்துக்கொண்டு திரிந்தார்கள். அவர்களைப் பார்த்தவுடனேயே அங்கு வேலை செய்யும் பெண்கள்

தங்களுக்குள் சிரித்துக்கொண்டார்கள். அது அவர்களுக்கு இன்னமும் சங்கடமாய் இருந்தது.

‘என்ன தம்பி பார்க்கிறியள்’ என்று அங்கு கவுண்டரில் நின்ற பெண் கேட்டாள். இருவரும் தங்களுக்குள் பார்த்தார்கள். ‘நீ சொல்லு’ என்பதாகவே இருந்தது.

‘நாங்கள் பெனியன் பார்க்கிறோம்’ என்றான் ரவி.

அவர்களும் பெனியன்களைத் தூக்கிப் போட்டு விலைகளைச் சொல்லிக்கொண்டு நின்றார்கள். அங்கு வந்த ஆண் பணியாளர் ஒருவர் தட்டுக்களை ஒழுங்குபடுத்திக்கொண்டு நின்றார்.

‘பெனியனைப் பார்’ என்றுவிட்டு அந்த ஆண் பணியாளர் பக்கம்போய் ‘பள்ளிக்கூடத்தில சேர் ‘சஸ்பெண்டர்’ போடச் சொன்னவர்’ என்று இரகசியமாகச் சொன்னான் ரவி.

‘சக்தி! அவையளுக்கு சஸ்பெண்டர் வேணுமாம். ‘போயிஸ் மீடியம்’ எடுத்துக் குடுங்கோ’

மறு கரையில் செந்திலோடு நின்ற சக்திக்கு கத்திச் சொன்னார் அந்தப் பணியாளர்.

கூட்டம் போட்டு அறிவித்தது போல் ரவிக்கு வியர்க்கத் தொடங்கியது. செந்தில் அவனைப் பார்த்துச் சிரித்துக் கொண்டான். பணியாளப் பெண்களுக்கு இது முதல் தடவை யாக இருக்காது. அவர்களுக்குள் ஒரு புன்சிரிப்பு ஓடிக்கொண் டிருந்தது. ‘சஸ்பெண்டரை’ அவர்கள் கையில் பெற்றபோது சாகாவரம் பெற்றவர்கள்போல் தமக்குள் சிரித்துக்கொண்டே வெளியேறினார்கள்.

வீட்டுக்குப் போனதும் ‘சஸ்பெண்டரை’ அணிவதற்கு முயற்சித்தார்கள்.

‘குஞ்சாணை அப்படி விடு’ என்று செந்தில் ரவியைப் பார்த்துச் சொன்னான்.

‘சஸ்பெண்டரை’ எந்தப் பக்கம் அணிவது, குறியையும் விதைப்பையையும் எப்படி அதற்குள் பக்குவப்படுத்துவது என்பதைப் பலநேர ஆராய்வின் பின் இருவரும் அறிந்து கொண்டார்கள். பயில்வான்கள் போல் கண்ணாடிக்கு முன்னின்று உடலை அழகு பார்த்தார்கள். அப்படியே அறைக்குள் அங்குமிங்கும் நடந்து திரிந்தார்கள். மாறிமாறி கண்ணாடியில் பார்த்தவாறு இருந்தார்கள். அவர்களுக்குள் பெருமிதம் குடிகொண்டிருந்தது. இரண்டு நாட்களாக அதைக் கழட்டாமலே படுத்து உறங்கினார்கள்.

'டேய்! உங்கட கோசணங்களையும் தோய்க்க வேணுமடா கொண்டுவந்து ஊறப்போடுங்கடா' என்று அம்மாக்கள் கத்திய பின்னர் புதிதாய் ஒரு பொறுப்பு அதிகரிப்பதாய்ச் சலித்துக்கொண்டார்கள்.

2

ரவி கராத்தே பழகத் தொடங்கியிருந்தான். அவனது அண்ணரும் கராத்தே பழகியிருந்தார். அந்த அருட்டலிலேயே அவனும் கராத்தேக்குச் சென்றிருந்தான். கராத்தே அவனுக்குப் பிடித்திருந்தது. ஆர்வத்தால் வித்தைகளை எளிதில் கற்றுக் கொண்டான்.

'தோல்வியை வெற்றியாகவும், வெற்றியைத் தோல்வியாகவும் முகங்கொடுக்கப் பழகவேண்டும். அதுதான் விளையாட்டு வீரர்களுக்கு அழகும் தார்மீகமும்' என அவனது கராத்தே ஆசிரியர் அன்ரன் அடிக்கடி சொல்லிக்கொள்வார்.

ரவி அதை உணர்ந்து உள்வாங்கினானோ தெரியாது. 'அடிக்கிறவனுக்கு சாத்தவேணும்' என்ற மனநிலையிலேயே இருந்தான். அவனது முயற்சியின் திடம் மாவட்டப் போட்டியில் இரண்டாம் இடத்தில் நிறுத்தியது. புகைப்படத் துடனான செய்தி ஈழநாட்டில் பிரசுரமாகியிருந்தது. அதில் அவன் புரூஸ்லீபோல் பாவனை பண்ணியிருந்தான். உடல், ஆதர்ச நாயகன் புரூஸ்லீயை ஒத்ததாகவிருக்கவேண்டும் என்பதே அவன் அவா. அவனுக்குக் கிடைத்த கேடயங்களும், சான்றிதழ்களும் சுவரில் கொழுவியிருந்த புரூஸ்லீயின் படத்திற்கு முன்னால் மேசையில் வைக்கப்பட்டிருந்தன. அந்தச் சுவர் பிரேம் போடப்பட்ட சான்றிதழ்களால் நிறைந்தபோது 'ரவி மாஸ்டர்' என அழைக்கப்பட்டான். அவனிடத்தில் பெருமளவு மாணவர்கள் கராட்டியைக் கற்கத் தொடங்கியிருந்தார்கள்.

ரவி, செந்தில் உறவு புதிய நிலைக்குள் சென்று கொண்டிருந்தது. இருவரும் இரட்டையர்கள் போல ஒரே மாதிரியான உடைகளைத் தைத்துப் போடத் தொடங்கி யிருந்தார்கள். தொப்பி, சப்பாத்து, செருப்பு, பெல்ட் எல்லாம் ஒன்றாகவே இருக்கும். தினசரி எதை அணிவது என்பது குறித்த ஒழுங்கு அவர்களுக்குள் இருந்தது. அது அவர்களின் நட்பின் வெளிப்பாடு எனப் பலரும் பேசிக்கொண்டார்கள். இந்நேரத்தில் தான் வேறு கதைகளும் உலவத் தொடங்கியிருந்தன.

"இரண்டுபேரும் கம்பி. அங்க பாத்தம். இங்க பாத்தம்." என்ற கதைகள் ஊருக்குள் பரவத் தொடங்கியிருந்தன.

கதைகள் கிளப்பும், கிளம்பும் இடங்களை ரவி பெயர்த்திருந்தான். அவனது முரட்டுத்தனத்தால் கதைகள்

அவனைக் கண்டீர்களா? 151

சற்று அடங்கியிருந்தாலும் ஊருக்குள் அவர்களது வயதை ஒத்தவர்களின் கணிப்பு அதுவாகத்தான் இருந்தது. ஊர் எவ்வாறு பேசினாலும் அதைப்பற்றி செந்தில் அலட்டிக் கொள்ளவில்லை. ரவி போல் யாரையும் தாக்கவோ திட்டவோ இல்லை. அவனுக்கு ரவிமேல் ஈர்ப்பு இருந்தது. அவன் அருகே இருக்கும்போது பாதுகாப்பாக உணரத் தொடங்கினான். ரவியே அவனுக்கு ஊக்கியாக அவனை நீக்கி எதையும் சிந்திக்க முடியாதவனாய் இருந்தான். அது அவனது இயல்பாகியது. 'இந்தச் சிக்கல்களுக்கு எப்படி முகம் கொடுப்பது?' என்பது பற்றி அவன் அலட்டிக்கொண்டதில்லை. அவ்வாறுதான் செந்திலுக்குள் முளைவிட்டிருந்தான் ரவி.

3

செந்திலின் அக்கா லீலாவுக்கு, இருவருக்கிடையேயான உறவு குறித்து சந்தேகங்கள் எழத் தொடங்கியிருந்தன. ஊர் வாயால் சிலவற்றை அவளும் கேள்விப்பட்டிருந்தாள். ஆனால் அவற்றை நம்பும் நிலையில் அவள் இருக்கவில்லை. சிறு வயதிலிருந்தே அவர்கள் ஒன்றாகவே திரிகிறார்கள்.

ஒரு நாள், வெளியிலிருந்த குளியல் அறைக்குள் நுழைந்த போது இருவரும் அம்மணமாய் நிற்பதை லீலா பார்த்தாள். அவளுக்குப் பதறத் தொடங்கியது. அந்தப் பதட்டம் அவர்களையும் தொற்றிக்கொண்டது. ஊர் சொல்வது சரிதான் என்று அவளுக்குத் தோன்றியது. அவர்கள் இருவரையும் நினைக்கவே அவளுக்கு அருவருப்பாய் இருந்தது. சிந்தைக்குள் நின்று உழன்றது. கணவனின் வரவை எதிர்பார்த்திருந்தாள். அவர் வந்ததும் சகலதையும் அவரிடம் ஒப்புவித்தாள். அவர் புன்முறுவலோடு

"நாங்களும் 'கொஸ்டலில' இருக்கேக்க உரிஞ்சு போட்டுத் தான் குளிக்கிறனாங்கள். இதெல்லாம் பெரிய விசயமில்லை. 'பிரன்ஸ்' என்டால் அப்படித்தான்"

"வெட்கம் கெட்ட வேலை" என்றாள்

"வெட்கம் கெடத்தான் அப்படிக் குளிக்கிறது. டொக்டரிட்ட போனால் எல்லாத்தையும் திறந்து காட்டத்தான் வேணும். புருசனுக்கும்தான்" என்று அவளைப் பார்த்துச் சிரித்தார்.

அவளது முகத்தில் எந்த ஆர்ப்பாட்டமும் இல்லை. அவர்களை அம்மணமாகப் பார்த்த முகம் இன்னமும் அப்படியே இருந்தது. முகத்தில் பதட்டம் அகலாததை அறிந்து கணவர் மீண்டும் சிரித்தார்.

“நாங்களும் ஒருக்கால் குளிப்பம் அப்பா. அந்தந்த வயசுக்கு சிலசில சேட்டைகள் இருக்கும். கனக்க யோசிக்காதியும்” என்றார்

“என்ட கண்ணுக்கு மட்டும் ஏனப்பா இந்த நாசமாய்ப் போனதெல்லாம் தெரியுது” என்று தலையில் அடித்துக் கொண்டவளைத் தன்னோடு அணைத்து வைத்திருந்தார் கணவர்.

அவளுக்கு உள்ளூர சந்தேகம் தொற்றிக்கொண்டது. அவர்கள் நடவடிக்கைகளை அவள் கூர்ந்து கவனிக்கத் தொடங்கி யிருந்தாள். அது அவர்களுக்கும் தெரியும். ரவி, லீலா வீட்டில் நிற்கும்போது செந்தில் வீட்டுக்குப் போவதைத் தவிர்த்துக் கொண்டான். இருவரும் லீலா அக்காவுக்கு முகங்கொடுக்க இயலாமல் இருந்தார்கள். இருவரையும் ஒன்றாகக் காணும் போதெல்லாம் லீலா செந்திலைத் திட்டித் தீர்த்தாள்.

‘அந்த நாய். அந்த நாய். அந்தத் தறுதலை. அதோட நீயும் சுத்து’

செந்தில் அதையும் கடந்துபோகப் பழகியிருந்தான்.

4

வேலையால் வந்திறங்கிய கணவரை அறைக்குள் அழைத்துப் போனாள் லீலா.

“நீங்கள் சொன்னியள் ஒன்டும் இல்லையென்டு. நான் இண்டைக்குக் கண்டிட்டன். நான் ‘பாங்குக்கு’ போயிற்று வரேக்க இவங்கள் அறைக்குள்ள” என்று பதைத்துக்கொண்டு நின்றாள்.

அவளுக்குக் கதைக்க முடியாமல் நாக்கு வரண்டது. மூச்சு சீரில்லாமல் கடினப்பட்டுக்கொண்டு நின்றாள்.

அவளை அணைத்து முதுகைத் தடவிக்கொண்டு நின்றார் கணவர்.

“நீ முதலில கொஞ்சம் அமைதியாகு.” அவளை அணைத்த படியே நின்றார்

“நீ முதலில இதில இரு” எனக் கட்டிலில் அவளை இருத்தினார்.

“இந்த வயதில இதுகள் சகஜம். எனக்குத் தெரிஞ்ச என்னோட படிச்சவை இப்பிடி இருந்திருக்கிறாங்கள். பிறகு கலியாணம் கட்டி பிள்ளைகளைப் பெத்து நல்லாய் இருக்கிறான்கள்” என்றார் கணவர்.

குனிந்து தலையில் கை வைத்தபடியிருந்த அவள் நிமிர்ந்து கணவனைப் பார்த்து

"அப்ப கொஸ்டலில நீங்களும் அப்பிடியே இருந்தனியள்" என்று கேட்டாள்.

அவர் அவளை இறுக அணைக்க முயன்றார். அவள் கையால் தள்ளினாள்.

"அவங்களைக் கண்டாலே அரியண்டமாய் இருக்கு" என்றவளிடம்

"அவங்களில ஒரு பிழையும் இல்லையப்பா. பொடி பெட்டையளை கதைக்க விடுகிறனியளே. இப்பிடி பெட்டையலும் இருந்திருக்கிறாளவை." என்றார்.

"பெட்டையள் இருந்த விசயம் உங்களுக்கு எப்பிடித் தெரியும்?" என அவுக்கெனக் கேட்டாள்.

"கலியாணம் கட்டினால் எல்லாம் சரியாகும்" என்று அவளை அணைக்க முயன்றார். அவள் அவரைக் கைகளால் தள்ளிக்கொண்டு அழத்தொடங்கினாள். ஊர், சுற்றம், உறவால் எழக்கூடிய அவமானம் குறித்து அவள் மனம் சங்கடப்படத் தொடங்கியிருந்தது.

5

அந்தப் பெண் செந்திலின் உறவுதான். அவள் லீலாவிடம் நடனம் பயின்றவள். தந்தையில்லை. தாய் இளைப்பாறிய ஆசிரியை. அவளுக்கு இரண்டு தம்பிகள். வாடகை வீடு. அவள் கூட்டுறவுச் சங்கத்தில் வேலை பார்த்துக்கொண்டிருந்தாள். திருமணப்பேச்சு முடிந்து திருமணத்திற்கான ஏற்பாடுகள் நடந்தன. லீலா அக்காவின் கண்டிப்பான வார்த்தைகளால் ரவி முற்றாய் விலகியே நின்றான். திருமணம் தொடர்பாக அவனால் எந்த முடிபுக்கும் வரமுடியவில்லை. ரவியின் முடிபு இல்லாமல் செந்திலால் எதுவும் செய்யமுடியாது. கலியாணம் நிட்சயக்கப்பட்ட நாளிலிருந்து ரவி பித்து நிலையில்தான் இருந்தான். கராட்டி பயிலவரும் மாணவர்களிடம் சற்றுக் கோபமாகவே நடந்து கொள்கிறான். செந்திலைக் காணுவதைத் தவிர்த்துக் கொண்டான். 'அவன் திருமணம் தேவையில்லை' என்று தவிர்த்திருக்கலாமென ஆத்திரப்பட்டுக்கொண்டு இருந்தான். அவனின் இயல்பு ரவிக்கு நன்றாகவே தெரியும். மணமேடையில் இருக்கும்போதே 'செந்தி வா' என்று ரவி அழைத்தால் அவன் ரவியுடன் சென்றுவிடுவான். முடிவெடுக்க முடியாத இயலாமையால் தனக்குள்ளேயே வெந்துகொண்டிருந்தான் ரவி.

கலியாணம் முடிந்து செந்தில் வீட்டாருக்குச் சொந்தமான கோயிலடி வீட்டில் தம்பதிகளும் மனைவி வீட்டாரும்

குடிபுகுந்தார்கள். ரவியைத் தவிர்ப்பதற்கான லீலாவின் ஏற்பாடு அது.

ரவியின் இயலாமை அவனை ஆத்திரக்காரனாக்கியது. கராட்டி பயிற்சியால் அடங்கியிருந்த முன்கோபம் மீண்டது. செந்திலோடு சேர்ந்து தைத்திருந்த சோடி உடைகளை அணிவதைத் தவிர்த்தான். செந்திலைப் பார்த்துக் கட்டி அணைத்து அழவேண்டும்போல் அவனுக்கு இருந்தது. செந்திலின் பிரிவு தன்னுள் நிகழ்த்தும் இடையூறைக் கடக்க முடியாது தவித்தான் ரவி.

6

இரவுகள் கடந்தன. அவளருகில் உறங்க முடியாது தவித்தான் செந்தில். உறங்கும் தருணங்களில் ரவியை அணைப்பதாயே அவளை அணைத்தபடி உறங்குகிறான். உறக்கம் தெளியும்போது அன்னியத்தை, அருவருப்பை உணருகிறான்.

நீண்ட நாட்களின் பின்னர் செந்திலைப் பார்க்கவென ரவி சென்றிருந்தான்.

“அவர் இன்னமும் வரேல்ல. இருங்கோ தேத்தண்ணி கொண்டு வாரன்” என்றுவிட்டு உள்ளே சென்றாள்.

அருகில் கொழுவியிருந்த அவர்களின் திருமணப் படத்தைப் பார்த்தவாறு இருந்தான். மாப்பிள்ளை நன்றாகவே இருந்தான். அவன் முகத்தில் இழையோடியிருந்த இயலாமை ரவிக்கு மட்டுமே தெரிந்திருந்தது. தேனீரைக் கொடுத்துவிட்டு அவனைப் பார்த்தபடியே நின்றாள். அவள் ஏதோ கதைப்பதற்கு முயன்று கொண்டிருந்தாள். ரவி தேனீர்க் கோப்பையைப் பார்த்தபடி அவளைத் தவிர்த்துக்கொண்டிருந்தான்.

“ரவி அண்ணை உங்களிட்ட ஒன்டு கேட்கவேணும்’ என்றாள்

அவன் நிமிர்ந்து அவளைப் பார்த்தான். அவர்கள் உறவு குறித்து எதையாவது கேட்டுவிடுவாளோ என்ற பதைப்பில் நெஞ்சு கனப்பதுபோல் இருந்தது. தேனீரை விழுங்கியபடி

“சொல்லுங்கோ” என்றான்

“இவருக்கு ஏதாவது ‘லவ் பெயிலர’ இருக்கோ?” என்று கேட்டாள்.

அவன் அவளைப் பார்த்துப் புன்னகைத்தான். அதுவொரு பொய்யைக் கடத்திப் போயிற்று.

“அப்படியொன்றும் இல்லை” என்றான்

“அவர் ஒரே ‘மூடியாய்’ இருக்கிறார். அதுதான் கேட்டன்” என்றாள்.

அதற்கு மேலும் அவன் அங்கிருக்க விரும்பவில்லை. எழுந்து வெளியேறினான். ‘அவனை நான்தான் வாழ விடுகிறேன் இல்லையென’ மனதுக்குள் வெந்தான். கோயிலடியில் செந்தில் வருவது தெரிந்தது. சைக்கிளை வேலியண்டையாக நிறுத்தினான். ரவியைக் கண்டதும் செந்திலுக்கு மகிழ்ச்சியாய் இருந்தது. அவனும் சைக்கிளை நிறுத்தி ரவி அருகே வந்தான். இருவருக்கும் இடையே எப்போதும் இல்லாத இடைவெளி யிருந்தது. வீட்டுக்குப் போனது பற்றியும் மனைவியுடன் கதைத்த விடயங்களையும் அவனுடன் பகிர்ந்தான் ரவி.

“ஏனடா இப்பிடி நடக்கிறாய். மனிசி. அவள் பாவம்.” என்றான் ரவி

“ஏன் உனக்குத் தெரியாதா?” என்று வெடுக்கென்று சொல்லிக் கண் கலங்கினான் செந்தில்.

அவர்களுக்கிடையேயான இடைவெளி இருவரின் கண்ணீரால் நிறைந்துகொண்டிருந்தது.

“நான் வெளியால போகப் போறன். ஜெயத்திட்ட காசு கட்டியிருக்கிறன். அதைச் சொல்லுவம் என்டுதான் வந்தனான்” என்றான் ரவி

“சரி சொல்லியிட்டாய் போ புனா” என்றுவிட்டு சைக்கிளை சடாரெனத் திருப்பி விரைவாக உளக்கியபடி சென்றான். இப்படியொரு செந்திலை அவன் இதுவரையும் காணவில்லை. செந்தில் வாயால் ‘புனா’ என்ற சொல் வந்ததை ரவி அறியான். திருமணம் செந்திலைச் சிதைத்து இருக்கிறது. ‘எல்லாவற்றுக்கும் தானே காரணம்’ என்று நினைக்க ரவிக்கு அழுகை மேலோங்கி யிருந்தது. அவன் போன திக்கைப் பார்த்தபடியே நின்றான் ரவி.

7

செந்திலின் வீடு இயக்கத்தினர் வந்துபோகும் வீடாய் இருந்தது. செந்திலையும் இயக்கப் பொடியள் ‘அத்தான்’ என்றே அழைத்தார்கள். அதற்குக் காரணம் அவனது மைத்துனன் பிரபு. அவன் ‘மகி’ என்ற இயக்கப் பெயராலே அறியப்பட்டான். அவன் அந்தப்பகுதிப் பொறுப்பாளராயும் இருந்தான்.

பெரிய பாடசாலையில் காலைப் பிரார்த்தனை முடிந்து வகுப்புகள் ஆரம்பித்திருந்தன. இயக்கத்தினர் பிரச்சார நடவடிக்கைக்காய்ப் பள்ளிக்கூடத்துக்குள் நுழைந்து பிரச்சாரத் தில் ஈடுபட்டிருந்தார்கள். கல்வி நேரத்தில் அவர்கள் நுழைந்தது தலைமை ஆசிரியருக்கு ஆத்திரத்தை ஏற்படுத்தியிருந்தது.

“பாடசாலை நேரத்தில் அனுமதியில்லாது நுழைந்தது பிழை. உடனடியாக வெளியே போங்கோ” என்று இயக்கத்தினரைக் கேட்டுக்கொண்டு நின்றார்.

“மாணவர்களுடன் கலந்துரையாடவே வந்தோம். நாங்கள் கதைத்துவிட்டுப் போகிறோம்” என்று அரசியல் பொறுப்பாளர் உறுதியாக நின்றார்.

“இது அடாவடித்தனம் நீங்கள் ரவுடியள் மாதிரி நடக்கேலாது. போராட்டம் எங்களுடையதும்தான். நீங்கள் வெளிய போங்கோ” என்று தலைமை ஆசிரியர் கடுமையாக நின்றார்.

இருவருக்கிடையேயான விவாதம் அதிகரிக்கத் தொடங்கி யிருந்தது. ஏனைய ஆசிரியர்களும் வந்து நின்றார்கள். அவர்களால் வேடிக்கை பார்க்கவே முடிந்தது.

“தம்பியவை நீங்கள் செய்கிறது பிழை. நான் இதை அனுமதிக்க முடியாது. நீங்கள் வெளிய போகலாம்” என்றுவிட்டுத் தலைமை ஆசிரியர் தனது அலுவலத்துக்குள் நுழைந்தார்.

ஏனைய ஆசிரியர்கள் அரசியல் பொறுப்பாளருடன் கதைத்தவாறு நின்றார்கள். வெடிச்சத்தமொன்று தலைமை ஆசிரியரின் அலுவலகப் பக்கமாய்க் கேட்டது. அனைவரும் பதட்டத்துடன் அலுவலகப் பக்கமாய்ப் பார்த்தார்கள். மகி அலுவலகத்திலிருந்து வெளியே வந்துகொண்டிருந்தான்.

“போராட்டத்துக்கு எதிராய்க் கதைச்சால் இதுதான் நடக்கும்” என்று ஆசிரியர்களைப் பார்த்துச் சொல்லிவிட்டு நகர்ந்தான்.

தன்னிச்சையான அவனது நடவடிக்கையால் அதிர்ந்து போயிருந்தார் அரசியல் பொறுப்பாளர்.

“நீ என்ன பூழலி வேலை பாத்தனீ.?” என்று மகியோடு கடும் கோபத்தோடு போனார்.

தலைமை ஆசிரியரின் மரணம் இயக்கத்திற்குப் பெரும் சிக்கலை ஏற்படுத்தியிருந்தது. மகியைத் தண்டிப்பதற்கு அவனது பொறுப்பாளர் தயங்கியபடி இருந்தார். மற்றயவர்கள் பின்தங்கும் விடயங்களை மகியே இழுத்துப்போட்டுச் செய்பவன். அரசியல் பொறுப்பாளர் குழம்பியபடி நின்றார்.

‘இப்படியென்டால் நாங்கள் மக்கள் மத்தியில் வேலை செய்ய முடியாது’ என்று அரசியல் பொறுப்பாளர் சொல்லிக் கொண்டிருந்தார்.

நிலைமையை சமாளிக்க மகியிடம் இருந்த துப்பாக்கியை யும், பொறுப்பையும் பறிப்பதாய்ப் பொறுப்பாளர் சொன்னார்.

8

பழைய பூங்கா இயக்க முகாமில் பொறுப்பாளரிடம் இயக்கப் பொடியனொருவன் கடித உறையை நீட்டி "மகியின்ட அக்கா உங்களிட்ட குடுக்கச் சொன்னவ" என்றான்.

அந்தக் கடிதம் இப்படித்தான் இருந்தது.

அன்புள்ள பொறுப்பாளருக்கு,

நான் மகியின் அக்கா. இதில் உள்ள விடயங்கள் எதுவும் மகிக்குத் தெரியாது. அவனுக்கு இந்த விடயங்கள் தெரிவதை நான் விரும்பவில்லை.

எனக்குத் திருமணமாகி ஓராண்டுக்கு மேல் ஆகிறது. அவர் என்னை விரும்பி ஏற்கவில்லைபோல் தோன்றுகிறது. அவருக்குக் காதல் தோல்வி ஏதாவது இருக்குமென்று நினைக்கிறேன். அதைப்பற்றிக் கேட்டபோது பல தடவைகள் எனக்கு அடிக்க வந்திருக்கிறார். பின்னர் அதற்காக மன்னிப்பும் கேட்டிருக்கிறார். அவரிடம் கேள்வி கேட்க பயமாக இருக்கிறது.

நீங்கள் இதை தீரவிசாரித்து எங்கள் இருவரையும் இணைத்து வைக்கும்படி தாழ்மையுடன் கேட்டுக்கொள்கிறேன்.

இப்படிக்கு
சாந்தி

அந்தக் கடிதத்தில் இல்லாத விடயம் ஒன்று முதல் நாள் இரவு நடந்தது. செந்திலை அவள் அணைக்க முற்பட்டபோது அவளைத் தள்ளி விட்டான். அவள் கால் இடறிக் கட்டிலில் மோதி கன்னம் வீங்கியிருந்தது.

"உமக்கேதும் ஆண்மைப் பிரச்சினையோ" என்று அவள் ஆத்திரத்தில் கேட்டாள்.

"நீர் இனி என்னோட கதைக்காதியும். கொல்லுவன்" என்றான்.

செந்திலின் அப்படியொரு முகத்தை அவள் கண்டதில்லை. உண்மையில் கொன்றுவிடுவான் போன்றே இருந்தது. அவளுக்கு அச்சமாக இருந்தது.

9

பழைய பூங்காவுக்கு செந்திலை அழைத்து வந்திருந்தார்கள். பொறுப்பாளர் அவரைக் கூட்டிக்கொண்டு அலுவலகத்துக்குள் போனார். கடிதம் பற்றிச் சொன்னார்.

“இது உங்கட குடும்பப் பிரச்சனை. நீங்களே தீர்த்துக் கொண்டால் நல்லது. நீங்களும் எங்கட குடும்பம் மாதிரி. எங்கட மகியின்ட அத்தான் நீங்கள். அதுதான் நான் கதைக்க வெளிக்கிட்டன்” என்றார் பொறுப்பாளர்

வாழ்வு எது.. ? நான் யார்.. ? அவன் யாரிடம்தான் இதைக் கதைக்க முடியும். அவனை அறிந்த சீவன் ரவி மட்டும்தான். அவனும் இப்போ அருகில் இல்லை. அவன் போன பின் எல்லாவற்றையும் இழந்ததாகவே உணர்கிறான். தனது பலகீனத்தால் இன்னொரு சீவனையும் துன்புறுத்துகிறான். அவனது இயலாமை ஆத்திரமாக மாறியிருக்கிறது. அதையேன் அவளிடம் காண்பிக்க வேண்டும்.. ? அவனால் இவ்வாறு உருமாற முடிந்திருந்ததை எண்ணி வெட்கித்து தன் மீதும் ஆத்திரம் கொள்கிறான். பின்னர் தன்னை அறியாமலே அவள் மீது வெறுப்பைக் காட்டுகிறான். வாழ்வு வெறுப்புள்ளதாய் மாறும் என்பதை அவன் நினைத்தும் பார்க்கவில்லை. அவனைச் சூழ எல்லாமே சூனியமாய் இருந்தது. ‘ஏன் நான் இங்கு நிறுத்தப்பட்டிருக்கிறேன்?’ என மனதுக்குள் குமுறி வாழ்வில் நாட்டமற்று இருந்தான். மனதைத் திறந்து வெளிக்கொட்டி ஆற்றுப்படுத்துவதற்கு எவருமே இல்லை.

அவன் தனது கதையைச் சொல்லத் தொடங்கினான். பொறுப்பாளர் பொறுமையாகக் கேட்டபடியிருந்தார். செந்தில் எல்லாவற்றையும் சொல்லி முடித்தபோது மனதை விரக்தி சூழ்ந்திருந்தது. அவன் முகத்தில் மெல்லிதாய்ச் சிரிப்பொன்று இருந்தது.

“என்னை விடுங்கோ. . . நான் எங்கேயாவது போறன்” என்று சொல்லிக்கொண்டிருந்தான் செந்தில்.

பொறுப்பாளர் குழம்பியிருந்தார். செந்திலை உள்ளேயே இருத்திவிட்டு வெளியில் வந்தார்.

“ஏன்டா இந்தக் ‘கேசு’களை என்னிட்ட கொண்டு வாறியள். அது யாரடா ரவி?” என்று கடிதம் கொண்டுவந்தவனிடம் கேட்டார்

“கராட்டி மாஸ்டர். ஆமி மறிச்சு ‘செக்’ பண்ணேக்க ஆமிக்கு கை ஓங்கினதென்டு கொண்டு போய்க் கையை முறிச்சுப் போட்டுவிட்டாங்கள். ஞாபகமிருக்கே.? உங்களுக்கு ஆளைத் தெரியுமண்ணை. கராட்டி ரவி. ஆள் இப்ப வெளி நாட்டில. மகியும் அந்தாளிட்டத்தான் கராட்டி பழகினவன்” என்றான் பொடியன்.

“அந்தாளைப் பார்க்க பாவமாய்க் கிடக்கு. தண்ணியைக் கொண்டு போய்க் குடு” என்றார் பொறுப்பாளர்.

அவன் தண்ணியோடு உள்ளே போனான். பித்து நிலையில் ஏதோ முணுமுணுத்தபடியே இருந்தான் செந்தில். அவரின் கையைத் தட்டி "அத்தான் தண்ணியைக் குடியுங்கோ" என்று டம்ளரை நீட்டினான்

அவன் டம்ளரைப் பார்த்தபடியே இருந்தான். அவரின் அந்த மாற்றம் பொடியனுக்கு ஆச்சரியமும் கவலையுமாய் இருந்தது. செந்தில் முணுமுணுத்தபடியிருந்தான். பொடியன் செந்திலின் கையில் டம்ளரைச் செருகினான். செந்தில் அதை அப்படியே வைத்தபடியிருந்தான்.

மகி அங்கு வந்து சேர்ந்திருந்தான்.

"கொத்தார் என்னைச் சந்திக்க வந்தவர் சும்மா கதைச்சுக் கொண்டு நின்டனான். அவரைக் கொண்டுபோய் வீட்டை விடு" என்று செந்திலை அழைத்து வந்தவனிடம் சொன்னார் பொறுப்பாளர்.

"இல்லை நான் கொண்டுபோய் விடுறன்" என்றான் மகி.

செந்தில் குந்தியிருந்தான். அவர் முகத்தில் மெல்லிய புன்னகை இன்னமும் இருந்தது. அது வெறுப்பின் புன்னகையாக அல்லது இயலாமையின் புன்னகையாக இருக்க முடியும். பொறுப்பாளர் உள்ளே போய் அவரை அழைத்து வந்தார்.

"பிரச்சனை ஒன்டும் இல்லை. யோசிக்காதியுங்கோ. நீங்கள் மகியோடு போங்கோ" என்றார் பொறுப்பாளர்.

செந்தில் பித்து நிலையில் நின்றான்.

"அத்தான் ஏறுங்கோ" என்றான் மகி.

என்ன செய்கிறோம் என்று அறியாதவராய் செந்தில் நின்றான். அந்த மெல்லிய புன்னகை இன்னமும் இருந்தது. பொறுப்பாளர் அவரைக் கையில் பிடித்து மோட்டார் சைக்கிளில் இருத்திவிட்டார். அரியாலையால் போய் குருநகர் பக்கமாய்ப் போய்க் கொண்டிருந்தான் மகி. குருநகர் இராணுவ முகாமின் காவல் அரண் தெரிந்தது. அங்கிருந்த இராணுவம் இயக்க நடமாட்டங்களைத் தொடர்ந்து நோட்டமிட்டுக்கொண்டு இருந்தது. இராணுவ நடமாட்டங்களைக் கண்காணிக்க இயக்க காவல் அரணும் அங்கிருந்தது. செந்திலை இறங்கச் சொன்னான் மகி.

"உதால நடவுங்கோ. நான் பக்கத்தில போயிட்டு வாறன்" என்று மகி மோட்டார் சைக்கிளைத் திருப்பிக் கொண்டு சென்றான்.

எங்கு நிற்கிறோம் என்ற பிரக்ஞை அற்றிருந்தான். செந்தில் நடக்கத் தொடங்கினான். அந்தத் தெருவில் ஆள் நடமாட்டங்கள் தென்படவில்லை. பழைய தார் பரல்களில் மண் நிறைக்கப் பட்டுத் தடுப்புகளாகப் போடப்பட்டிருந்தன.

"தம்பி அங்கால போகாதை ஆமி சுடுவாங்கள்" "அத்தான் அங்கால போகாதியுங்கோ" என்று சில குரல்கள் கேட்டுக் கொண்டிருந்தன.

செந்திலின் காதுகளுக்கு எதுவும் எட்டவில்லை. மெல்லிய புன்னகை இன்னமும் அவன் முகத்திலிருந்து கலையவில்லை. பிரமை பிடித்தவன்போல் நடந்துகொண்டிருந்தான். ரவியோடு சோடியாகத் தைத்த உடை அவனோடு இருந்தது. அவன் நடந்துகொண்டிருந்தான்.

000

ரவியின் கண்களால் கண்ணீர் கசிந்துகொண்டிருந்தது. அவனது மனது சற்று இளகியிருந்தது. முகங்கள் அனைத்தும் அவனைப் பார்த்தவாறு இருந்தன.

"நான்தான் அவனைக் கொன்டிட்டன்"

எமிலியும் அவளும் அவனை அரவணைத்து வைத்திருந் தார்கள். 'தன்னோடு எதுவுமே இவன் பகிரவில்லையே' என்ற ஆச்சரியத்தில் நாதன் அமர்ந்திருந்தார்.

"ரவியைக் கூட்டிக்கொண்டு ஒரு நடை போயிற்று வா" என அந்தப் பெண்ணை எமிலி கேட்டாள்.

மேகம் கீழிறங்கி மழை துமித்துக்கொண்டிருந்தது. இருவரும் சிகரட்டைப் புகைத்தவாறு நடக்கத் தொடங்கினார்கள். புகார் போர்த்த சென் கத்தரின் வீதி விளக்குகளின் ஒளியில் மழைத்துமிகள் வர்ண மாயங்கள் காட்டி மண்ணில் இறங்கிக் கொண்டிருந்தன. மென் பச்சைத் தளிர்கள் மேலெழ நீண்ட உறக்கத்திலிருந்து மரங்கள் விழித்திருந்தன. அவள் ரவியின் கரத்தை இறுகப்பற்றியிருந்தாள். மேகப் புகாரின் ஈரக்காற்று மனதை வருடத் தொடங்கிற்று. அவளை இடது கரத்தால் இறுக அணைத்தான். அவள் அவன் மார்பில் சாய்ந்தவாறு அவனை அணைத்துக்கொண்டாள்.

நீங்கள் எந்தப் பக்கம் போகிறீர்கள்?

"அப்பாவைக் கண்டீர்களா?"

–20 பாகைக் குளிருக்குள் வீட்டு உடுப்புடன் வெளியில் வந்து நின்றதில் பீற்றரின் பதைப்புத் தெரிந்தது. வெளியில் பனிகொட்டி தெருவும் வீடும் மூடிக் கிடந்தது.

"முதலில் நீ உடையை அணிந்து வா. குளிரில் உறைந்து போவாய். நான் பார்க்கிறேன்."

நான் காலையில் எழுந்து எனது பாதையில் குவிந்திருந்த பனியை அகற்றிக்கொண்டு நின்றேன். காரை வெளியில் எடுக்கவேண்டுமெனில் பனியைப் பாதையிலிருந்து அகற்றவேண்டும். பனிப்பொழிவு ஓய்ந்திருந்தது. யாரும் தெருவில் நடந்ததற்கான கால் தடம் எதுவும் இல்லை. சாம் எப்போதிலிருந்து காணாமல் போயிருப்பார். நேற்று பின்னிரவி லிருந்து பனி பொழியத் தொடங்கியிருந்தது. அவர் என்ன உடையோடு இருந்தார். வீட்டு உடையோடு வெளியில் போயிருந்தால் பத்து நிமிடத்துக்கு மேல் வெளியில் தாக்குப்பிடிப்பது கடினம்.

பீற்றர் உடைகளை அணிந்தபடி வெளியில் வந்தான்.

"பீற்றர் அப்பாவைக் கடைசியாக எப்போது பார்த்தாய்?"

"பதினொரு மணிக்கு அவரது அறையை எட்டிப் பார்த்தேன். படுத்திருந்தார்"

"கதவுகள் ஏதாவது திறந்திருந்தனவா?"

பா.அ. ஐயகரன்

“அப்படி எதுவும் இல்லை. எனக்குப் பயமாக இருக்கிறது.”

“வா வீட்டுக்குள் தேடுவோம்”

“அவரால் படிகளில் ஏறி இறங்க முடியாது”

“பேஸ்மற் பார்த்தாயா?”

“இல்லை”

நிலக்கீழ் அறைக்குள் இறங்கினோம். விளக்குகளை பீற்றர் ஒளிரவிட்டான். மூலைக்குள் இருந்த சோபா கதிரையில் அமர்ந்திருந்தார் சாம்.

“இது அப்பாவின் பிரியமான இடம். அவர் கீழே இறங்கி வருடங்கள் ஆகிவிட்டன” என்றான் பீற்றர்.

அந்த இருளில் அவர் விழித்தபடியே இருந்தார். போட்ட வெளிச்சம் அவருக்கு எந்த சலனத்தையும் ஏற்படுத்தியிருக்க வில்லை. இருளில் படிகளில் எப்படி இறங்கினார்? அந்தக் கதிரையில் எப்படிப் போய் அமர்ந்தார்? எமக்குத்தான் அவரது செயற்பாடுகள் அதிசயமாய் இருக்கக்கூடும். இந்த வீட்டில் அறுபது வருடங்களாக வாழ்ந்து வருகிறார். வீட்டின் ஒவ்வொரு விடயமும் அவரின் மூளைக்குள் விசாலமாகப் பதியப் பட்டிருக்கும்.

“நன்றி கதிர். எனக்குப் பயமாக இருக்கிறது. அவரைத் தனிமையில் விட முடியாது”

இந்தப் பயம் சாமுக்கும் இருந்தது. நாங்கள் அவரது அயல்வீட்டுக்காரராகி இருபது வருடங்களாகின்றன. எமது வீதியில் பூந்தோட்டத்துடன் அழகாகப் பராமரிக்கப்பட்ட வீடு சாமுடையது. வீட்டுப் பூங்காவுக்கான ரொரன்டோ நகர சபையின் விருதுகள் பல சாமுக்குக் கிடைத்திருக்கின்றன. அதைக் கோடைக் காலங்களில் முற்றத்தில் காட்சிப்படுத்தியிருப்பார். அவருக்கு அருகு வீடு என்பதால் எமது வீட்டு வளவுப் பராமரிப்புக்கும் சாம் உதவி செய்வார். எமது தெரு ஐரோப்பியர்களால் நிறைந்த தெரு. இப்போ முற்றாக மாறி விட்டது. சாம் போன்று முதலாவதாக இந்தத் தெருவில் குடியேறியவர்கள் தமது முதுமையை அடைந்திருந்தனர். பலர் மரணித்துவிட்டார்கள். சிலர் வயோதிபர் பராமரிப்பு நிலையத்திற்கு மாற்றப்பட்டிருந்தார்கள். இன்னும் சிலர் வீட்டை விற்றுவிட்டு நகருக்கு வெளியே குடியேறிவிட்டிருந்தார்கள். அவர்களது பிள்ளைகளும் தொடர்ந்து இந்தத் தெருவில் வசிப்பதற்கு விரும்பவில்லை போலும். இப்போது எமது தெருவில் சாம் மட்டுமே ஐரோப்பியர். நான் இந்தத் தெருவுக்கு

வரும்போது இரண்டாவது தெற்காசியர். நாம் குடியேறும் போது பெரிய வரவேற்பு இருந்ததில்லை. வீட்டைப் பராமரிப்பதில் எங்களுக்குப் பல சங்கடங்கள் இருந்தன. ஒவ்வொரு சின்ன வேலைகளுக்கும் காசை இறைக்கவேண்டியிருந்தது. வேலை படுக்கை வேலை என்றளவில் நாம் உழைக்க வேண்டியிருந்தது. புல்லை வெட்டவில்லை என்று அயலவர் கொடுத்த முறைப்பாடால் நகரசபை எங்களுக்கு எச்சரிக்கைக் கடிதம் அனுப்பியிருந்தது. வெட்டப்படாமல் வளர்ந்த கொடி அயல்வீட்டுக் கூரைக்குச் சென்றதற்காகத் தண்டம் கட்ட வேண்டியிருந்தது. மாறிவரும் ரொரன்டோ நகரத்தை ஐரோப்பியர்கள் எரிச்சலுடனேயே வரவேற்றார்கள். எம்மால் தமது வீடுகளின் பெறுமதி குறையப் போவதாகவே அவர்கள் எண்ணியிருந்தார்கள். வீடு வாங்கும் திறன் புதிய குடிவரவாளர்களுக்கு இருக்கிறது. அதனால் வீட்டுக்கு நல்ல விலையும் கிடைக்கிறது. எம்மை வெறுத்தாலும் பயன் பெறுபவர்கள் ஐரோப்பியர்களே.

அயலவர்களுடனான சச்சரவுகளிலிருந்து என்னை மீட்டவர் சாம். ஒவ்வொரு விடயமாக வீட்டுச் சொந்தக்காரர்கள் செய்யக்கூடியவற்றைக் காட்டித் தந்தார். அவரின் இயந்திரங்களையும், உபகரணங்களையும் உவந்து இரவல் தந்து உதவினார். சாமின் மனைவி ரோஸ் கொஞ்சம் சிடுத்த முகம். அவரால் சிரிக்க முடியாது என்றே நான் நினைத்திருந்தேன். அவருக்குள் இனத்துவேசக் கடுப்பு இருக்கிறதோ? என்ற ஐயம் எனக்குண்டு. ஐரோப்பியர்களுடன் பேசும்போது சிரித்து அளவுளாவுகிறார். அவர் எம்மைப் பார்த்துச் சிரிப்பதற்கு ஐந்து வருடங்கள் சென்றன. ஒரு பனிப்பொழிவு நாளில் எமது பிரதான வீதியிலிருந்து வழுக்கித் தெருவோரம் குவிக்கப்பட்டிருந்த பனிக்குள் அவர்கள் ‘கார்’ சிக்கிக்கொண்டது. அவர்களையும் காரையும் நான் மீட்க உதவியிருந்தேன். அவர்கள் அப்போது அவர்களது எழுபது வயதைக் கடந்திருந்தார்கள். அவர்களின் சுறுசுறுப்பு எனது சோம்பேறித்தனத்தை சற்று மாற்றியிருந்தது. அதிகாலை ஐந்து மணிக்கெல்லாம் அவர்கள் எழுந்திருப்பர். வேனிலிலும், வசந்தத்திலும், இலையுதிர் காலத்திலும் அவர்கள் தொடர்ந்து இயங்குவதைப் பார்க்க முடியும். வீட்டுத் தோட்டத்தில் அவர்கள் கொண்ட ஈடுபாடு அதற்கு முக்கிய காரணம். செடி, கொடிகளைப் பராமரிப்பது, வசந்தகாலத்திற்கான புதிய தாவரங்களை உண்டாக்குவது, நடுவது, புற்தரையைச் செப்பனவே வைத்திருப்பது, பறவைகளுக்குத் தீவனங்களை வைப்பது, காலை மாலை நடைப் பயிற்சி. இருவரும் ஓய்வூதியத்தில் வாழ்பவர்கள் தான். வழமைக்குத் தம்மைத் தயார்ப்படுத்தியிருந்தார்கள்.

அவர்கள் வீட்டுப் பூங்காவனத்துக்குள் செல்வது மனதை வருடும் அனுபவம். முகப்பில் பந்தலிடப்பட்ட 'வெஸ்ரியா' கொடிக்குக் கீழ் நீண்டு தூங்கும் மெல்லிய இள நாவல் கூந்தல் பூக்கள் தலையில் முட்டும். ஐந்தடி அலகமான செங்கல் பதியப் பட்ட பாதை மத்தியிலிருந்த புற்தரை வரை நீண்டிருந்தது. செங்கல்லின் கரிய கற்களைக் கொண்டு அமைக்கப்பட்டிருந்த வடிவங்கள் பாதையை அலங்கரித்தன. பாதையின் இருமருங்கும் நடப்பட்டிருந்த பல்வேறு டியூலிப்ஸ் முகிழ் தாவரங்கள் வர்ணப் பூக்களைச் சுமந்தபடியிருந்தன. புற்தரைக்கும் மலர்ப் படுக்கைகளுக்கிடையே விளிம்பு தாவரங்கள் நடப்பட்டிருந் தன. வளவின் பின் இடது மூலையில் அரை வட்ட வடிவில் கல்பதியப்பட்டு அதற்கு மேல் செவ்வக 'பரபோலா' நிர்மாணிக்கப்பட்டிருந்தது. பரபோலாவின் முன் இரண்டு தூண்களைப் பற்றிச் சுற்றியபடிக்கு நாவல், இளஞ்சிவப்பு நிற பூக்களைக் கொண்ட 'கிலமாடிஸ்' கொடிகள் பரபோலாவின் கூரை வரையும் படந்திருந்தன. சிவப்பு நிறக் கொடி ரோசா பரபோலாவின் பின்பக்கத்தை நிறைத்துப் படர்ந்து பூத்திருந்தது. இந்தக் கொடிகளினால் பரபோலா நிழல் கொண்டிருந்தது. அதற்குள் அமர்வதற்கு வாங்கு போடப்பட்டிருந்தது. வீட்டின் ஒட்டியபடி பின்புறமிருந்த மேடையிலிருந்து பரபோலாவுக்குச் செல்வதற்காக நாலு அடி கற்பாதை. அதன் ஒருபக்கம் சிவப்பு, இளஞ்சிவப்பு, கடுஞ் சிவப்பு நிற ரோஜா செடிகள் நேர்த்தியாகக் கத்தரிக்கப்பட்டுப் பாதைக்குள் நுழையாதவாறு தடுப்பிடப்பட்டு அதில் பரவ விடப்பட்டிருந்தன. ரோஜா மலர்களின் வாசனை பூங்காவை நிறைத்திருக்கும். சாம், ரோஜா செடிகளிலிருந்து முட்களை அகற்றுதல், ஒட்டுதல் கலையை நன்கறிந்தவர். வளவின் எல்லைகளில் சீடர் மரங்களால் உயிர் வேலி அமைக்கப்பட்டிருந்து. வளவின் மத்தியில் பேர்ச் மரம் வளர்ந்திருந்தது. ஒளிரும் பேர்ச் மரத்தைச் சுற்றி அமர்வதற்காக அறுகோண வடிவில் அமைக்கப்பட்ட வாங்கு. பேர்ச் மரத்தின் சாயலை ஒத்த வர்ணம் அதற்குப் பூசப்பட்டிருந்தது. வளவின் ஒரு மூலை கல் பூங்கா எனச் சொல்லப்படும் பகுதி. கற்களில் படரும் தாவரங்கள் அவற்றில் வளர்க்கப்பட்டுக் கற்களிடையே சிற்றாறு ஒன்றும் ஓடிக்கொண்டிருந்தது. அதன் இருமருங்கும் தேனீக்கள், வண்ணத்துப் பூச்சிகளைக் கவரும் விதத்தில் காட்டுப் பூச்செடிகள் வளர்க்கப்பட்டிருந்தன. 'மொனாக்' வண்ணத்துப் பூச்சிகளின் வரவுக்காக எருக்கலைச் செடிகளும் அங்கிருந்தன. 'மொனாக்' வண்ணத்துப் பூச்சிகளின் வருகையில் அவர்களுக்குப் பெருமிதம் உண்டு. அதுவும் அவர்கள்போல் குளிர்காலத்தில் வெயிலின் கதகதப்புத் தேடி ஆயிரமாயிரம் மைல்கள் பயணிப்பவை. இரவில் ஒளிரும் மின் விளக்குகள் அங்காங்கே புதைப்பட்டிருந்தன.

குளிர்காலத்தில் குளிர்காய்வதற்காக உருவாக்கப்பட்ட விறகு எரிக்கக்கூடிய நெருப்புக்குழியொன்றும் இருந்தது. அதைச்சுற்றி வட்டமாய் செங்கல் பதியப்பட்டு இருப்பதற்கு சரிவு நாற்காலிகள் போடப்பட்டிருந்தன. பூக்கண்டுப் படுக்கைகள் வசந்தகாலப் பூக்களினால் நிறைந்திருந்தன. ஆங்காங்கு பூஞ்சாடிகளும் கொழுவப்பட்டிருந்தன. வீட்டோடு இணைந்தபடியே இருக்கும் மேடை. அதை முற்றிலும் மறைத்து நிழல் தரும்படியாக ‘ஹனிசக்கல்’ கொடியும், ‘கிலமாடிஸ்’ கொடியும் பந்தலில் படர்ந்து பூக்கள் நிறைத்திருந்தன. பூங்காவின் வேலியண்டை யாகக் குடிலொன்றும் அமைந்திருந்தது. அதில்தான் அவர்களது பூங்காப் பராமரிப்புப் பொருட்கள் வைக்கப்பட்டிருந்தன. அழகாக வடிவமைக்கப்பட்ட குடில். குளிரற்ற நாட்களில் ஒருவர் படுத்துறங்க முடியும். வீட்டு முற்றமும் இதற்கு ஒப்பாக வடிவமைக்கப்பட்டிருந்தது. முற்றத்தின் மத்தியில் வைக்கப் பட்டிருந்த ஜப்பான் மேபிளும், முற்ற நுழைவில் வைக்கப்பட்ட ஜப்பானிய பரபோலாவும் அவர்களது வீட்டுக்கு அடையாளமாக இருந்தன. புற்தரை களை புகாதவாறு பராமரிக்கப்பட்டிருக்கும். எனது வீட்டுப் புல்லுக்குள் ஏதாவது களையைக் கண்டுவிட்டால் சாம் பதைக்கத் தொடங்கிவிடுவார். சாமின் புல்தரையைப் பார்ப்பவர்களுக்குப் புல்லா? கம்பளமா? என்ற மயக்கம் வருவதுண்டு.

சாமுக்கு மூன்று ஆண் பிள்ளைகள். மூத்த இருவரும் ரொரன்டோவில் இருக்கிறார்கள். மூன்றாவது பிள்ளை வில்லியம் இலங்கை பறங்கிப் பெண் ஒருவரையே மணந்திருந்தார். அவர்கள் இருவரும் பொறியியலாளர்கள். தற்போது அல்பேட்டாவில் ஒரு எண்ணெய் நிறுவனத்தில் பணி. நான் இந்த வீட்டுக்கு வந்த பின்னர் ஒரு தடவை அவர்களைச் சந்தித்து இருக்கிறேன். நான் இலங்கையர் என்பதால் சாம் எனக்கு அவர்களை அறிமுகப்படுத்தினார். நான் தமிழர் சாப்பாட்டுக்கடைகளை அவர்களுக்கு அறிமுகப்படுத்தினேன். பனிக்காலம் தொடங்கினால் சாமுக்கும், ரோசுக்கும் விடுமுறைக்காலம். பிள்ளைகள் அவர்களை எங்கையாவது அனுப்பி விடுவார்கள். பனிக்காலத்துப் பயணிகள். இரவில் அவர்கள் வீட்டுக்கு விளக்குப் போடுவது, நூற்பது, கடிதங்களை உள்ளே எடுத்து வைப்பது, பாதைகளில் பனியை அகற்றுவது என் வேலையாகிவிடும். கோடை காலங் களில்தான் நான் விடுமுறைக்குச் செல்வது வழக்கம். அந்த நாட்களில் எங்கள் வீட்டை அவர்கள் கவனித்துக்கொள்வார்கள். அவர்கள் வெளிநாடுகள் சென்று வந்தால் அவர்களது தோட்டத் திலும் மாறுதல்கள் நிகழும். ஜப்பானிய சாயல் அவ்வாறுதான் அவர்கள் முற்றத்திற்கு வந்தது. வெளிநாட்டுப் பயணங்களில்

பெரும்பகுதி பூங்காக்களைப் பார்ப்பதிலேயே கழிந்துவிடும் என்பார்கள்.

ரோசின் தளர்வின் பின்னர் அவரைப் பராமரிக்கும் பொறுப்பு சாமுடையதாகியது. காலை, மாலை இரண்டு மணி நேரத்திற்குப் பராமரிப்பு உதவியாளர்கள் வந்துபோய்க் கொண்டிருந்தார்கள். ரோஸ் மெல்ல முடங்கல் நிலையை அடைந்துவிட்டார். கட்டிலுக்குள்ளும், சக்கர நாற்காலிக் குள்ளும் அவர் அடங்கிப்போனார். அவரோடு அண்டையாக சாம் அவரைப் பராமரித்தபடியிருந்தார். அவர்களது வெளிநாட்டுப் பயணங்கள் எல்லாம் முடிவுக்கு வந்திருந்தன. வைத்தியத்திற்காக வெளியில் செல்வது மட்டுமே ரோசின் வெளி உலாத்தலாகவிருந்தது. அவர் உரையாடல் கலையத் தொடங்கியது. சாம் மட்டுமே அவரது தேவைகளையும், விருப்புகளையும் அறிந்துகொள்கிறார். வசந்த நாட்களில் பெரும் பகுதி பூங்காவைப் பார்த்தபடி மேடையில் அமர்ந்திருப்பார். அல்லது முன் திண்ணையில் தெருவைப் பார்த்தவாறு அமர்ந்திருப்பார். தனது பார்வைக்குள் ரோசை வைத்துக் கொண்டு சாம் பூங்காவின் பராமரிப்பில் இருப்பார். அவ்வப்போது தனது விருப்புகளை சாமுக்கு தெரியப்படுத்திய படியிருப்பார் ரோஸ். அவரின் விருப்புக்கு ஏற்ப சாடிகளையும், தூங்கும் பூச்சாடிகளையும் அமைத்துவிடுவார். கடந்த நான்கு ஆண்டுகளாக ரோஸ் இவ்வாறுதான் இருக்கிறார். அவர் தனது இறுதிக்காலத்தை அண்மித்துவிட்டதாக சாம் சொல்லியபடி யிருந்தார். மனைவியை இந்நிலையில் பார்ப்பதை வெறுத்தாலும், அவரைப் பராமரிப்பதில் அவர் சலிப்புக்காட்டியதில்லை. மனைவி பூங்காவுக்குள் வந்து அமர்வதற்கு விருப்பம் தெரிவிக்கும்போது என்னை உதவிக்கு அழைப்பார். நாம் இருவரும் அவரை மேடையால் இறக்கி நெருப்புக்குழியருகே இருக்கும் கதிரையில் அமர வைப்போம். வண்ணத்துப் பூச்சிகளைக் காண்பதில் அவருக்குப் பரவசம். அவரது கண்களில் புத்தொளியை நாம் காண முடியும். பூங்காவின் ஒவ்வொரு தாவரங்களினதும் குணம், குறைகளை இருவரும் நன்கு அறிவார்கள். சாமைவிட ரோஸ் கைராசிக்காரி. இறக்கும் தாவரங்கள் அவள் கைப்பட்டால் புத்துயிர் பெற்றுவிடும். பூங்காவிலிருந்து கத்தரிக்கப்பட்ட பூக்கள், கிளைகள் வரவேற்பறை பூச்சாடிகளை அலங்கரிக்கரித்திருக்கும். இப்போது பூச்சாடியொன்று ரோசின் அறைக்குள் வைக்கப்பட்டிருந்தது. பூங்கா மேடைக்குச் செல்ல முடியாத வாதை நாட்களில் அந்தப் பூச்சாடி பூங்காவை அறைக்குள் வரவழைத்திருக்கும். அதைக் கண்வெட்டாமல் பார்த்துக்கொண்டிருப்பார்.

அவர்களது அறுபதாவது திருமணநாள் கொண்டாட்டத் திற்குப் பிள்ளைகள், மருமக்கள், பேரப் பிள்ளைகள் அனைவரும் வந்திருந்தார்கள். தாயுடன் இறுதிக் கொண்டாட்டம் இதுவாகத் தான் இருக்கும் என்று கருதினார்கள். சாம் தன்னை மெல்ல தயார்ப்படுத்திக்கொண்டே வந்தார். கடந்த ஐந்தாண்டுகளாக ரோசின் இயலாமை அவருக்குத் திடத்தைக் கொடுத்திருந்தது. உபாதை இல்லாத மரணத்தை ரோசுக்கு இறைவன் கொடுக்க வில்லை என்று கடவுளை நொந்து கொண்டிருந்தார். ரோசின் கரங்களைத் தன் கரத்தோடு கோர்த்தபடியிருந்தார். முதல் பெண் பேத்தியுடன் இருவருக்கும் ஈடுபாடு அதிகம். அவர்கள் தங்களுக்குப் பெண் பிள்ளை இல்லையென்பதைக் குறையாகவே கருதியிருந்தார்கள். அதனால்தான் அவள் மீது பிரியம். வார இறுதி நாட்களில் அவர்களோடு தங்கிச் செல்வாள். ரோசை நிகழ்வுக்காக பேத்தியார் அழகுபடுத்தியிருந்தாள். ஓடுக்கிப் போன உடலுக்கு அளவாக ரோசின் திருமண உடையைச் சரிசெய்து ரோசுக்கு உடுத்தியிருந்தாள். அழகிய பூ அலங்காரங் களினால் வரவேற்பறை களைகட்டியிருந்தது. வந்திருந்தோர் அவர்களை வாழ்த்தி தங்கள் முத்தங்களை இருவருக்கும் பதித்தார்கள். பேரர்கள் கேக்கை வெட்டி பாட்டாவுக்கு ஊட்டி விட்டார்கள். எதிலும் நாட்டமில்லாத ஒற்றைப் பார்வையோடு ரோஸ் குந்தியிருந்தார். அல்பேட்டாவிலிருந்து வந்திருந்த வில்லியமும் குடும்பமும் அன்றிரவை அங்கு கழித்தார்கள். அது சாமுக்கு ஆறுதலாய் இருந்தது. அவர்கள் இல்லாவிட்டால் அவரை அறியாமல் உடைந்து அழுதிருப்பார். அறுபது வருடங்களின் பின்னர் திருமண உடையோடு ரோசைப் பார்த்தார். திருமணத்தில் ரோசின் வருகையின்போது ஆனந்தத்தில் தான் கண்ணீர் உகுத்ததை ஞாபகப்படுத்திக் கொண்டார். அன்றிரவு ரோசின் நெற்றியை வருடியபடி அவள் அருகே அமர்ந்திருந்தார். ரோசின் இறுதி நாளை அவரின் உள்ளுணர்வு உணர்த்தியிருக்கவேண்டும். அதன் பின்னரான மூன்று இரவுகள் நித்திரையின்றி ரோசின் அருகிலேயே அவருடன் கதைத்துக்கொண்டு கையைத் தடவிக்கொண்டும் இருந்தார். ரோஸின் கரங்களை நெஞ்சோடு அணைத்தபடி அவளது நெற்றியில் முத்தமிட்டபடியிருந்தார். அவளின் இறுதி மூச்சு அவரின் கன்னத்தை வருடிச் சென்றபோது அவளை அணைத்தபடியே இருந்தார். அவரின் கண்ணீர் ரோசின் கண்களை நனைத்து அவள் கன்னங்களிளால் வழிந்தோடியபடியிருந்தது.

ரோசின் பிரிவின் பின்னர் பிள்ளைகள், பேரப் பிள்ளைகள் அடிக்கடி சாமோடு தங்கிப் போவார்கள். அவருக்கு இருந்த துணை இப்போ நான்தான். நான் வேலையால் வரும்வரை

பார்த்திருந்து என்னை அழைத்துப் போவார். நான் சில வேளைகளில் அவரைத் தவிர்க்க விரும்புவதும் உண்டு.

“மனிசி செத்த கவலையில இருக்கிற மனுசன் போய் கதையன் அப்பா” என்று என் மனைவி என்னைக் காட்டிக் கொடுத்தபடியிருப்பார்.

வேலை களைப்பு அசதிகளை மீறி அவருடன் கதைப்பது எனக்குச் சிலவேளை கடினமாய் இருக்கும். சாமும் சிலவேளை குறிப்பறிந்து என்னை விடுவதும் உண்டு. அவர் வெளியில் போவதும் குறைந்திருந்தது. வீட்டுத் தேவைகளுக்கான பொருட்களைப் பிள்ளைகள் வாங்கிக் கொண்டு வருகிறார்கள். ஏதாவது தேவையாயின் என்னிடம் கேட்டுக்கொள்கிறார். சிலவேளை என்னோடு தொற்றிக்கொண்டு வருவார். நானும் அவரைக் கேட்டு கூட்டிக்கொண்டு போவதும் உண்டு. தனிமை அவரை நெருடத் தொடங்கியிருந்தது. இரண்டு நாட்களாக சாமை நான் காணவில்லை. மனைவியிடம் கேட்டேன். பகல் கண்டதாகச் சொன்னார். அவரின் பூங்காவுக்கான கதவு திறந்திருந்தது. நெருப்புக்குழிக்கருகிலிருந்த சாய்மணைக்கதிரை யில் அமர்ந்திருந்தார். சாம் என்று பலமுறை அழைத்தேன். அவர் பதிலளிக்கவில்லை. எனக்குப் பயம்மேலிடத் தொடங்கிற்று. அவரது வயிற்றைப் பார்த்தேன். அவர் சுவாசிப்பது தெரிந்தது. அருகில் சென்று தோளைத் தட்டினேன். அவர் கண்களை விழித்தார்.

“சாம் என்ன நடந்தது?”

“ஒன்றுமில்லை. அயர்ச்சி. குனிந்து அந்தச் செடிக்குள் வந்திருந்த களையைப் பிடுங்கி நிமிர்ந்தேன். தலை சுற்றியது. மெல்ல வந்து இதில் அமர்ந்துவிட்டேன். முதுமை. நீ வந்து கணநேரமா?”

“இல்லை இப்போதுதான் வந்தேன். இரண்டு நாட்களாகக் காணவில்லை.”

“வேலை, மனைவி, பிள்ளைகள் உனக்கு நிறைய வேலை இருக்குமல்லவா? உனக்கு நேரம் கிடைக்கும்போது வந்து பார் கதிர். சனிக்கிழமை காலை டொக்டரிடம் போகவேண்டும் கூட்டிச் செல்வாயா?”

“பிரச்சினையில்லை”

சாமுக்கு 86 வயதாகிறது. ரோஸ் காலமாகி இரண்டு வருடங்கள் கடந்துவிட்டன. வழமையான பரிசோதனைதான் என்று சொல்லிக்கொண்டு வந்தார். அன்று பின்னேரம் அவரது

இருபிள்ளைகளும், மருமக்களும், பேரர்கள் வந்திருந்தார்கள். அவர்களின் திடீர் வரவு அச்சமாயிருந்தது. ஏதாவது நடந்திருந்தால் கண்டிப்பாக எனக்கு அறிவித்திருப்பார்கள். காலை எழுந்து பார்க்கும்போது ஒரு கார் மட்டுமே வீட்டுக்கு முன்னால் நின்றது. அதுவும் ஒன்பது மணியளவில் சென்றிருந்தது. இன்று எனக்கு ஓய்வு நாள். நாளுக்குப் பன்னிரெண்டு மணித்தியால வேலையென்பதால் வாரத்தில் மூன்று அல்லது நான்கு நாட்கள் எனக்கு ஓய்வு வருவதுண்டு. எனது கார் வீட்டில் நின்றால் சாம், நான் நிற்பதை அறிந்துகொள்வார். அவரது அழைப்பு வந்தது. அவர் வழமையாகத் தொலைபேசி எடுப்பதில்லை. எனது வீட்டு வாசல் அழைப்பு மணியை அழுத்தி வருமாறு அழைப்பார். மேடையில் அமர்ந்திருந்தார். 'ஹனிசக்கல்' பூவின் வாசனை மேடையை நிறைத்திருந்தது. கையில் கோப்பியோடு அமர்ந்திருந்தார். நான் தேனீருடன் சென்றிருந்தேன். நீண்ட நாட்களாக அவர்களது பின்பக்கப் பூங்காவுக்கு நான் செல்லவில்லை. பொதுவாக முன் திண்ணையில் அமர்ந்தே கதைப்போம்.

செங்கல் பாதையில் கல் இடுக்குக்குள் புல்லும், களைகளும் கிளம்பியிருந்தன. முகப்பில் இருந்த பந்தல்கொடி எனது வேலியோடிருந்த பைன் மரக்கிளைகளில் தாவியிருந்தது. ரோசா செடிகள் தடைக்கு மேலால் வளர்ந்து பரபோலாவுக்கும் செல்லும் பாதையை அடைத்திருந்தன. புற்களுக்குள்ளும் களைகள் தலைகாட்டத் தொடங்கியிருந்தன. பந்தலில் இருந்து விழுந்த சருகுகள் கூட்டப்படாமல் அப்படியே கிடந்தன.

"சொல்லுங்கள் சாம்." என்றேன்

"எனது பூங்காவைப் பார்த்தாயா? உடல் மெல்ல மெல்ல செயலிழக்கிறது. இயற்கை முதுமையை எனக்கு அளித்திருக்கிறது. எனது மனதும், உடலும் இப்போ ஓரளவு ஒத்துழைக்கிறது. ரோஸ் போன்று எனது முதுமையைக் கடக்க நான் விரும்பவில்லை. எனது கடமைகளுக்காக வேறொருவரில் தங்குவதை நான் வெறுக்கிறேன். எனது மருத்துவரைச் சந்தித்துக் கதைத்தேன் அல்லவா? மருத்துவர் உதவியோடு மரணிப்பது குறித்தே அவருடன் கதைத்தேன். நல்ல மனைவி, பிள்ளைகள், மருமக்கள், பேரப்பிள்ளைகள். இதுவரை நான் சுமூகமான இனிய வாழ்வை வாழ்ந்திருக்கிறேன். கடும் உழைப்பில் பிள்ளைகளைப் படிப்பித்து நல்ல நிலைக்குக் கொண்டு வந்தேன். நானும் ரோசும் உலகின் பல பாகங்களுக்குப் பயணித்திருக்கிறோம். நாம் இனிய நினைவுகளால் நிறைந்தவர்கள். நான் மெல்ல மெல்ல உடல் உபாதைக்குள் செல்கிறேன். இனிய நினைவுகளை என் மூளை தொலைக்கு முன்னர் மருத்துவரின் உதவியோடு மரணத்தைத் தழுவுதை விரும்புகிறேன். நான் எனது

விருப்பை மருத்துவருக்குத் தெரிவித்தேன். பிள்ளைகளுடன் கதைத்தீர்களா? என்று கேட்டார். தான் பிள்ளைகளுடன் கதைப்பதற்கு அனுமதியைக் கேட்டார். என் போன்ற சுகதேகிகளின் மரணத்துக்கு உதவ முடியாது. அதற்கு சட்டம் அனுமதிப்பதில்லை என்கிறார் மருத்துவர். மீள முடியாத உபாதையில் இருப்போருக்குத்தான் மருத்துவ உதவி மரணம் கிடைக்கும் என்கிறார். நான் எனது சட்டத்தரணியை அணுகியிருக்கிறேன். எனது விருப்பை சட்டபூர்வமாக அணுக இருக்கிறேன். எனது உறவுகள் என்னைப் புரிந்துகொள்கிறார்கள் இல்லை. நான் தற்கொலை புரிந்துகொள்வேன் என்று பயப்படுகிறார்கள். தற்கொலையால் மரணம் சம்பவிக்கிறது. அதுவல்ல எனது நிலை. இது மரணத்தைப் பற்றுதல்"

அவருக்கு உளச்சிக்கல் ஏதும் இருக்குமோ என எண்ணத் தொடங்கினேன். ரோசின் பிரிவு அவரை நிலைகுலைய வைத்திருக்கும். விரக்தி. மௌனமாக அவரைக் கதைக்க விட்டேன். அவர் கதைக்கும் மனோநிலையில் இருக்கிறார் என்பதைப் புரிந்துகொண்டேன்.

"தனது திருமணத்திற்கு நான் இருந்து வாழ்த்தவேண்டும் என்று எனது அன்புப் பேர்த்தி சொல்கிறாள். அவளுக்கு முதல் ஒரு காதலன் இருந்தான். இப்போ இன்னுமொரு காதலன் இருக்கிறான். அவளுக்கு நிறைந்த கல்வியறிவு இருக்கிறது. அது அவளைப் பொருளாதாரத்திலும் நிமிர்த்தி வைத்திருக்கிறது. அவர்களுக்கு நிறையத் தெரிவுகளும் இருக்கின்றன. எனக்கு 28 வயது ரோசுக்கு 25 வயதாக இருக்கும்போது எங்களுக்கு மூன்று குழைந்தைகளும் கிடைத்துவிட்டனர். அவளுக்கு 32 வயதாகிறது. அவள் விரும்பும்போது விரும்பிய ஒருவனை அவள் கரம் பற்றிக்கொள்ளக்கூடும். அவ்வாறுதான் நானும் மரணத்தைப் பற்றிக்கொள்ள விரும்புகிறேன்"

மௌனமாக இருந்தார். பூங்காவைச் சுற்றி அவர் கண்கள் அலைந்தன. மேடைக்கு மேலிலிருந்த பந்தலைப் பார்த்தார். பந்தலின் மேல் விரித்திருந்த வலைக்குள்ளால் வந்திருந்த 'ஹனிசக்கல்' செடியிலிருந்த பூவைப் பிடுங்கி முகர்ந்தார்.

"பூங்காவைப் பார்த்தாயா? முன்பிருந்த ஒழுங்கு இல்லையல்லவா? கல்லின் இடுக்குக்குள் கிளம்பும் புற்களைப் பார்த்தாயா? இயற்கையின் ஒழுங்கு. புரிந்துகொள்கிறேன். நியதியை உளமார அறிகிறேன். இனிமேலும் இந்த சமூகத்திற்கு எதையும் செய்யப்போவதில்லை. இன்னும் சிறிது காலத்தில் சமூகத்திற்குப் பாரமாய் அமைந்துவிடுவேன். சுயமாய் அறிவோடு என்னால் முடிவெடுக்க முடிகிறது. சுய அறிவுள்ள போதுதான் மரணத்தைப் பற்றிக்கொள்ள முடியும்"

கோப்பியை அருந்தினார். தேனீர் என் தொண்டைக் குள்ளால் உள்ளிறங்க மறுத்தது. நிறைவு என்ற மனநிலையை நீங்கள் தரிசிக்கும் தருணம் இதுதான். எத்தனை பேருக்கு இது வாய்க்கும். இது துறவல்ல. இந்தத் தருணத்தை உறைநிலையில் வைக்க முடியுமா? தற்கொலைப் போராளிகளின் வாக்குமூலங்களைப் பார்த்திருக்கிறேன். நிறைவுறாத ஏக்கத் தொனி அவற்றிலிருக்கும். இது முற்றிலும் மாறுபாடானது. மரணத்தை ஏற்புடன் பற்றிக்கொள்வது. இப்படியான முடிபுகளுக்கு மனிதர்களால் வர முடியுமா?

தேனீயொன்று அவரது தோளில் வந்தமர்ந்தது.

"உங்கள் தோளில் தேனீ" என்றேன்

"அது ரோஸ்" என்றார்

தேனீ இப்போது அவரின் தலையில் இருந்தது. நான் அதைப் பார்த்தவாறு இருந்தேன்.

"நீ என்ன சொல்கிறாய் கதிர்?" என்று கேட்டார் சாம்

"உங்கள் ரோஸ் தலைக்கேறிவிட்டாள்" என்றேன்.

"அவள் என் தலைக்குள் இருக்கிறாள். நீயும் என்னை மனம் உடைந்தவனாய்ப் பார்க்கிறாய் அல்லவா?"

"இல்லை சாம். இப்படியான முடிபுகளை மனிதர்களால் எட்ட முடியுமா? என்ற ஆச்சரியத்தில் இருக்கிறேன்."

அதன் பின்னர் பீற்றர் தந்தையோடு வந்திருந்தான். அன்று காலை சாமுக்கும் பீற்றருக்குமிடையில் வாக்குவாதம் நடந்துகொண்டிருந்தது. சாம் காரை எடுத்துக்கொண்டு எங்கோ போவதற்கு முற்பட்டிருந்தார்.

"அப்பா நீங்கள் கார் ஓட்டக்கூடாது. வைத்தியர் சொல்லி யிருக்கிறார் அல்லவா?" என்றுவிட்டு கார் திறப்பை சாமிடமிருந்து பிடுங்கி வைத்திருந்தான்.

"எனக்குப் பைத்தியம் என்று நீ நினைக்கிறாயா? எனக்கு எதுவும் இல்லை. நீங்கள் இப்போ இவற்றைப் புரிந்துகொள்ளப் போவதில்லை." என்று கத்தியவாறு சாம் நின்றார்.

என்னைக் கண்டதும். கோபத்தைச் சற்று அடக்கியவாறு

"கதிர் நீங்கள் எந்தப்பக்கம் போகிறீர்கள்"

நான் பீற்றரைப் பார்த்தேன். அவன் ஆம் என்று சைகை செய்தான்.

பா.அ. ஜயகரன்

"நான் முடிவெட்டப் போறேன்."

"அப்பா! உங்கள் முடியும் வளர்ந்திருக்கிறது. வெட்டுங்கள்" என்றான் பீற்றர்.

"ஆமாம் எல்லாம் வளர்ந்துகொண்டுதான் செல்கிறது. உனக்குத்தான் புரியவில்லை." என்றுவிட்டு எனது காருக்குள் ஏறி அமர்ந்தார். தமிழ் சலூனுக்குள் வந்து அமர்ந்திருந்தோம். அங்கிருந்த வாடிக்கையாளர்களும் தமிழர்களாக இருந்ததால் தமிழில் உரையாடல் தொடர்ந்த வண்ணமிருந்தது.

"சாம் நீங்கள் முடி வெட்டப் போகிறீர்களா?"

"நீயுமா?" என்று என்னைப் பார்த்தார். அவரைப் புன்முறுவலோடு எதிர்கொண்டேன்.

"தமிழ் அழகான மொழி நீங்கள் கற்கத் தொடங்கலாம்"

"கற்றால் உன் மனைவியோடு உரையாட முடியுமல்லவா?"

"தேவதைகளோடும் உரையாட முடியும்" என்று சிரித்தேன்

"இனி உரையாடுவதற்கு எதுவும் இல்லை" என்றுவிட்டு அமைதியாக முடிவெட்டுவதைப் பார்த்தவாறு இருந்தார். முடிவெட்டுவதற்காக நான் கதிரையில் போய் அமர்ந்தேன்.

"இயற்கையின் ஓர்மத்தைப் பார்த்தாயா?" தரையில் கிடந்த முடியைப் பார்த்தவாறு சொன்னார்.

"கதிர் நீங்கள் எந்தப்பக்கம் போகிறீர்கள்? என்று கேட்டு என்னுடன் அலைவதை அவர் விரும்புகிறார். அவர் என்னைத் தொடர்கிறாரா என்பதை அடிக்கடி கவனித்துக்கொள்வேன். நான் அவர் கண்களுக்குத் தெரியாதபோது அவரது பதைப்பை தூரே நின்று பார்த்திருக்கிறேன். சாமின் உடல்நிலை மாறிக் கொண்டே வந்தது. சலம், மலத்தை அவரால் கட்டுப்படுத்த முடியாது போயிருந்தது. வீட்டுக்குள் நுழையும்போது சல வாடையை உணரக்கூடியதாயிருந்தது. அவருக்கு 'டயப்பர்' அணிவித்திருந்தார்கள். முதலில் அதைக் கழட்டி வீசியபடியே யிருந்தார். இப்போது எதையும் உணரக்கூடிய நிலையில் சாம் இல்லை. வீட்டுக்குள்ளேயே முற்றாக அடைபட்டிருந்தார். உறக்கத்தையும் இழந்திருந்தார். தகப்பனைப் பராமரிக்க வந்ததிலிருந்து பீற்றரும் உடைந்து போயிருந்தான். முதியவர்களைப் பராமரிப்பதில் உள்ள சிக்கல் அவன் முகத்தில் தெரிந்தது.

பீற்றர் அழைத்திருந்தான். தந்தையை நீண்டகாலப் பராமரிப்பு நிலையத்திற்கு மாற்ற இருப்பதாகச் சொன்னான். தந்தையின் விருப்பின்படி அவரின் மரணத்திற்கான ஏற்பாடு

செய்யப்பட்டிருப்பதாகச் சொன்னான். தாய் மரணமான நாளைத்தான் அப்பாவின் மரணத்திற்கும் தெரிவுசெய்துள்ளோம் என்றான். எனக்கு நெஞ்சு அளவிற்கதிமாக அடிக்கத் தொடங்கி யிருந்தது. நீயும் வரவேண்டும். உறவினர்களுடன் இறுதி ஒன்று கூடல் ஒன்றைப் பராமரிப்பு நிலையத்தில் ஒழுங்குபடுத்தி யிருக்கிறோம். கட்டாயம் வரவேண்டும் என்றான்.

நான் அங்கு சென்றபோது சக்கரநாற்காலியில் சாம் அமர்ந்திருந்தார். அவரது பூங்காவிலிருந்து பிடுங்கிய பூக்களைக் கொண்ட பூங்கொத்தை அவர் கைகளுக்குள் திணித்தேன். அவர் அதைப் பற்றிக் கொண்டார். அவரின் உறவினர்கள் பலரும் வந்திருந்தார்கள். அவரது இறுதிக்கணங்களை மகிழ்வாகக் கொண்டாடுவதற்கான ஏற்பாடுகள் செய்யப்பட்டிருந்தன. ஒரு பாட்டுக்குழுவும் வந்திருந்தது. சாமுக்குப் பிடித்தமான பாடல்களை அவர்கள் பாடிக்கொண்டிருந்தார்கள். எல்லோரும் செம்மதுவோடு ஆடியபடியிருந்தார்கள். பாடல்கள் முடிந்திருந்தன. இப்போது சாமுடனான தங்கள் உறவை, நினைவை உறவினர்கள், நண்பர்கள் பகிரத்தொடங்கினார்கள். அவர்கள் பேச்சுக்கள் பகடியாக இருந்தன. சிரிப்போடு மகிழ்வான பொழுதாய் இருந்தது. ஒவ்வொருவரும் பேசிய பின்னர் சாமிற்கு முத்தத்தைக் கொடுத்து விடைகொடுத்தார்கள். பீற்றர் என்னை அறிமுகப்படுத்தினான்.

“அப்பாவின் அயலவரும் நண்பருமான கதிர். எமது பெற்றோரின் மலர்களைக்கொண்டு இந்தப் பூக்கொத்தை உருவாக்கி எடுத்து வந்திருக்கிறார். மிக அழகாக இருக்கிறது. நாம்கூட அதைப்பற்றி யோசிக்கவில்லை. நன்றி கதிர்” என்று விட்டு ஒலிவாங்கியை என் கைகளுக்குள் திணித்தார்.

நான் அதை எதிர்பார்க்கவில்லை. சாம் மரணமாகி விடுவார். அவரது வாழ்வின் இறுதிக் கணங்களைக் கொண்டாடுகிறோம். அபத்தமாகவிருந்தது. ஒலிவாங்கியைப் பிடித்ததும் எனது கை நடுங்கத் தொடங்கியது. பேசுவதற்கு உந்தியும் வார்த்தை வெளிவர அடம்பிடித்தது.

“நீங்கள் கூறியதுபோல் சாம் இனிமையான மனிதர். அவர் எனக்கு இன்னுமொரு தந்தை”

என்று கூறி முடித்ததும் என்னை அறியாமலே அழத் தொடங்கிவிட்டேன். கூட்டத்தின் மனோநிலை சற்றென்று மாறிப்போனது. எல்லோர் முகங்களிலும் சோகம் கவிந்தது. அதுவரை இருந்த சாமின் வாழ்வைக்கொண்டாடும் மகிழ்ச்சிகர மான சூழல் முற்றாய்க் குழம்பியிருந்தது. அதை மாற்றுவதற்கு பீற்றர் முயன்றுகொண்டிருந்தான். சாமின் பிள்ளைகள் என்னைத்

தேற்றிக்கொண்டிருந்தார்கள். உறவினர்கள், நண்பர்கள் விடைகொடுத்துவிட்டு அகன்றிருந்தார்கள். குடும்பத்தினர் மட்டும் இறுதியாக நின்றார்கள். இனிய நினைவுகளோடு மரணத்தைப் பற்றுவது குறித்த சாமின் எண்ணம் நிறைவேறவில்லை. சாமை அழைத்துப்போக தாதியர்கள் வந்தார்கள். நானும் விடைகொடுத்துவிட்டு அகலத் தயாரானேன்.

"நீங்கள் எந்தப்பக்கம் போகிறீர்கள்" என்று சாம் என்னைக் கேட்பதுபோல் தோன்றியது.

திரும்பி மீண்டும் சாமைப் பார்த்தேன். எதுவித அசைவுமற்று இருந்த அவர் முகத்தில் புன்னகை தோன்றியிருந்தது. என்னைப் பார்த்தார். நான் அவர் கையைத் தடவிவிட்டு அகன்றேன். அவ்விடத்தில் நின்றால் மீண்டும் அழுதுவிடுவேன். சாம் என்னைத் தொடர்வதான பிரமையிருந்தது. திரும்பிப் பார்த்தேன். அவர் கைகளிலிருந்த ரோசாக்களின் மணம் என்னைத் தொடர்ந்திருந்தது.

வீடு திரும்பியதும் சாமின் பூங்காவுக்குச் செல்ல வேண்டுமெனத் தோன்றியது. பேர்ச் மரத்தைச் சுற்றியிருந்த வாங்கில் போய் அமர்ந்தேன். ரோசாப்பூக்கள் முன்னெப்போதும் இல்லாதளவு மணத்தைப் பெருக்கிப் பரப்புவது போலிருந்தது. என் முன்னேயிருந்த எருக்கலைப் பூவில் அமர்ந்திருந்த 'மொனாக' வண்ணத்துப் பூச்சியின் சிறகசைப்பைப் பார்த்தவாறு இருந்தேன். 'இனிய நினைவுகளோடு மரணத்தைப் பற்றிக்கொள்ளவேண்டும்' என்று சாம் என்ற பயணி சொல்லியது மீளமீளக் கேட்டுக்கொண்டிருந்தது. கண்களை இறுக மூடி பேர்ச் மரத்தோடு சாய்ந்தேன்.

(2021)

புத்தன் தொலைந்த வெளி

மனிதர்கள் குறித்து எழுதுவது சலிப்புத் தட்டிவிட்டது. அதே சலிப்பை நீங்களும் உணரக் கூடும். ஆதலால் எனது நாயின் கதையை எழுதலாம் என்று தோன்றுகிறது. அதற்குக் காரணம் நாய் தனது கதைகளை எழுதுவதில்லை என்பதும்தான். இந்தச் சிறந்த காரணத்தை நீங்கள் சகித்துக்கொள்வீர்கள். நாய் தனது கதைகளைக் கூறும்போதெல்லாம் நாம் அதைக் கேட்பதில்லை என்ற குற்றவுணர்வு எனக்கு ஏற்பட்டிருக்கவேண்டும். அது நாயின் எதிர்பார்ப்பில்லை. மனிதர்களின் கதையை நாய்கள் பார்த்துக்கொண்டுதான் இருக்கின்றன. மனிதர்களின் அந்தரங்கங்ளைக்கூட அது அறிந்து வைத்திருக்கின்றது. எமது அணுக்கங்களை சிணுக்கங்களை அறிந்து வைத்திருக்கின்றது. நமது காமத் திளைப்பை அறிந்து இங்கிதமாக அறையை விட்டு அகன்றுவிடுகிறது. காமத்தில் காய்ந்துபோன தொண்டையை நனைப்பதற்கு நாம் நீரை நாடுவதையும் அது அறிந்து வைத்திருக்கிறது. அதுவும் தனது தொண்டையையும் நனைத்துக் கொள்கிறது.

“பிள்ளைகளின் முன்னால் புணருவதுபோல் சங்கடமாய் இருக்கிறது” என காதலி புறுபுறுக்கிறாள்.

நம் உடலை அது நன்கறியும். வெளிப் பகட்டுக்காய் மட்டுமே இந்த மனிதர்கள் உடை அணிகிறார்கள் என்பதை நன்கறிந்திருக்கிறது.

எனது முதல் காதல் முறிவின் பின்னரான மனவழுத்தத்தைத் தீர்ப்பதற்கு வலிகோலியாகத்தான் இந்த நாயை வாங்கிக் கொண்டேன். மன்னிக்கவேண்டும். அதை நாய் என்றே உங்களுக்கு அறிமுகப்படுத்துகிறேன். அதற்குப் பெயர் உண்டு. மந்தன். பரம்பரை பரம்பரையாக நாய்களுக்கு மந்தன் என்றே பெயர் சூட்டுகிறோம். ஆங்கிலப் பெயர்களை நாய்களுக்குச் சூட்டும் வழக்கத்துக்கு இது மாறானதுதான். ஆயினும் அந்த வழக்கை நமது நாய் அறிந்திருக்கவில்லை. அது தனது பெயரை நன்றாக அறிந்து வைத்திருக்கிறது. நாய்களுக்கான பூங்காவில் ஏனைய நாய்களுடன் குதூகலித்து விளையாடும்போது அதை அழைத்தால் தனது பெயரை அறிந்து என்னிடம் ஓடிவருகின்றது. அதன் பெயரை யார் அழைத்தாலும் அதற்கு செவி மடுக்கிறது. நான் தொலைபேசியில் கதைக்கும்போதெல்லாம் தன்னைப் பற்றிக் கதைப்பதை அறிந்துகொள்கிறது. தொலைபேசியில் யாராவது அதன் பெயரை அழைத்தால் குரைத்துத் தன் அன்பை வெளிப்படுத்துகிறது. தனது வயிற்றை எமக்குக் காட்டும் போதெல்லாம் தன் அளவிலா நேசிப்பை நமக்குக் கொட்டுகிறது.

நான் வெளியில் உடற்பயிற்சிக்காகச் செல்லும்போதோ, பூங்காவில் மன அமைதிக்காகக் குந்தியிருக்கும்போதோ, அல்லது ஏதோ ஒரு அலுவல்களுக்காகச் செல்லும்போதோ யாரும் என்னை கவனிப்பதாய்த் தெரியவில்லை. அதாவது 'நான் ஒரு கவனம் பெறாத ஆள்' என்று கூற முடியும். ஒரு உரையாடலைத் தொடங்குவதற்கான பொதுவான விடயங்கள் இப்போது சலிப்புத் தட்டிவிட்டன. பெண்களும் அவற்றை அறிவுபூர்வமான உரையாடலாக ஏற்றுக்கொள்வதில்லை. அதையொரு பொறி யாகவே அவர்கள் கருதுகிறார்கள். ஆதலால் பெண்களுடன் கதையைத் தொடங்குவது முன்புபோல் இலகுவானதில்லை.

மந்தன் என்னைத் தனது ஒழுங்குக்குள் வலுக்கட்டாய மாகக் கொணர்ந்திருக்கிறான். அதன் ஒழுங்கைப் பின்பற்ற வேண்டியதாய் உள்ளேன். முன்பு அதிகாலையில் என்னை எழுப்பும்போதெல்லாம் ஒரு கொலை செய்வதற்கான எரிச்சல் எனக்குள் ஏற்பட்டுவிடும்.இப்போது மந்தன் எனக்குள் அன்பை விதைத்திருக்கிறான். அதன் கண்கள் என்னை மயக்கிவிடுகின்றன. அது என்னை அவதானித்தபடியே இருக்கிறது. எனது மனச்சோர்வை நன்கறிந்திருக்கிறது. என்னை உற்சாகப்படுத்த முனைகிறது. இப்போ நானாகவே எழுந்துவிடுகிறேன். உடற்பயிற்சிக்கான நேரமாகக் காலையைத் தேர்ந்தெடுத்து விட்டேன். அது மட்டுமல்ல அதன் கண்கள் பலரையும் கவர்ந்திருக்கின்றன. மந்தனுடன் போகும்போது பலர் என்னை அறிந்துவைத்திருக்கிறார்கள். நான் இப்போது கவனிக்கப்

படுவதை உணர்கிறேன். மந்தனுடன் பேசுவதற்காகப் பலரும் என்னருகில் வருகிறார்கள். மந்தனுடனான உரையாடலின் தொடர்ச்சியாக அவர்கள் என்னுடன் பேசுகிறார்கள். அதாவது மந்தனின் உரையாடல் தொடர்ச்சியின் ஒரு கட்டத்தில் நானும் இருக்கிறேன். அறிவுபூர்வமான உரையாடலின் ஆரம்பமாகத்தான் அதை நான் பார்க்கிறேன்.

நான் ஓடிக் களைத்து வாங்கு ஒன்றில் அமர்ந்திருக்கும் போதுதான் லூசி மந்தனுடன் உரையாட அருகே வந்தாள். அவளை நான் பல முறை இந்தப் பூங்காவில் பார்த்திருக்கிறேன். அவளும் இழப்பின் பின்னரான அச்சம் தோய்ந்தவள் போல் அல்லது என்னைப் போலவே கவனிப்பாரற்று, அறிவுபூர்வமான உரையாடலின் தொடக்கமற்று இருந்தாள். அவளைப்போலவே அளவற்ற அன்பை மந்தனும் பொழிகிறான். மந்தன் தனது வயிற்றை அவளுக்காகத் தருகிறான். அந்த நேசிப்பின் பயனை இருவரும் அனுபவிக்கின்றனர். அவர்களது அன்புக்கு இடைவெளியிருந்தால் நான் அதற்குள் புகுந்துகொள்ள முடியும். அவ்வாறான இடைவெளியில்தான் அவள் எனது அறைக்கு வருவதற்கு சம்மதித்திருந்தாள். அதுவும் மந்தனின் அழைப்பின் பெயரிலேயே நடந்தது. காலை நடையின் பின் எனது கட்டிடப் படியில் அமர்ந்திருந்தபோது எமது கட்டிடத்திற்கு அருகே லூசி நடந்து வந்துகொண்டிருந்தாள். வழமைபோல் மந்தன் அவளைக் கண்டதும் உட்சாக மிகுதியில் கத்தியது. இருவரினதும் அன்புப் பொழிவின் பின்னர் மந்தன் கட்டிடப் படியில் ஏறுவதும் இறங்குவதும் அவளைப் பார்த்துக் குரைப்பதுமாய் இருந்தது.

“மந்தன் உங்களை வீட்டுக்கு வருமாறு அழைக்கிறான்”

நாய்களின் வார்த்தைகளை மொழிபெயர்க்கும் வல்லமை எனக்கு இருப்பதை அவள் அறிந்துகொண்டாள் என்றே நினைக்கிறேன். அவள் என்னைப் பார்த்துப் புன்முறுத்தாள்.

‘என்னை அழைத்தமைக்கு நன்றி’

என்றவாறு மந்தனின் தலையை வருடிவிட்டாள். அவள் படியால் ஏறிவருவதைக் கண்டு மந்தனும் உட்சாகமாகவிருந்தான்.

“மந்தன் இவ்வளவு மகிழ்வாய் இருந்ததை நான் காணவே யில்லை. உங்களை நன்றாகப் பிடித்திருக்கிறது” எனது மொழிபெயர்ப்பின் இன்னுமொரு சாயலையும் அவளிடம் சொன்னேன்.

“மன்னிக்கவேண்டும், நான் உங்கள் வீட்டுக்கு வருவதற்குத் தடையேதும் உண்டா?”

“இல்லையே. மந்தனின் விருந்தினர் எனக்கும் விருந்தினர் தான்”

என மெய்ப்பட சிரித்தேன். நீங்கள் நினைத்தது தற்செயலாக நடக்கும்போது இவ்வாறான அசட்டுத்தனமான சிரிப்பு வந்து விடுகிறது.

ooo

எனது முன்னைய காதலியின் வெளியேற்றத்தின் பின் அறை ஈரமற்று இருந்தது. எனது வறட்சி. மீண்டும் ஒரு மன்னிப்பு. மந்தனை வாங்குவதற்கான வலிகோலியாக இருந்தவள் அல்ல இவள். இது எனது இரண்டாவது காதலி பற்றியது. அவள் ஈரமானவள். அவள் அருகில் இருக்கும்போதெல்லாம் மாரியின் இதமான தூரல் எம் அறைக்குள் இருக்கும். பூஞ்செடிகளின் இலைகள் ஒளிர் பச்சை வதனத்தை எம் அறைக்குள் தருவித்தபடி யிருக்கும். தற்போதைய ஒழுங்கு அவள் விட்டுச்சென்ற மீதி. இந்த அறை எனது பெற்றோருக்குச் சொந்தமானது. நான் அவர்களோடு இருக்கும்வரை அவர்களின் ஒழுங்குக்குள்ளும், கவனிப்புக்குள்ளும் இருந்துவிட்டேன். அவர்களின் ஒழுங்கு என்பது எனக்கானது அல்ல. அவர்களோடு முரண்பாட்டை அவ்வாறுதான் நான் வளர்த்துக்கொண்டேன். அதன் முடிவில் நான் தனியே இந்த அறையில் விடப்பட்டேன். இதைப் பராமரிப்பது தொடக்கம் அதற்கான வரிகள், கட்டணங்களை யும் நானே கட்டியாகவேண்டும். என்னைப் பொருத்தவரை அது கொடுமையான முடிபு. எனக்குள்ளிருந்த சின்னத் தன்மானம் அந்தக் கொடுமையான முடிபை எதிர்கொள்ளத் தயாரானது. நீங்கள் யாரும் எனக்குச் சிலை வைத்துக்கொள்ளலாம். கல்விக்காய் மட்டும் எனக்கான உதவியைப் பெற்றோர்கள் செய்வதாய் உறுதி எடுத்துக்கொண்டார்கள். அம்மா அப்பாவோடு சேர்ந்தது துரோகம் என்பேன். ஆயினும் உணவு விடயத்தில் அப்பப்போ உதவினாள். நானொரு வேலை யொன்றைத் தேட வேண்டியிருந்தது. மந்தன் என்னோடு இருப்பது எனக்குத் துணையாக இருந்தது. வேலை தேடல் மாதங்களைக் கடந்தன. சமூகநல நிதி உதவியைத்தவிர வேறு வழி எனக்குத் தெரியவில்லை. நானும் மந்தனும் வேலை கிடைக்கும்வரை மூன்று மாதங்கள் சமூகநலநிதியில் இருந்தோம். 'உணவுவங்கி'யில் இலவச உணவுகளைப் பெற்றுக்கொண்டோம். அதை அறிந்த போது 'நாங்களும் எங்கள் வாழ்வை அப்படித்தான் தொடங்கினோம். அதில் வெட்கப்பட ஒன்றுமில்லை' என்றார் அப்பா. அவருக்கு மந்தனைப் பிடிக்கும். 'மந்தனுக்கு சாப்பாடு இருக்கா?' என்பதை மட்டும் விசாரித்துக்கொள்வார்.

ooo

ஐந்து அடி உயரமும் மூன்று அடி அகலமான தியானத்துள் ஆழ்ந்த புத்தரின் படம் எங்கள் வரவேற்பறையில் கொழுவப்பட்டிருக்கிறது.

இந்த இடம் தற்காலிகமானது. அது படுக்கை அறையின் கால்மாடு சுவரில் கொழுவப்பட்டிருந்தது. உள்ளொளி பெருகும் சாந்தமான புத்தரின் முகத்தில் முழிப்பது நல்லது என எனது முன்னைய காதலி முழுமையாக இல்லாவிட்டாலும் சற்று எச்சரிக்கையோடு நம்புகிறாள். காமத் திளைப்பை புத்தர் பார்த்துக்கொண்டுதான் இருக்கிறார். அதை நான் சொன்ன பின்னர் அவள் உடைகளைக் களைய முன் புத்தருக்குத் திரை இடுகிறாள். திரைக்கு அப்பால் இருக்கும் மனிதரின் சங்கடங்கள் எம்மையும் ஆக்கிரமிக்குமென அவளுக்குச் சொன்னேன். திரைக்குப் பின்னால் இருந்து புத்தர் பார்ப்பதிலும் அவர் வெளியிலிருந்து பார்க்கட்டுமே. இப்போது படுக்கையைப் புத்தரும் பகிர்ந்துகொள்கிறார். காமச்சாய ஒளியும், சந்தன வாசனையும், அவளின் மிளிரும் மேனியும் காமச் சஞ்சாரத்தைக் குறுக்கிவிடக்கூடியவை. 'புத்தர் தியானத்தின்போது எதில் மனதை ஒருநிலைப் படுத்துகிறார்?' என்பதைச் சிந்திப்பதற்கூடாகவே காம சஞ்சாரத்தை நீடிக்க முடிகிறது. நமது படுக்கறையில் காமத்தைக் கடப்பது ஒன்றே புத்தரின் மிகப்பெரிய சிரத்தையாக இருக்க முடியுமானால் காமத்தோடு நிலைப்பதே எனது தியானம்.

எனது முன்னைய காதலிக்கு புத்தர் அறிமுகமானது ஒரு விபத்து. அவள் பகுதி நேரமாக வேலை செய்யும் கடையில் மலிவு விற்பனைக்குத் தெரிவாகிய பொருட்களில் கண் மூடியபடி யிருக்கும் ஒரு மனிதனின் சிற்பம் இருப்பனவற்றுள் தரமாக விருந்தது. அது பூந்தோட்ட மாதிரியில் நீரோடை அருகே வைக்கப்பட்டிருந்தது. எழுபத்தைந்து சதவீதக் கழிவு அதற்குக் கிடைத்தது. நிற்காமல் ஓடிக்கொண்டிருக்கும் எங்கள் நகரின் இரைச்சலோடும், எதிலும் தரிசிப்பில்லாமல் அகலும் மனிதர்களுக்குள்ளும் சஞ்சலமற்ற நித்தியமான அமைதியை வெளிப்படுத்தியபடி இருந்த அந்தச் சிற்பத்தின் மீது காதலை வளர்த்துக்கொண்டாள். அது புத்தர் என்று அறிந்தபோது பேரமைதிக்கு ஒப்பாக இன்னும் பலவும் வந்து சேர்ந்தன. கழியலறை, படுக்கையறை, வரவேற்பறை, சமையலறைகளுக்கென பல அளவுகளில் சிற்பங்கள், சுவர்களில் தொங்கும் ஓவியங்களும் வந்து சேர்ந்தன. சாம்பிராணி, கம்பளங்கள், உருளைத் தலையணிகள் என்பனவும் அடக்கம். புத்தரோடு தியானிக்கப் பழகிக்கொண்டாள். அந்தப் பேரமைதிக்குள் சென்னிறச் சாயல் நிறைந்திருப்பதான பிரமை எனக்குள் இருந்தது. உச்சியில் முடிந்த கொண்டையும், சப்பாணி இருப்பும், மூடிய இமைகளும் அவளிலிருந்தே அந்த காமச் சாயல் பரவுவது போன்று இருந்தது.

○○○

மந்தனின் கதைதான். மனிதர்களின் கதைகளில் நாய்கள் வருவதுபோல் நாயின் கதையில் மனிதர்கள் வருவது தவிர்க்க முடியாததல்லவா? அது எம்மைப் பார்த்தவாறு தனக்குரிய கதிரையில் ஏறி அமர்ந்திருக்கிறது. சற்று முன் அது லூசியின் அருகே அவளது அரவணைப்போடு தனது வயிற்றைத் தடவக்கொடுத்துவிட்டு இருந்தது. நான் 'மொக்டையில்' ஒன்றை அவளுக்காகச் செய்து எடுத்து வந்தேன். மனிதர்கள் இணைவது இலகுவாக நடந்துவிடுவதில்லை என்பதை மந்தன் அறிவான். கூடலுக்கான நிலையை எட்டுவதற்கான சடங்குகளை அது அறிந்திருக்கிறது. அதன் முதற்படி தானே எழுந்து எனக்கான வெளியை விட்டுச் செல்கிறது. அந்த 'மொக்டையில்' பற்றி லூசி அறிய முற்பட்டாள். அவள் என்னை மெச்சுவதும் அதன் பின்னரான அணுங்கும் சிரிப்பொலியும் மந்தனுக்கு மகிழ்ச்சியை ஏற்படுத்தியிருக்கும். எமதுவீட்டில் வருடங்களாக இவ்வாறான சிரிப்பொலி கேட்கவில்லை. மனிதர்கள் மகிழ்கிறார்கள் என்பதை நன்கு அறிந்திருக்கிறது. உரையாடலில் இறுக்கம் ஏற்படும்போதெல்லாம் மந்தன் அருகில் வருகிறான். தனது பொம்மையைத் தூக்கித் தருகிறான். தளரும்வரை அவன் குறித்துப் பேச முடிகிறது. அவனது செய்கைகள் குறித்துப் பேசி மகிழ்ந்து மீண்டும் சிரிக்க முடிகிறது.

"உயிர்கள் எவ்வளவு அதிசயமானவை. நமக்கும் இவைக்குள்ளும் இருக்கும் மூலகங்கள் ஒன்றாவிருந்தாலும் இவன் நாய், நாம் மனிதர். அதிசயம். மனிதரோடு இருப்பதை நாய்கள் பாதுகாப்பாக உணர்ந்திருக்கின்றன. மனிதர்களும் தான். வாழ்வதற்கு ஒவ்வொன்றுக்கும் தெரிவுகள் இருக்கின்றன. புத்திசாலிகள்."

மந்தனின் கண்களில் விரியும் அட்சயமான அன்பைச் சுகித்தவாறு லூசி கூறி முடித்தாள்.

○○○

தெற்கு நோக்கி ஒளியை உள்வாங்கிக்கொண்டு தளத்திலிருந்து கூரைவரை எழுந்து நிற்கும் கண்ணாடிச் சாளரத்தின் அருகே காடு ஒன்று வளர்ந்திருந்தது. புத்தர் எங்கள் அறைக்கு வந்த பின்னர் இந்த 'ஹட்ரோ போனிக்' தாவர வளர்ப்பும் எங்கள் சாளர மூலைகளை வனமாக்கி அலங்கரித்தன. அதனுள் விழும் அருவியும், நீரோடையும் நித்திய தியானத்தில் இருக்கும் புத்தரும், இரவில் அவர் பாதத்திலிருந்து ஒளிரும் வண்ண மின் விளக்கும் போதை மோனத்தை எம் அறைக்குள் பரப்பியபடியிருக்கும். அவள் தியானிக்கும்போது புத்தரின் பாதத்திலிருந்து மஞ்சள் ஒளிரும். நிதித்துறையில் பணியாற்றும் அவளுக்கு வேலையால்

உண்டாகும் மனப்பழுவை நீக்க புத்தர் உதவிக்கொண்டிருந்தார். நித்திய மாற்றத்தை எங்கள் அறை சந்தித்துக்கொண்டிருந்தது. பாதத்திலிருந்து சென்னிறம் ஒளிரும்போது தியானத்திலிருக்கும் அவளின் அகண்ட காதுகளும், நீண்ட கழுத்தும், திறந்த முதுகும் என் ஈரமான இதழ்களைக் கோரி நிற்கும். நதி அருவியாய் உருமாறும் புள்ளியில் காமம் காத்திருக்கிறதென்று அவளுக்குச் சொன்னேன். ஏரிக்குள் ஓய்ந்திருக்கும் நதிபோன்றது காமம் என்றாள் அவள். முடிவில் காமம் என்பது கலவை.

○○○

நாம் செய்த ஒரு உபகாரத்திற்காக ஆயிரம் பிரதி உபகாரம் செய்யக் காத்திருப்பவன்தான் பாரூக். அளவுக்கதிமான உபகாரம் அவன் மீது எரிச்சலை ஏற்படுத்துவதுமுண்டு. வெளிப்படை யாகவே எனது எரிச்சலை அவனுக்குத் தெரிவித்திருக்கிறேன். ஆயினும் அவன் மாறியதாய்த் தெரியவில்லை. அது அவன் இயல்பு. பாரூக்கின் நட்பு எனக்கு மகிழ்ச்சியே. நான் வேலை பார்க்கும் அங்காடியில் அவனும் வேலை செய்கிறான். நான் கணினித் தொழில்நுட்பம் சார்ந்த வேலை. அவன் சரக்கு இருப்புக்குப் பொறுப்பானவன். அவனின் பல தொழில்நுட்பச் சிக்கல்களுக்கு உதவியிருக்கிறேன். வேலைத் தளத்தில் கிடைக்கும் நட்புகள் எதுவும் தொடர்ந்ததில்லை. நானும் தொடர்ச்சியாக ஒரு இடத்தில் இருந்ததும் கிடையாது. இந்த வேலை ஒப்பீட்டளவில் நீண்ட நாள் என்று சொல்லலாம்.மாதத்தில் ஒரு முறையாவது எனது வீட்டுக்கு வந்து போவான்.

"மந்தனின் நெருக்கம் எனக்கு ஆகாது. பிராணிகள் பிடிக்கும். நாய்களின் எச்சிலை மதம் நெருங்க விடுவதில்லை. பூனைகள் எங்களிடம் உண்டு" என்றான்.

பூனைகள் சுதந்திரமிக்கவை என்று அவன் நம்புகிறான். அடிமைகளை எவரும் விரும்புவதில்லைதான். மந்தன் அடிமை யில்லை. நாமே அவன் அடிமை. இன்று பாரூக் ஏதோ சிக்கலில் இருப்பதுபோலவே எனக்குத் தோன்றினான்.

"பூனைகள்போல் சொர்க்கம் பற்றிய கனவுகள் நாய்களுக்கு இருப்பதில்லை" என்று அவனுக்குச் சொன்னேன். அவன் சிரித்தான். மந்தனோடு மட்டும் அவனுக்கு உறவிருந்தது.

'என்ன சிக்கல் பாரூக்?'

'எமது அங்காடி இசுரேலில் இருந்து பொருட்களைக் கொள்வனவு செய்கிறார்கள். அவை பலஸ்த்தீன மக்களின் நிலங்களில் இசுரேலியர்களினால் பயிரிடப்பட்டவை. எங்கள் நிலங்களிலிருந்து எம்மை பலாத்காரமாக வெளியேற்றி

ஆக்கிரமித்து அதில் பயிரிட்ட பொருட்கள் இவை. நாம் இவற்றைப் பகிஸ்கரிக்க வேண்டும்'

பாரூக்கின் கோரிக்கை நியாயமானது. அவனின் குடும்பம் பாராம்பரியமாக வாழ்ந்த நிலங்கள் இசுரேலியர்களினால் ஆக்கிரமிக்கப்பட்ட பின்னர் அவர்கள் யோர்தானில்தான் வசித்து வந்தார்கள். பெரும் வலி. எனது தாத்தாவும் அவ்வாறுதான் தனது நிலங்களை இழந்தார். வசாவிளானில் அவருக்கு இருந்த வீடும் காணிகளும் சிங்கள இராணுவத்தினால் அபகரிக்கப்பட்டன. யாழ்ப்பாணத்தில் முதல் முதலில் திராட்சை பயிரிட்டவர்களில் தாத்தாவும் ஒருவர். 'இசுரேல் ப்லு' என்கிற கலப்பினமே அங்கு பயிரிடப்பட்டது. யாழ் மண்ணில் திராட்சை கொத்தாகத் தொங்கியபோது தாத்தா இசுரேலியர்கள் குறித்த பெருமிதங் களோடு இருந்தார். அவரிடமிருந்து அபகரிக்கப்பட்ட காணிகளை இலங்கை இராணுவத்தினர் முகாமாய்ப் பயன்படுத்து கிறார்கள். இப்போ அந்தக் காணிகள் எனது தந்தைக்குச் சொந்த மானவை. ஆனால் காணிக்குள் அவரால் புகமுடியாது.

பாரூக் ஒரு பகிஸ்கரிப்பை ஒழுங்கு செய்திருப்பதாகச் சொன்னான். இசுரேலிய அடக்குமுறைகளைக் கண்டிக்கும் தாபனங்களை அதற்காக அணுகியிருந்தான். ஆர்ப்பாட்டம் எங்கள் அங்காடியின் முன் நடக்கும்போது நானும் பாரூக்கும் ஆர்ப்பாட்டத்தோடு இணைந்திருந்தோம். அங்காடியில் இருந்து இசுரேலியப் பொருட்கள் அகற்றப்பட்டது போல் நாம் இருவரும் வேலையால் அகற்றப்பட்டிருந்தோம். அதையிட்டு நாம் பெரிதும் கவலை கொள்ளவில்லை. போராட்டம் வெற்றி பெற்றதையிட்டு நாம் மகிழ்ந்திருந்தோம். அந்தப் போராட்டத்தில் எனது பங்களிப்பு உளபூர்வமானது. நான் வேலையிழந்தது குறித்து பாரூக்கிற்குக் கவலையும் குற்றவுணர்வும் இருந்தது. அவன் அவ்வப்போது அரேபிய உணவுகளோடு என்னைச் சந்திக்க வந்துகொண்டேயிருக்கிறான். வெறும் கையோடு வருவது நட்புக்கு இழுக்கென்கிறான்.

○○○

மந்தன் அருகே வந்து தனது வயிற்றைக் காட்டியபடி படுத்திருந்தான். அவனது வயிற்றைத் தடவியபடியிருந்தேன். பரம்பரையாக நாய்களுக்கு மந்தன் என்றே பெயர் சூட்டுகிறோம் என்று சொன்னேன் அல்லவா?. தாத்தா தான் அதைச் சொன்னார். அவரிடமிருந்த மந்தன் காவல் நாய். ஒருவரும் வீட்டுக்குள் நுழைய முடியாதாம். பாம்புகள் உட்பட. இராவணுவத்தினரின் சுற்றி வளைப்பில் அவர்கள் எல்லாவற்றை யும் விட்டுவிட்டு இடம்பெயர்ந்திருக்கிறார்கள். மந்தனை வீட்டுக்குக் காவலாக விட்டு அகன்றார்களாம்.

“மந்தனுக்கு என்ன நடந்திருக்கும்?” என்று தாத்தாவைக் கேட்டேன்.

“இராணுவத்தோடு பயணித்த நாய்களுக்குச் சாப்பாடும், தண்ணீரும் கிடைத்ததாம். மறுத்த நாய்களைச் சுட்டுக் கொன்றார்களாம்” என்றார் தாத்தா

“மந்தனையும் சுட்டு இருப்பார்களா தாத்தா?” என்று அவரைக் கேட்டேன்.

“வீட்டுக்காரரைத் தவிர வேறொருத்தரும் அவனை அண்ட முடியாது” என்றார் தாத்தா.

தாத்தா கனடாவுக்கு வந்து இருபது வருடங்களுக்குப் பின்னரும் ‘அவனின்ட காவலிலதான் எங்கட வீடும் காணியும் கிடக்கு’ என்று அரட்டுவதைக் கேட்டிருக்கிறேன். ‘மந்தனுக்குச் சாப்பாடும் தண்ணியும் வைச்சுவிடு’ என்று அப்பாவைத் தாத்தா கேட்பதுண்டு. அவருக்கு அரளை பெயர்ந்துவிட்டது என்கிறார்கள். அவரது இறுதிக் காலங்களில் நாய்களைப் பார்ப்பதே அவருக்குப் பிரியமாயிருந்தது.

ooo

பலஸ்த்தீன விடுதலை ஓவியம் ஒன்றை பாருக் எனக்கு அன்பளிப்பாகத் தந்திருந்தான். காய்கள் நிறைந்த ஒலிவ் மரத்தை வாஞ்சையோடு இமைகள் மூடி அரவணைத்தபடி நிற்கும் ஒரு பெண். தொடரப்போகும் பிரிவின் துயரைத் துல்லியமாய்ப் பெண்ணின் முகம் காட்டியபடியிருக்கிறது. அவளின் காலை ஒரு கையால் அணைத்தபடியே தாயின் முகத்தை அண்ணார்ந்து நோக்கும் சேய். அதன் மறுகையில் காய்களோடு கூடிய ஒலிவ் கிளை. பின்னணியில் பலஸ்தீன வண்ணச் சாயங்களால் விரியும் ஒலிவ் மரங்கள் நிறைந்த தாய் நிலம். அந்த மக்களின் ஆத்ம வேட்கையின் அதிர்வை ஓவியம் பரப்பியபடியிருந்தது. அதை ஜன்னலுக்கு நேர் எதிராக இருந்த வரவேற்பறை சுவரில் கொழுவினேன். ஜன்னல் ஊடாக வரும் ஒளி அதன் மீது படியும் வகை இருந்தது. அதன் கீழ் சிறிய புத்தக அலமாரியிருந்தது. பௌத்தம், தியானம், யோகம், காமம், சமையல் பற்றிய புத்தகங்கள் அதனுள் இருந்தன. அதன் மேல் தியானத்திலிருக்கும் சிறிய புத்தர் சிற்பம். ஓவியத்திற்கு மிகவும் பொருத்தமான இடமாக எனக்குப்பட்டது.

அது எனது காதலிக்குப் பிடிக்கவில்லை.

“நமது அறையிலிருக்கும் அமைதிக்கு அது பங்கம். அது எந்தவகையிலும் அறையின் சூழலோடு ஒத்துவரவில்லை. அதை அகற்றிவிடு” என்றாள்.

“அந்தத் தாய் உன்னை என்ன செய்கிறாள்?”

“இல்லை அவள் பேசிக்கொண்டு இருக்கிறாள்.”

“ஆம். ஓவியம் பேசவேண்டும். இங்குள்ள ஒவ்வொன்றும் பேசிக்கொண்டுதான் இருக்கின்றன. அவைபற்றிய உருவகம் நமக்கு இருக்கிறது”

“நீயென்ன பலஸ்த்தீனியனா?”

“நீ இசுரேலியா?”

அவளுக்கு அரசியல் காரணம் இருக்குமென்று நான் கருதவில்லை. எனக்கான வெளியுண்டு அல்லவா? இந்த அறையில் நான் எங்கிருக்கிறேன்? இந்த வெளியை இருவரும் பகிர்வதாக இருக்க முடியாதா? விட்டுக்கொடுப்புகள் இருக்கக் கூடாதா? எனது வெளி ஆக்கிரமிக்கப்பட்டதாக உணர்கிறேனா? இப்போது இது அரசியல் ஆகிவிட்டதல்லவா?

“பிரச்சினைகளை அறைக்குள் கொண்டு வருகிறாய்”

“பிரச்சினையில்லாத ஓர் இடத்தைக் காட்டு அங்கு இதைக் கொழுவுகிறேன்” என்றேன்.

பிரச்சினைகளிலிருந்து அன்னியமாவது பிரச்சினையை நீக்கும் வழியல்ல. நானும் அமைதியை விரும்புகிறேன். எமது அறையில் நீக்கமற நிறைந்திருக்கும் நித்திய அமைதியை நானும் விரும்புகிறேன். புத்தரால்தான் இந்த அமைதி சாத்தியமானதா?

பிரச்சினை இல்லாத மனிதர்கள் இருக்கிறார்களா? யார் தான் பிரச்சினைகளை விரும்புவார்கள்? மனிதர்கள் மீதான பரிவு என்பது என்ன? அவர்களின் துன்பங்களைக் கவனிக்காமல் இருப்பதா? துன்பங்களைக் களைந்துவிட முடியுமா? எல்லா வற்றிலுமிருந்து விடுபட முடியுமா? நிலத்தின் விடுதலையென்பது மனிதர்களின் விடுதலையும் தானே? இணைந்த வாழ்வு புரிந்துணர்வு எல்லாம் மாயையா? ஒலிவ் மரங்கள் யாரின் அமைதியைக் குலைத்தன?

மந்தன் நமக்கிடையே நடக்கும் உரையாடலின் கனதியை அறிந்துகொள்கிறான். நமக்கான இடைவெளி அவனுக்கு ஆச்சரியமாக இருந்தது. நாங்கள் அருகருகேயிருந்து நீண்ட நாட்கள் ஆகின்றன. நம்மை அருகில் இருத்த அதுவும் முயன்று கொண்டேயிருக்கிறது. நமக்கு இடையே மந்தன் படுத்துக் கொள்ளும். தலையை அவளும் வயிற்றை நானும் தடவிக் கொள்வோம். நமது இடைவெளியில் மந்தன் அவளுடனே நெருக்கமாய் இருக்கிறான். அவள் உள்ளூர அமைதியின்மையில் உழல்கிறாள் என்பதை மந்தன் அறிகிறானா? முன்னெப்போதும்

இல்லாமல் அவளுக்கு முத்தமிடுகிறது. அவளின் பாதங்களையும் கைகளையும் நக்கியபடியிருக்கிறது.

வரவேற்பறை எனது படுக்கையறையாக மாறத் தொடங்கி யிருந்தது. எனது காலடியில் மந்தன் படுத்திருப்பான். இன்னுமொரு பொழுதில் தனது படுக்கையை அறைக்குள் இழுத்துச்சென்று அவளோடு படுத்துக்கொள்கிறான். நாம் மாறிவிட்டோம். அவனை நடக்கும் பொழுதுகளில்கூட நாம் இணைந்து செல்வதில்லை. எல்லாம் தனித்தனியே நிகழ்கின்றன. அது பட்டியை இருவரிட மும் நீட்டுகிறது. அதன் மீது பரிவு கொண்டோர் எழுந்து அதனுடன் வெளியில் செல்ல முடியும். அவள் தியானிக்கும்போது என்னால் இருக்க முடிவதில்லை. சந்தன வாசனை இப்போ எனக்கு ஒவ்வாமல் போயிற்று. கண்களை மூடியபடியிருக்கும் புத்தரைப் பார்க்க எனக்கு வெறுப்பாய் இருக்கிறது. கண்களைத் திறந்து கருணைப் பார்வையைப் புத்தரால் தர முடியாதா? புலன்களை அடக்கும் தியானமும், இறப்பும் எவ்வகையில் வித்தியாசப்படும்? நான் மந்தனோடு நடப்பதற்கு அவளது தியானப் பொழுதுகள் பொருத்தமாய் இருக்கின்றன. அறைக்கு வெளியே பரபரப்பான மக்களும், அவர்கள் எழுப்பும் ஒலிகளும், பாடலோடு கடக்கும் மனிதர்களும், பறவைகளின் அழைப்புகளும் எனக்குத் தேவையாகப்பட்டது. நடையின் பின் நீண்ட நேரம் வெளிப்படியில் அமர்ந்து கடக்கும் மனிதரோடு உரையாடுவது பிடித்திருக்கிறது.

"இது உனது அறை. நான்தானே வெளியேற வேண்டும்." என்றாள் அவள்.

இது எனது அறையென்று வெளிப்படுத்தியது கிடையாது. இது நமது அறையாகவே நினைத்திருந்தேன். அவளுக்கு அவ்வாறான எண்ணம் வருவதற்கான எந்தவொரு அடிப்படையையும் நான் வைத்ததில்லை. எனது அறை என்று அவள் கருதும்போது நம் இடைவெளி பெரிதாகி விட்டது என்று அர்த்தம் கொள்ளலாம் அல்லவா?. நாம் இனியும் சேர்ந்திருப்பது சங்கடங்களைத் தோற்றுவித்தபடியேயிருக்கும். ஆனால் உறவை முறிப்பதென்பது இருவரின் முடிவாக இருக்கவேண்டும். அவளும் அவ்வாறான முடிவுக்கு வந்திருந்தாள். அவளின் துண்டுக் கடிதம் அதையே சொல்லிற்று.

"உனக்கு வசதியான பொழுதில் இங்கிருந்து மாறிக்கொள்ள லாம். எனக்கு எந்தவித ஆட்சேபனையும் இல்லை" என்று அவளுக்கு மறுமொழி எழுதியிருந்தேன்.

நான் பெற்றோரிடம் சென்ற நாளொன்றில் அவள் எங்கள் அறையிலிருந்து வேறு இடத்திற்கு மாறியிருந்தாள். வீடு திரும்பும்

போது வெற்றிடத்தை என்னால் உணரக்கூடியதாய் இருந்தது. அது பௌதீக வெற்றிடம். ஆயினும் வீடு நிறைந்திருந்தது. ஒளிர்பச்சை வனமும், அதனுள் கொட்டும் அருவியின் ஒலியும் கேட்டவண்ணமேயிருந்தது. சிற்பங்களும், ஓவியங்களும் அவ்வாறே இருந்தன. நித்திய அமைதி கலந்திருந்தது. அது பிரிவின்மை பற்றிய ஒரு மாயைதான். பலஸ்த்தீன ஓவியம் அதன் இடத்தில் இருந்தது. வீட்டின் வெறுமை மந்தனுக்குத் தாக்கத்தை உண்டுபண்ணியிருக்கும். வீட்டுக்குள் ஓடித்திரிந்தது. தனது பொருட்களை சரி பார்த்துக்கொண்டது. அவளைத் தேடியது. அறைக்குள் சென்று படுக்கையை எட்டிப்பார்த்தது. தனது வீடுதானா என்று முகர்ந்து பார்த்துக்கொண்டிருந்தது. முடிவில் என்னருகில் வந்து தனது வயிற்றைக் காட்டியவாறு படுத்திருந்தது.

நாங்கள் சந்தித்து வருடங்கள் ஆகிவிட்டன. அவள் உருவாக்கியிருந்த வெளிக்குள் நான் அகப்பட்டிருக்கவேண்டும். என்னையறியாமலே அதற்குள் உள்வாங்கப்பட்டிருக்கவேண்டும். அந்த வெளியை அவள் திருடிச் சென்றுவிட்டாள். அவள் ஏற்படுத்தியிருந்த அலங்காரங்கள் அல்ல. அந்த வெளியென்பது அவள். பெற்றோரின் வீட்டைவிட்டு வெளியேறிய பின்னரான தனிமைக்கு ஆறுதலாக அவளும் இருந்தாள் அல்லவா?

அன்று காலை மந்தனோடு நடக்கப்போனபோது அவளையும் புதிய காதலனையும் சந்திக்கவேண்டியதாகியது. அவளை மந்தனே அடையாளம் கண்டுகொண்டான். வருடங்களின் பின்னரான சந்திப்பில் மந்தன் தன் அன்பைப் பொழிந்துகொண்டிருந்தான். அவன் தன்னைக் கட்டுப்படுத்த முடியாதவனாய் அன்பின் ஓலத்தை ஒலித்தவனாய் இருந்தான். ‘என்னை மன்னித்துக்கொள்’ என்று மந்தனிடம் கூறியபடி யிருந்தாள். அந்த மன்னிப்பு என்னை நோக்கி வரவேண்டியது. அப்படியொரு எதிர்பார்ப்பு எனக்கு இருந்திருக்கிறது. அவளின் காதலன் என்னை நோக்கி வந்து தன்னை அறிமுகப்படுத்தினான். மந்தனைப்பற்றி விசாரித்தான்.நான் அவளின் பழைய காதலன் என்பதை அவன் அறிந்தானோ தெரியாது. அவளுடன் எனது முகம் அண்டவில்லை. ‘எனக்கிருந்த ஆறுதல் வெளியை அழித்தாள்’ என்ற வெறுப்பு இன்னமும் எனக்குள் கனன்று கொண்டிருந்தது. மந்தனின் அட்சயமான அன்பில் அவள் திளைத்துக்கொண்டிருந்தாள். அவளும் என்னோடு முகங்கொடுக்கவில்லை. ‘தனது வெளியை நான் அழித்தேன்’ என்றவளும் எண்ணக்கூடும். மந்தன் என்னை நோக்கி வருவதும் அவளிடம் செல்வதுமாக இருந்தான். நாம் நகரவேண்டிய நேரம். மந்தனை இழுத்து வந்தால் குரோதமாய் அவள் உணரக்கூடும். மந்தனைத் தூக்கிக்கொண்டேன். மந்தன் அவளைப் பார்த்தபடி

குரைத்துக்கொண்டு வந்தது. அவள் மறைந்திருக்கவேண்டும். எனது கன்னங்களை நக்கத் தொடங்கியது. எனது மனவுளைச்சலை அது உணர்ந்திருக்கவேண்டும். கண்கள் ஊடு அவளைப் பார்த்திருக்க வேண்டும். அப்போதாவது அவள் மீதான வெறுப்பு அகன்றிருக்கும். மந்தனை இறக்கிவிட்டேன். அறைக்குள் செல்ல வேண்டும்போல் எனக்கு இருந்தது. நித்திய அமைதியொன்று அங்கிருக்குமல்லவா? எங்களுக்கிடையேயான உறவு முறிந்தபோது படுக்கையறையில் கொழுவியிருந்த புத்தரையும் விட்டுச் சென்றிருந்தாள். அவள் என்னைத் தண்டிக்க விரும்பியிருக்கக் கூடும். அவளை அது ஞாபகப்படுத்தும் என்று நினைத்திருக்க லாம். ஞாபகங்களைக் கடந்துவிடு என்பதாயும் இருக்கலாம். படுக்கையறையில் இருக்கும் புத்தர் காம சஞ்சாரத்தில் என்னோடு உலவும் தோழன். அதைத்தான் தற்காலிகமாக வரவேற்பறையில் கொழுவியிருந்தேன். இப்போது எனது தனிமையை நீக்கும் தோழன்.

மந்தன் அறைக்குச் செல்வதற்கு விரும்பவில்லை. படியில் குந்தினான். நானும் குந்தினேன். கடக்கும் மனிதர்களின் ஆரவாரமான உரையாடல்கள் இப்போ எனது காதுகளுக்குக் கேட்கத் தொடங்கியிருந்தன. மனது சற்று வெளியானது. வெறுப்பு அகன்றிருக்கவேண்டும். எனது வெளியைத் தீரமானிக்கும் நேரம் உருவாகியிருக்கிறது. மந்தனிடம் சொன்னேன். தலையை எழுப்பிப் பார்த்துவிட்டு மீண்டும் படுத்துக்கொண்டது. இதற்கும் ஒரு அர்த்தமுண்டு. “உனக்கு சுயம்பற்றிய தேடல் உண்டா?” என்பதுதான். நாம் தனியன்கள் இல்லையே. தனியர்களால் பிழைக்க முடியாதே. அப்போதுதான் லூசியைக் கண்டு மந்தன் ஆர்ப்பரிக்கத் தொடங்கியிருந்தான்.

○○○

லூசி எழுந்து அறையைச் சுற்றிப் பார்த்தாள். மந்தன் அவளுடன் கூடவே திரிந்தான். சாளரத்தின் ஊடே பார்த்தபடியிருந்தாள்.

“வசதியான இடம். வெளியை இங்கிருந்து பார்க்க நன்றாக இருக்கிறது.”

ஓவியத்தின் அருகே வந்து நீண்ட நேரமாகப் பார்த்தவாறு நின்றாள்.

“ஓவியம் நன்றாக இருக்கிறது. தாய்மை. உலகம் கண் மூடிக் கிடக்கிறது. பலஸ்தீனம்.” ஓவியத்தைப் பார்த்தபடியே பெருமூச்சோடு சொன்னாள்.

“ஆம்”

அதன் கீழிருந்து சிறிய புத்தர் சிற்பத்தைப் பார்த்தாள்.

"நீ பௌத்தனா?"

"இல்லை. நண்பர்களின் அன்பளிப்பு. அவையொன்றும் என் அடையாளங்கள் இல்லை. அவற்றோடு பிடிப்பும், நேசிப்பும் இருக்கிறது."

"ஏன் இந்தப் புத்தக அலுமாரி வெறுமையாக இருக்கிறது?"

"வெறுமைக்கும் ஒரு வெளி வேண்டுமல்லவா? அதற்குள் என் வாழ்வு குந்தியிருக்கிறது கண்டீர்களா?" என்றேன். புன்னகைத்தவாறு என்னைப் பார்த்தாள்.

"இப்போ அது புத்தரின் பீடம்" என்றேன்.

"மன்னிக்க வேண்டும். இவ்வாறான கேள்விகள் குரூரமானவைதான். உன்னை எடைபோடுவதற்காகக் கேட்கவில்லை. அடையாளங்கள் சிலருக்கு மேலோட்டமானவை. சிலருக்கு அவை ஆத்மார்த்தமானவை. அதில் பண்பும், எளிமையும், அழகும், வாழ்வுமிருக்கும்."

'மொக்டைலை' குடித்து முடித்திருந்தாள்.

"சரி மீண்டும் சந்திப்போம்" என்று லூசி வெளிக்கிடத் தயாரானாள். மந்தன் குரைத்தபடி நின்றான்.

"ஏன்" என்றாள்

"நீங்கள் போவதை அவன் விரும்பவில்லை" என்றேன்

அவள் குனிந்தாள். மந்தன் வயிற்றைக் காட்டியவாறு படுத்திருந்தான். அவனின் வயிற்றைத் தடவியபடி.

"இங்கேயே என்னை வைத்திருப்பதற்கு நான் பொம்மை இல்லையே. மீண்டும் சந்திப்போம்."

என்றவாறு நிமிர்ந்து என்னைப் பார்த்தாள்.

"அது உங்கள் மொழிபெயர்ப்பா?" என்று எனது கண்களைப் பற்றிக் கேட்டாள். அவளது கண்கள் என்னுள் சிக்கியது போன்ற பிரமை.

"நீங்கள் வந்ததுக்கு நன்றி என்றாகவும் இருக்கும்" என்று சற்று அவளிடமிருந்து மீண்டுகொண்டு புன்முறுத்தேன்.

"அது சிறப்பான மொழிபெயர்ப்பு" என்று சிரித்தாள். எனது முகத்தில் ஏதோ அப்பியதுபோன்று இருந்தது. நீங்களும் அவதானித்தீர்களா?

“இந்தாருங்கள் பலஸ்த்தீன ஒலிவ் எண்ணெய்” பாரூக் அன்பளிப்பாகத் தந்திருந்த எண்ணெய்க் குப்பியிலொன்றை அவளிடம் நீட்டினேன்.

“நன்றி. மிக்க நன்றி. இது வெறும் எண்ணெயில்லை அல்லவா?” என்றவாறு என்னை அரவணைத்தாள்.

அவளை வழியனுப்பிவிட்டுப் படியில் மந்தனோடு குந்தி யிருந்தேன். அவள் கண்கள் சிக்கிய தருணம் மீளமீள வந்து கொண்டிருந்தது. அவள் போன திக்கைப் பார்த்தவாறு இருந்தேன். அவளைக் கடந்து பாரூக் கையில் பையோடு எம்மை நோக்கி வருவது தெரிந்தது. மந்தன் அருகே வந்து வயிற்றைக்காட்டிய படி படுத்திருந்தான். நேசிப்பென்பது நம்மைப் பிறருக்காக ஒப்படைப்பதல்லவா?

‘நீங்கள் வயிற்றைத் தடவுவதை மறந்துவிட்டீர்கள்’ என மந்தன் காலால் எனது கையைத் தட்டியது.

நேசிப்பைக் கடந்துவிட முடியாதல்லவா?

(2020)

இல்லாத கால்களின் வலி

கோடை. வெக்கையைத் தணிப்பதற்காக ஜன்னல் கதவுகள் திறந்துவிடப்பட்டிருந்தன. நெஞ்சுக்கூட்டின் அடியிருந்து வரும் குரல் தொனியோடு பிரைன் திருமதி ஹனிங்ஹாமைத் திட்டத் தொடங்கியிருந்தார். அதற்கு எதிர்ப்புக் குரலாய் திருமதி ஹனிங்ஹாமின் கீச்சிடும் குரல்தொனியும் கேட்கத் தொடங்கியிருந்தது. இவர்கள் இருவருக்குமான சண்டை எவ்வளவு காலமாக நடக்கிறது என்பது எனக்குத் தெரியாது. நான் இந்தக் கட்டிடத்தில் குடிபுகுந்த முதலாவது கோடை இது. இவர்கள் இருவரது சண்டைச் சத்தம் ஒருவரையும் பகலில் தூங்க விடுவதில்லை. இரவு வேலைக்குப் போய்ப் பகலில் படுக்கும் எனக்கு இவர்களது சண்டைச் சத்தம் எரிச்சலாய் இருக்கும்.

“நீங்கள் இருவரும் எங்கேயாவது போய்ச் சண்டை பிடியுங்கள்” என்று ஒரு நாள் கத்திப் பார்த்தேன். பிரைன் குரல் வந்த திக்கைப் பார்த்து “யாரடா என்னைப் போ என்றவன். நான் இந்தத் தேசத்தின் ஆதிக்குடி. மூடடா வாயை” என்று கத்தினார்.

திருமதி ஹனிங்ஹாமோடு நடந்த சண்டை நிறுத்தப்பட்டு எனக்கு எதிராகத் திரும்பியிருந்தது. எனது முகம் தெரியாததால் தனிப்பட்ட தாக்குதல்கள் எதுவும் நிகழவில்லை. பிரைனின் குரலில் எனக்கு ஒரு மோகம் இருந்தது. ஒரு அறிவிப்பாளனுக்குரிய தொனி அதில் இருந்தது. “பிரைசஸ் ரைட்” நிகழ்வின் பாப் பாக்கரின்

குரல் தொனிக்கு ஒப்பானதென்று சொல்ல முடியும். திருமதி ஹனிங்ஹாமின் கீச்சிடும் வாள் சத்தம் என்னை அறுத்துக் கொண்டிருந்தது. பிரைன் நான் இருக்கும் கட்டிடத்தின் முதல் மாடி வாசி. கட்டிடத்திற்கு நேர் எதிரான வீடு திருமதி ஹனிங்ஹாமினுடையது. அதுவொரு பழைய காலனியப்பாணி வீடு. இரண்டு மாடிகளைக் கொண்டது. அதற்கு 'போர்ட்டிகோ' வும் இருந்தது. அதில் போடப்பட்ட கதிரையில் இருந்தவாறு தெருவால் போவோருடன் கதைத்தவாறு இருப்பார். பெரும்பாலும் பிரைனுடனான சண்டை பற்றிய தனது தரப்பு நியாயங்களைத் தெரிவித்தபடியே இருப்பார். ரொரன்டோ நகரின் ஆரம்பகால வரலாற்றோடு தொடர்புடைய வீடுகளி லொன்றாய் அவரது வீடும் இருக்கலாம். ஒரு அறையில் அவர் இருந்துகொண்டு மிகுதி அறைகளை அவர் வாடகைக்கு விட்டிருந்தார். பொதுவாகப் பல்கலைக்கழக மாணவர்கள் அங்கு வாடகைக்கு இருப்பார்கள். புதிதுபுதிதாய் யாராவது வாடகைக்கு வருவார்கள்.

பிரைன் உயரமான சற்றுப்பருத்த மனிதர். அறுபதை யொட்டிய வயது. அவர் அணியும் 'கோட்'டில் உள்ள சின்னமும், அவரது உடலில் உள்ள பச்சைகளும் அவரொரு 'மொஹாக்' பூர்வீகக் குடியென்பதை அடையாளப்படுத்தியவாறு இருந்தன. அவரது முகச்சாயலும் அதையே சுட்டுகிறது. நீளமான முடி. போதையின்போது முடி விரிந்து கிடக்கும். மற்றைய பொழுது களில் ஒழுங்காக இழுத்து குடும்பியாய்க் கட்டப்பட்டிருக்கும். அவரது வாய் மூடப்பட்டிருந்தால், அவரை அமைதியின் நடமாடும் சின்னமாய்ச் சொல்ல முடியும். போதைக்கும் அவரது வாய்க்குமான தொடர்புகளை அந்தத் தெருவில் உள்ளவர்கள் அறிவர். அவரது அறையின் தெருவைப் பார்த்தவாறு இருந்த ஜன்னலில் 'ரீம் கச்சர்' ஒன்று கொழுவப்பட்டிருந்தது. திருமதி ஹனிங்ஹாம் ஒரு விதவை. அவர் தனது ஐம்பது வயதைக் கடந்துகொண்டிருந்தார். ஐந்தடி உயரமாவது இருப்பார். மெல்லிய உருவம். மாடல்கள்போல் கவர்ச்சியான ஒப்பனையும், உடைகளும் அவரை மெருகேற்றி வைத்திருக்கிறது. கணவனின் சொத்துக்களும், ஓய்வூதியமும் அவரைப் பொருளாதார சிக்கல்களிலிருந்து காப்பாற்றி வைத்திருக்கிறது.

36 பாகை செல்சியசைத் தாண்டிய கோடையின் வெக்கை அறையை சூடேற்றியிருந்தது. எங்கள் கட்டிடத்தில் குளிரூட்டும் கருவிகள் எதுவும் பொருத்தப்பட்டிருக்கவில்லை. ஜன்ன லூடாகக் காற்றும் வர மறுத்தது. ஒன்றாரியோ ஏரிக்கும் கட்டிடத்திற்கும் இடையில் புதிய தொடர் மாடிக் கட்டிடங்கள் எழும்பியிருக்கின்றன. அதனால் ஏரியைத் தழுவி வரும் கூதல் காற்றை அந்தக் கட்டிடம் இழந்திருந்தது. வெக்கையைத் தணிக்க

கீழிறங்கிக் கட்டிட வாசலில் குந்தியிருந்தேன். வாசலில் நின்ற மேபிள் மரத்தின் நிழல் படியை மறைத்திருந்தது. கட்டிடத்தில் உள்ள பலரும் கீழே இறங்கிப் படிகளிலும், தெருவோரங்களில் நிற்கும் முது மரங்களின் கீழும் குந்தி இருந்தார்கள். சிறுவர்கள் தெருக் கரையே விளையாடியபடியிருந்தார்கள். இன்னும் சிலர் ஏரியை நோக்கிச் சென்றுகொண்டிருந்தார்கள். பிரைன் வருவது தெரிந்தது. எல்லோரும் முன் வீட்டைப் பார்த்தார்கள். அங்கு திருமதி ஹனிங்ஹாம் வீட்டு முற்றத்தில் உள்ள பூச்சாடிகளி லுள்ள செடிகளுக்குத் தண்ணீர் விட்டபடியிருந்தார். அவருக்கு அனுசரணையாக ஒரு இளைஞன் உதவியபடியிருந்தான். கோடை வெக்கை அவரது உடைகளைக் குறைத்திருந்தது. எல்லோரும் ஒரு சண்டையைப் பார்க்கத் தயாராய் இருந்தார்கள். சிலர் குழந்தைகளை அழைத்து ஏரிப் பக்கமாய் நடக்க ஆரம்பித்தார்கள். பிரைனின் வாயால் கொட்டும் தூசணங்களைப் பிள்ளைகள் பொறுக்கக்கூடும். பிரைனின் கையில் ஒரு பொதியிருந்தது. அதற்குள் '(F)பிறீசி' என்கிற ஐஸ் பழங்கள் இருந்தன. சிறுவர்களுக்கு நீட்டினார். அவர்கள் பெற்றோர்களைப் பார்த்தார்கள். அவர்களது அனுமதியுடன் '(F) பிறீசி' பெற்று சாப்பிடத் தொடங்கினார்கள். படியில் குந்தியிருந்த என்னிடமும் ஒன்றை நீட்டினார். ஒன்றை வாங்கி உரித்து சாப்பிடத் தொடங்கினேன். கோடைக்கு இதமாக இருந்தது.

"என்ன விசேசம்" என்று கேட்டேன்

"நான் மரணத்திடமிருந்து மீண்ட நாள்" என்றார் பிரைன்.

'என்ன?' என்பதுபோல் பிரைனைப் பார்த்தேன். அவர் சிரித்தார்.

"கொடுப்பதற்கு ஏதாவது காரணம் வேண்டுமா? நான் உயிருடன் இருப்பதைக் கொண்டாடுகிறேன். அது நல்ல காரணம் அல்லவா?" என்றவாறு தானும் ஒரு '(F)பிறீசி'யை எடுத்துச் சாப்பிட்டார். அவரின் கண்கள் அடிக்கடி திருமதி ஹனிங்ஹாமைப் பார்த்தவாறு இருந்தன. பிரைன் இன்று போதையில் இல்லை என்பதை அவரது குடும்பி காட்டியது.

"உங்களுக்கு அவளைப் பிடிக்கும் ... என்ன?" என்றேன்

"ஏன் அப்படி நினைக்கிறாய்?" என்றார் பிரைன்

"நீங்கள் அவரை ஓரக்கண்ணால் பார்ப்பதை அவதானித்தேன்" என்றேன்.

"யாருக்குத்தான் அவளைப் பிடிக்காது. அவளின் வயதுக்கு எடுப்பாய்த்தான் இருக்கிறாள். அவளது உடையைக் கவனித்தாயா? அவள் குமரிப் பருவத்தில் போட்ட உடைகளை

அவனைக் கண்டீர்களா?

இன்னமும் எறியவில்லை." என்று பலமாகச் சிரித்தார். அவரின் தொனி அனைவரையும் அவர் பக்கம் திருப்பியது.

"சின்னப்பெட்டை என்ற நினைப்பு. முலைகளைப் பாதுகாக்க அதிகமாய் செலவளிக்கிறாள். அவளுக்குப் பொடியள்தான் தேவை. நீ வேணுமென்றால் முயற்சி செய்" என்று கண்ணடித்துவிட்டு திருமதி ஹனிங்ஹாம் நின்ற பக்கமாய்ப் பார்த்து "நீ வடிவாய் இருக்கிறாய்" என்று கூறிவிட்டு ஏரிப் பக்கமாய் நகரத் தொடங்கினார்.

அதை யாருக்குக் கூறினார் என்ற கேள்வி எல்லோருக்கும் இருந்தது. திருமதி ஹனிங்ஹாம் அவரது வீட்டு அறையில் தங்கியிருக்கும் இளைஞனோடு சிரித்துக் கதைத்துக்கொண்டு நின்றார். கதையை இடையில் நிறுத்தி பிரைனைப் பார்த்தார். பின்னர் படியில் குந்தியிருந்த என்னைப் பார்த்து

"அந்தக் கிழட்டுக் காவாலி என்னைப் பார்த்தா சொன்னான்?" என்று கேட்டார்.

நான் தெரியாது எனத் தலையசைத்தேன். அவ்வாறு பிரைன் சொல்வதற்கு அங்கு எவரும் இருக்கவில்லை. தன்னைத்தான் அவர் சொன்னார் என்பதை திருமதி ஹனிங்ஹாம் அறிவார். அது பிரைனுக்கு இன்னமும் கடுப்பைக் கூட்டியிருக்கும். '(F) பிறீசி' அவரைக் குளிரப் பண்ணியதோ தெரியவில்லை, எதுவும் பேசாது நடந்துகொண்டிருந்தார்.

○○○

பிரைனின் அறை குதூகலமான அறைதான். அவரிடம் வந்து போவோரில் அதிகம் பெண் நண்பர்கள்தான். அவர்களில் சிலரை வீதிகளில் பார்த்திருக்கிறேன். அவர்கள் பாலியல் தொழிலாளர்கள். அவர் தோழமையான மனிதன்தான். சிலவேளை என்னுடன் படியில் குந்தியிருந்து தெருவால் போகும் பெண்களை வர்ணித்துக்கொண்டிருப்பார். அவர்களில் காணப்படும் அழகை அவர் விதந்து அவர்களுக்குச் சொல்லிக் கொள்வார்.

"நீங்கள் நன்றாகத் தூண்டில் போடத் தெரிந்தவர்"

"ஹேய் நான் ஆதிக்குடிமகன். உறைந்த ஏரிக்குள்ளும் மீன் பிடிப்பவர்கள்" என்றார் பிரைன்

அவர் தனது எண்ணங்களை எதிரியானாலும் வெளிப்படையாகச் சொல்லிவிடுபவர். அப்படியாகத்தான் திருமதி ஹனிங்ஹாமைப் பற்றியும் அவர் மெச்சிவிடுகிறார். அவர் முகத்தைப் பார்த்துச் சொல்ல முடியாது. காற்றுடன் கதைப்பதுபோல் சொல்லிவிட்டு நகர்கிறார். பிரைனுடன்

கதைத்துக்கொண்டிருக்கும்போது உரையாடல் குழம்புகிறது எனில், யாரோ ஒரு பெண் எம்மைக் கடந்துகொண்டிருக்கிறாள் என்று அர்த்தம். அவளின் ஏதோவொரு பாகமோ, உடையோ, நடையோ, பாதணியோ, அணிகலங்களோ அழகாக இருப்பதாகத் தனது எண்ணத்தை அவர்களுக்குத் தெரியப் படுத்திவிடுகிறார். அவர் சொன்ன பின்னர் நானும் அவர்களை அவதானித்திருக்கிறேன். உண்மையில் அவர் இரசித்துத்தான் கூறுகிறார். யாராவது அவரது கருத்தால் காயப்பட்டதாகத் தெரியவில்லை. அவரைக் கடப்பவர்களுக்கு இப்போது எதிர்பார்ப்பு கூடியிருக்கிறதாகவே எனக்குத் தோன்றுகிறது. நான் தனியே படியில் குந்தியிருக்கும்போது படியைப் பார்க்கிறார்கள். அது பிரைனைத் தேடுவதாகவே எனக்குப் படுகிறது.

"எங்கே பிரைனைக் காணவில்லை" என்று சில பெண்கள் வெளிப்படையாகவே கேட்கிறார்கள்.

இளம்பெண்கள் சிலர் பிரைனுடன் நின்று கதைத்து விட்டுத்தான் போவார்கள். அவர்களின் சிரிப்பொலி திருமதி ஹனிங்ஹாமை எரிச்சல் படுத்துகிறதோ தெரியவில்லை.

பிரைனின் ஜன்னலில் கொழுவியிருக்கும் "ரீம் கச்சர்" என்னை எப்போதும் வசீகரித்தபடியே இருந்தது. நான் அதை பிரைனிடம் சொன்னேன். முதலில் அதன் தோற்றமே என்னைக் கவர்ந்தது. பல்வேறு அளவுகளினாலான வளையங்களின் கோர்வையும், அதன் உள்ளேயான சிலந்திவலை போன்ற பின்னலும், அதனிலிருந்து தொங்கும் இறகுகளும், குண்டு மணிகளும் எனக்குள் ஈர்ப்பை ஏற்படுத்தியிருந்தன. ஐந்து சதுரடி ஜன்னலின் பெரும்பகுதியை அந்த "ரீம் கச்சர்" மறைத்திருந்தது. என்னைத் தனது அறைக்கு வருமாறு பிரைன் அழைத்தார். வரவேற்பறை கைவினைப் பொருட்கள் செய்யும் கூடம் போன்று இருந்தது. பல அளவிலான "ரீம் கச்சர்"கள் மேசையில் கிடந்தன. மரத்தில் செய்யப்பட்ட ஆதிக்குடிகளின் சிற்பங்கள் சுவர்களை நிறைத்திருந்தன. சி.என் கோபுரத்தின் கட்டிட உருவாக்கத்தின் வெவ்வேறு கால கட்டப் புகைப்படங்கள் அடங்கிய 'கொலாச்' படமொன்றும் கொழுவப்பட்டிருந்தது. அவரது அறையின் நிலக் கம்பளம் சிகரட், கஞ்சா, சுருட்டுப் புகையை இழுத்து வைத்து மணத்தை மெல்லப் பரப்பிக் கொண்டிருந்தது.

"உனக்கு இது என்னவென்று தெரியுமா?" என்று "ரீம் கச்சர்" ஒன்றைத் தூக்கிக் கேட்டார்.

"எனக்குத் தெரியாது. நான் இங்குதான் முதற் தடவையாகப் பார்க்கிறேன்" என்றேன்.

அவனைக் கண்டீர்களா?

ஜன்னல் அருகே கொழுவியிருந்த 'ரீம் கச்சர்' அண்டையாகச் சென்று அதிலிருந்து தொங்கும் இறகுகளைத் தடவியவாறு நின்றார். பெரும் வளையம் அதிலிருந்து தொங்கியவாறு மற்றைய இரு வளையங்கள். பெரு வளையத்தோடு அண்டையாக இரு சிறிய வளையங்கள். ஒவ்வொரு வளையத்துக்குள்ளும் சிலந்தி வலைபோல் ஓடியிருக்கும் நூல்களைத் தடவினார். தனது வலது கை விரல்களை அகல விரித்துப் பெரும் வளையத்தின் மத்தியில் வைத்தபடி நின்றார். ஜன்னலால் வந்துகொண்டிருந்த ஒளி அவரைச்சுற்றி ஒளிவளையத்தை ஏற்படுத்தியிருந்தது. அவர் ஒருவித மந்திர நிலையை அடைந்தவராய் மாறியிருந்தார்.

"இந்த அண்டம் கனவுகளால் நிரம்பியது. நம்மைச் சூழ கனவுகள் அலைந்துகொண்டிருக்கின்றன. கனவுகள்தான் எம்மை வழி நடத்துகின்றன. கனவுகள் நம்மை அடையும்போது மட்டுமே அவை உயிர்ப்படைகின்றன. அவை நனவாகிக் கொள்கின்றன. நம்மைப் பீடிப்பவை எல்லாவற்றையும் கனவு தான் தீர்மானிக்கிறது. நன்மை, தீமை எல்லாமே. நம்மைத் தீய கனவுகள் அண்டி உயிர்ப்புக்கொள்வதை இந்த 'ரீம் கச்சர்' தடுக்கிறது. தீயவை அதில் சிக்கிக்கொள்ளும். சிக்கியவற்றை வலைக்குள் உள்ள இந்த மணிச்சிலந்தி அழித்துவிடும். நன்மைகள் மட்டுமே நம்மை அடையும். இந்த வளையங்கள் நம் வாழ்க்கைச் சக்கரத்தை குறிக்கின்றன. இந்தக் கழுகின் இறகுகளைப் பார்த்தாயா? அதன் வழிதான் நமக்கு நன்மைகள் கடத்தப் படுகின்றன. அந்த இறகுகள் வானை வருடுபவை. முகிலின் மிருதுவை அவை தன்னகத்தே கொண்டுள்ளன. நம் துயிலை வழிநடத்தக்கூடியவை. துயிலும், நல்ல கனவுகளும் நம் மனதை உருவாக்கிக்கொள்கின்றன." பிரைனின் தொனி என்னை அண்டத்துக்குள் இட்டுச் செல்வதுபோன்று இருந்தது.

வளையத்திலிருந்து கையை மீட்டார். திரும்பி என்னைப் பார்த்தார்

"புரிந்ததா? எனது முன்னோர்கள் எமக்கு அப்படித்தான் கற்றுத் தந்தார்கள். எவ்வளவு அழகான நம்பிக்கை." என்று என்னைப் பார்த்துப் புன்முறுத்தார்.

அருகிலிருந்த 'ரீம் கச்சர்' ஒன்றை எடுத்து என்னிடம் நீட்டினார்.

"காதலிகளுக்கு நான் கொடுக்கும் பரிசு. அவர்களுக்கு நல்ல கனவுகள் கிட்டுவதை நான்தான் உறுதிப்படுத்துகிறேன்." என்று பலமாகச் சிரித்துவிட்டு.

"இதை உன் படுக்கையறையில் கொழுவு"

"நன்றி பிரைன்" என்று அதை வாங்கினேன்.

“உனக்கு ஒன்று தெரியுமா? இந்த உலகில் எல்லாமே கனவால்தான் உருவாகின. பெண்களைத் தவிர. அவர்கள் மட்டுமே நனவானவர்கள்” என்று மீண்டும் பெரிதாகச் சிரித்தார்.

அவர் அதை உண்மையாக நம்புகிறார். அதனால்தான் ஒவ்வொரு பெண்களைப்பற்றிய இரசனைகளைக் குறிப்புகளை அவரால் மொழிய முடிகிறது.

“திருமதி ஹனிங்ஹாம் நனவால் உருவானவர்தானே. அவருடனான உங்கள் சண்டைக்கு ஒரு முடிவு இல்லை போலும்” என்றேன்

“அது சண்டையில்லை. இருவருக்கிடையேயான உரையாடல்” என்று சிரித்துவிட்டு அவர் மூளைக்கு ஏதோ எட்டியதுபோல் சடுதியில் நிறுத்தி

“ஏய் அப்போ நீயா அன்று எங்கள் சண்டைக்கிடையே கத்தியவன்” என்றார் பிரைன்.

அந்தப் போதையிலும் எனது குரலை அடையாளம் கண்டுள்ளார்.

“இதை என் ஜன்னலில் கொழுவிவிடப்போகிறேன். உங்கள் சண்டைச் சத்தம் இனி என் அறைக்குள் நுழையாது”

அவரது அறைக்குள் தோழிகள் வரத்தொடங்கியிருந்தார்கள். வந்தவர்களில் ஒருவர் புகைப்பதற்கு சீசா புகைக் குழாயைத் எடுத்துத் தயார்ப்படுத்தத் தொடங்கினார்.

“சரி பிரைன் நன்றி. மீண்டும் சந்திப்போம்” என்றேன்

“நில். இரண்டு இழுவை இழுத்துவிட்டுப் போ. இழுப்பாய் அல்லவா? இது கஞ்சா இல்லை. மஜிக் மஸ்ரூம். இரண்டும் ஒரே மிதப்பைத்தான் தரும். உன்னத மருட்சி. நல்ல கனவுக்கு மிகவும் நெருக்கமானது. இது எங்களது மரபோடு ஒட்டியது.”

“கனவுகளோடு மிதக்கலாம். பிறகொரு சந்தர்ப்பத்தில்” என்றுவிட்டு சிரித்துவிட்டு நகர்ந்தேன்.

அந்த ‘ரீம் கச்சர்’ரை எனது படுக்கையறை ஜன்னலில் கொழுவினேன். திறந்திருந்த ஜன்னலூடாக மெல்லிய காற்று வந்துகொண்டிருந்தது. ரீம் கச்சர் மெல்ல அசைந்து கொண்டிருந்தது. கட்டிலில் சாய்ந்து ‘ரீம் கச்சர்’ ஊடாகப் பார்த்தேன். தூரே வானில் வெள்ளிகள் தெரியத் தொடங்கி யிருந்தன. என்னை அடையப்போகும் கனவு என்னவாயிருக்கும்? ஒரு அகதியின் கனவு என்னவாய் இருக்க முடியும்? நினைவுகளி லிருந்து மீளும் கனவுகள் உண்டா?

○○○

அன்று காலை திருமதி ஹனிங்ஹாமின் குரல் கடுமையானதாகக் கேட்டுக்கொண்டிருந்தது. தனது ‘ரீம் கச்சரை’ விலத்தி ஜன்ன லூடாகப் பார்த்தவாறு நின்றார் பிரைன். ஜன்னல் கதவை சற்றுத் திறந்தார். அவரின் பேச்சு தெளிவாக பிரைனுக்குக் கேட்டது. அவரின் ‘போர்ச்’சில் இருந்த சாய்மணைக் கதிரையில் இரவு யாரோ ஒருவன் படுத்து உறங்கியிருக்கிறான்.

“செவ்விந்திய மூதேவிகளுக்குப் படுக்க வேறு இடமில்லையா? அரசின் காசைக் குடித்துவிட்டுத் திரிய வேண்டியதுதான். இனி உன்னை எனது காணிக்குள் பார்க்கக் கூடாது ஓடிவிடு. கள்ளர்கள்”

என்று கத்தியவாறு நின்றார். அந்த மனிதன் தனது உடமைகள் அடங்கிய பைகளோடு நடை பாதையில் நின்றான். அங்கிருந்தும் அவனைக் கலைக்கவே அவர் கத்தியவாறு நின்றார். அவரின் வார்த்தைகள் பிரைனைக் காயப்படுத்தியிருக்க வேண்டும்.

“மனிதருக்குப் படுத்துறங்கக்கூட இடம் கிடையாது. என்ன கேவலம்” என்றவாறு தனது உடைகளை அணிந்துகொண்டு தெருவுக்கு வந்தார். அவரின் முகம் சிவந்திருந்தது. தனது முடியைக் குடும்பியாகக் கட்டினார். தெருவைக் கடந்து திருமதி ஹனிங்ஹாமின் வீட்டின் முன் வந்தார்.

“என் அழகிய வேசையே! உனது அழகிய வாயால் கேவலமான வார்த்தைகளைச் சொல்வதை நிறுத்து. அம்மையாரே எங்கள் மக்களிடமிருந்து அபகரித்த பூமி இது என்பதை மறந்து விடாதீர்கள். எம்மைக் காயப்படுத்தும் ஒவ்வொரு வார்த்தைகளும் எங்களுக்குத் தகுதியானதல்ல. முற்றிலும் உங்கள் வார்த்தைகள் உங்களுக்கே பொருந்தும்.”

“யாரை வேசை என்கிறாய்? செவ்விந்தியக் காவாலியே. நீங்கள் வந்த பின்புதான் எங்கள் தெருவின் களவுகள் கூடியிருக்கின்றன. தெருவின் மரியாதையே போய்விட்டது.”

என்றார் திருமதி ஹனிங்ஹாம்.

“ஏய் நிப்பாட்டு. நீங்கள் கள்ளர்களாகவே வந்தீர்கள். நீ எழும்பு” என்று அந்த மனிதனை எழுப்பி நடத்தியவாறு ஏரிப் பக்கமாய் நடக்க ஆரம்பித்தார்.

“செல்டர்கள் உண்டல்லவா? நீயேன் இங்கு வந்தாய்?”

அவனால் எந்தப் பதிலும் அளிக்க முடியாது நின்றான். தெருவால் செல்பவர்களிடம்

“சில்லறை இருந்தால் தாருங்கள்” என்று இரந்தவாறு வந்தான்.

அவனைக் கடந்தவொருவன் இரண்டு டொலர் குத்தியை அவன் கைகளுக்குள் போட்டுவிட்டு

"இந்தக் காசுக்கும் குடித்து அழியாதே" என்றான்.

பிரைன் அவன் கைக்குள் கிடந்த காசைப் பறித்தெடுத்து விட்டெறிந்தார்.

"நீ கொடுத்து விட்டாய். இப்போ அவனது காசு. அதை எப்படிச் செலவழிக்கவேண்டும் என்று நீ சொல்லாதே. அது அவனது முடிபு. இரப்பவர்கள் என்றால் அவர்களுக்கென்று விருப்புகள் இருக்க முடியாதா? அவனுக்கென்று ஆசைகள் இருக்கக்கூடாதா? போ உன்னுடைய காசை எடுத்துக்கொண்டு போ"

பிரைனின் ஆத்திரக் குரல்தொனி தெருவில் போய்க் கொண்டிருந்த அனைவரையும் அவர் பக்கம் திருப்பியது. காசைக் கொடுத்தவன் எதுவும் பேசாது நகர்ந்துகொண்டிருந்தான். நாணயக் குத்தி எறியப்பட்ட திக்கை நோக்கி இரந்தவன் பார்த்துக்கொண்டு

"எங்கே என் காசு" என்று பிரைனைக் கேட்டுக்கொண்டு நின்றான். அவனை இழுத்துக்கொண்டு வந்தார். அவனும் அவரைத் திரும்பக் கேட்டவாறு நின்றான்.

"இந்தா" என்று அவனது கைக்குள் இரண்டு டொலர் குத்தியொன்றைத் தனது பைக்குள்ளிருந்து எடுத்து வைத்தார்.

அவன் அதைப் பார்த்துவிட்டு

"என்னுடைய காசு எங்கே" என்றான்.

பிரைன் சிரித்துவிட்டு இன்னொரு குத்தியைக் கொடுத்தார். அவன் எங்காவது சுருண்டு படுப்பவன் போலவே நின்றான். ஏரிக்கரையே செல்லும் பாதையிலிருந்த வாங்கு ஒன்றில் அவனை இருத்தினார். அவன் அதில் சரிந்து படுத்தான். சிறிது நேரம் அவனைப் பார்த்தவாறு நின்றார். அந்த வாங்கில் தானும் இருந்தார். சி.என் கோபுரம் தெளிவாய்த் தெரிந்தவாறு இருந்தது. அதைப் பார்த்த கணத்தில் தனது பார்வையைத் திருப்பினார். அவருக்கு திருமதி ஹனிங்ஹாமின் வார்த்தைகள் மீண்டுகொண்டிருந்தன. அந்த வார்த்தைகள் அவருக்குப் புதிதில்லை. சிறு பிராயம் முதல் அவ்வாறான வார்த்தைகளைக் கேட்டு ஆத்திரம் கொண்டு சண்டை பிடித்து பொலிசாரினதும், சிறை அதிகாரிகளினதும் வன்முறையை அனுபவித்தவர். இன்னமும் இனவாத வார்த்தைகள் நம்மைக் கடந்து போக வில்லை என்ற ஆத்திரம் அவரைக் குடைந்துகொண்டிருந்தது. 'அந்த அழகிய வாயால்' என்று அவர் அடிக்கடி சொல்லிய

படியிருந்தார். அதன் பின்னர்தான் திருமதி ஹனிங்ஹாமுக்கும் பிரைனுக்குமான போர் தொடங்கியிருந்தது. பிரைன் போதையில் இருக்கும்போது இருவரும் நேர் எதிரே சந்தித்துவிட்டால் வார்த்தைச் சண்டை தொடங்கிவிடும். ஆனாலும் அவருக்கு அவள் மீது உள்ளூர ஈர்ப்பு இருந்தது.

"கிழட்டு வேசை பொடியர்களோடு படுப்பவள்" என்று பிரைன் தொடங்குவார்.

பின்னர் அந்தச் சண்டை இனம், மொழி, உருவம், பண்பாட்டை இழிவுபடுத்தியவாறு தொடரும். அதைத் நிறுத்துவதற்கு பொலிசார் வந்திறங்கவேண்டும். அவ்வாறு ஒரு நாள் பிரைன் கைது செய்யப்பட்டு திருமதி ஹனிங்ஹாமுக்கும் அவரது வீட்டுக்கும் அண்மையாகப்போவதற்கு நீதிமன்றால் தடை விதிக்கப்பட்டது.

○○○

காலையில் திருமதி ஹனிங்ஹாம் கத்திக்கொண்டு நின்றார். அவரின் 'போர்ச்'சில் இருந்த செவ்வரத்தை செடிச் சாடியைக் காணவில்லை. வழமைபோல் ஆதிக்குடிகளைத் திட்டத் தொடங்கியிருந்தார். நான் புகைப்பதற்காக கீழ் இறங்கிக் கட்டிட வாசலில் அமர்ந்து புகைத்துக்கொண்டிருந்தேன். பிரைனின் ஜன்னல் திறக்கும் சத்தம் கேட்டது.

"அந்த அழகிய வேசை என்னவாம்?" என்றார்

"அவரின் செடியை யாரோ களவாடி விட்டார்களாம்"

"யாரோவா? அல்லது ஆதிக்குடியா?"

"நீங்களே உங்கள் நண்பியிடம் கேளுங்கள்" என்றேன்.

பிரைன் ஜன்னலை மூடிவிட்டு வாசலுக்கு வந்து என்னோடு புகைத்தவாறு நின்றார். திருமதி ஹனிங்ஹாமின் திட்டல் தொடர்ந்தது. பிரைனைக் கண்டவுடன் திட்டல் சற்று அதிகரித்திருந்தது. ஆதிக்குடிகள் மீதான வசை குறைந்திருந்தது. நீதிமன்றமும் அவரை எச்சரித்திருக்கவேண்டும்.

"எவ்வளவு உயரங்களை எட்டினாலும் கீழ்மையை மாற்ற முடியுமா?" என்று தனக்குள் கூறிவிட்டுப் புகைத்துக்கொண்டு எதிரே பார்த்தார். பின்னர்

"மரங்கள் நடக்குமல்லவா?" என்று என்னைப் பார்த்து அவரது அடித்தொனியில் உரக்கச் சொன்னார்.

"ஆமாம் அவனால் நடக்க முடிகிறதுதானே" என்றார் திருமதி ஹனிங்ஹாம்.

பிரைன் தனக்குள் சிரித்தவாறு ஏரிப்பக்கமாய் நடக்கத் தொடங்கினார். அவரது காலைப்பொழுது கோப்பிக் கடைக்குள் தான் கழியும். பல தொடர்புகளின் சந்திப்பு அங்குதான் நிகழும். காலைச் சாப்பாடும் பொதுவாக அங்குதான்.

திருமதி ஹனிங்ஹாம் மூலைக் கடைக்கு வந்தார். வசந்த காலத்திற்கான செடிகள் நிறைந்திருந்தன. அங்குதான் அவர் செடிகளை வாங்கிக்கொள்வார். திருமதி வொங் கடையில் நின்றார்.

"உங்களுக்குத் தெரியுமா? எனது செவ்வரத்தையை யாரோ திருடிவிட்டார்கள். செவ்விந்தியர்களின் திருட்டு அதிகரித்து விட்டது" என்று இரசியமாகத் தனது கவலையை இறக்கினார் திருமதி ஹனிங்ஹாம்.

"இந்த செவ்வரத்தையை நேற்றுத்தான் எனது கணவர் வாங்கி வந்தார். எண்பது டொலர் என்றால் தருவேன்." என்றார் திருமதி வொங்.

"எனது செவ்வரத்தையில் ஆறு பூவும், ஐந்து மொட்டுக்களும் இருந்தன. இதை வாங்கினால் வீட்டுக்குள்தான் வைக்கவேண்டும். இனி எப்போ வீட்டை உடைப்பார்களோ தெரியாது" என்று சலித்தவாறு நின்றார்.

பிரைன் கடைக்குள் நுழைவதைக் கண்டுவிட்டு திருமதி ஹனிங்ஹாம் தனது கதையை நிறுத்தி செவ்வரத்தையைப் பார்த்தவாறு நின்றார். திருமதி வொங் பிரைனுக்கான சிக்கரட் பெட்டியை எடுத்து வைத்தார். பெட்டியை எடுத்துக் காசைக் கொடுத்துவிட்டுத் திருமதி ஹனிங்ஹாம் அருகில் வந்து

"இது உங்கள் செடியா பாருங்கள்".

"எனது செடி மாதிரித்தான் இருக்கிறது. மொட்டுக்கள் சரி. பூவொன்று குறைகிறது. சாடியும் வேறு." என்றார் திருமதி ஹனிங்ஹாம்.

அவர்கள் இருவரதும் உரையாடலைத் திருமதி வொங் கேட்டவாறு நின்றார். வொங் அங்கு வந்து சேர்ந்தார். திருமதி ஹனிங்ஹாமைக் கண்ட பூரிப்பில்

"திருமதி ஹனிங்ஹாம்! உங்களை நினைத்துத்தான் இந்த செவ்வரத்தையை வாங்கினேன். எனது வாடிக்கையாளர் ஒருவர் வீடு மாறுகிறார். புதிய வீட்டில் இதை வைக்க இடமில்லையாம்."

என்று வொங் கதையை நீட்டிக்கொண்டு போனார். அவரை பிரைன் பார்த்தவாறு நின்றார். வொங்குடன் எதுவும் கதைக்காது. வொங்கின் ஆலாபனை முடியமுன்னம் செவ்வரத்தைச் சாடியைத் தூக்கினார் பிரைன்.

"திருமதி ஹனிங்ஹாம் எழுபத்தைந்து டொலரைத் தாருங்கள்" என்றார் வொங்.

"வொங், ரேமன் எல்லாவற்றையும் எனக்குச் சொல்லி விட்டான். திருமதி ஹனிங்ஹாமிடம் திருடிய இந்தச் செடிக்கு உங்களிடம் பத்து டொலர் பெற்றதாகச் சொன்னான்." என்று விட்டு

செடியைத் தூக்கிக்கொண்டு நடக்க ஆரம்பித்தார் பிரைன்.

"கள்ளர்களிடம் பொருட்களை வாங்காதே என்றால் கேட்கிறாயா?" திருமதி வொங் கணவனைத் திட்டியபடியிருந்தார்.

திருமதி ஹனிங்ஹாம் வீட்டுக்கு முன்பாகச் சாடியை வைத்துவிட்டு

"களவு எங்களுக்குத் தொழில் அல்ல. களவைப் பற்றிப் பேசும்போது உங்களுக்குக் குற்றவுணர்வு வரவேண்டும். உங்கள் செடியை நடக்காமல் பார்த்துக்கொள்ளுங்கள்" என்றுவிட்டு நகர்ந்தார் பிரைன்.

திருமதி ஹனிங்ஹாமிற்கு எதையும் சொல்ல முடியவில்லை. உடனடியாக பிரைனிடம் மன்னிப்பையோ, நன்றியையோ அவரால் தெரிவிக்க முடியாமல் இருந்தது. அவர் தனது தற்பெருமையை, அகங்காரத்தைவிட்டு இறங்க முடியாதிருந்தார்.

000

சி.என் கோபுரத்தின் இரண்டாவது பார்வையாளர் தட்டுக்கு மேலுள்ள தொலைத்தொடர்புக் கோபுரத்தைப் பொருத்தும் வேலைகள் நடைபெற்றுக்கொண்டிருந்தன. அதைப் பொருத்தினால் உலகின் மிகப்பெரிய கோபுரம் என்ற பெருமையை அது பெற்றுக்கொள்ளும். தொலைத்தொடர்புக் கோபுரத்தின் ஒவ்வொரு பாகத்தையும் பிரமாண்டமான பாரம் தூக்கும் உலங்கு வானூர்தி காவி வந்துகொண்டிருந்தது. அதைப் பார்ப்பதற்கு சனக்கூட்டம் ரொரன்டோ தெருக்களில் கூடி நின்றது. துல்லியமாகப் பார்ப்பதற்குத் தொலைநோக்குக் கருவிகளையும் சிலர் வைத்திருந்தார்கள். அந்தத் தருணத்தைப் பதிவதற்காக ஊடகங்களும் முண்டியடித்துக்கொண்டிருந்தன. முந்நூற்றுப் பதினைந்து அடி தொலைத்தொடர்புக் கோபுரத்தின் ஒவ்வொரு பாகத்தையும் அந்த வானூர்தி தூக்கி வந்து கொண்டிருந்தது. அதைப் பிரதான தளத்தோடு பொருத்து வதற்காகப் பணியாற்றிக்கொண்டிருந்த தொழிலாளர்கள் ஆயிரத்து ஐந்நூறு அடி உயரத்தில் புள்ளிபோல் தெரிந்து கொண்டிருந்தார்கள். அதில் பிரைனும் ஒருவர். இவ்வாறான உயரமான இடங்களில் வேலை செய்வதில் 'மொஹாக்'

ஆதிக்குடிகள் பிரபலமானவர்கள். அமெரிக்கா, கனடாவில் வானத்தைத் துருத்திக்கொண்டிருக்கும் பல கட்டிடங்கள் இவர்களின் பங்களிப்பில்லாமல் சாத்தியமாகியிருக்காது. இவர்களை வானத்தில் நடப்போர் என்று சொல்வதுமுண்டு.

பிரைன் பதினெட்டாவது வயதில் அவர் தந்தையோடு இவ்வகையான உயரங்களுக்கு வேலைக்குச் சென்று நுட்பங்களைக் கற்றுக்கொண்டவர். தொழிலைக் கற்றுக்கொள்ள முன்பு உயரத்திற்குத் தன்னைத் தயார்ப்படுத்தவேண்டி யிருந்தது. அவ் உயரங்களிலிருந்து கீழே பார்க்கும்போது கால்கள் கூசிக் குற்றத் தொடங்கின. பாதமும், கைகளும் வியர்த்துக் கையுறைகளும், கால்உறைகளும் தோய்ந்திருந்தன. முதற்சில நாட்கள் முகிலின் மாயத்தோடு போராடவேண்டியிருந்தது. மேலே வானத்தைப் பார்க்கும்போது கட்டிடம் சரிவது போன்ற பிரமையை அவை தோற்றுவித்துக்கொண்டிருந்தன. வானத்தை விட்டு விலகிவிடு என முகில்கள் அச்சுறுத்திக்கொண்டிருந்தன. அவர் தன்னையறியாமலே கத்தினார். அதிலிருந்து பாதுகாக்க கட்டிடத்திலிருந்து பாயவேண்டும்போல் பிரைனுக்கு இருந்தது. ஏனையோரைப் பார்த்தார். முகிலின் பறப்பு அவர்களிடம் இருந்தது. வானத்தே அவர்களது இறக்கைகள் விரிந்திருப்பது போல் தோன்றிற்று. கழுகின் தீர்க்கமான சக்தி அவர்களைச் சூழவும் நிறைந்திருந்தது. வானத்தில் அவர்களுக்கு நடக்க முடிந்தது. பிரைன் தனது விலாப் பகுதியில் எதையோ உணரத் தொடங்கினார். விலாவிலிருந்து இறக்கை முளைவிடுவதுபோல் இருந்தது. அவரும் தனது இறக்கையை விரித்துப் பார்த்தார். இறகுகள் வானத்தை வருடத் தொடங்கின. வானத்தில் மிதப்பது போன்ற உணர்வு தோன்றியது. மாயையைக் கடந்தபோது முகில்கள் அவரை வருடிச் சென்றன. உயரங்கள் எந்த உறுத்தலையும் அவருக்கு அளிக்கவில்லை. அவர் அந்த உயரங் களை அடைந்தபோது அவருக்குள்ளிருந்து தாழ்வு மனப்பாங்கு அகலத் தொடங்கியது. தன்னைப்பற்றிய உயர்வை அவர் அறியத் தொடங்கினார். தரை கொடுக்கும் கீழ்மையை, மனவேதனை களை உயரங்கள் களைந்துகொண்டிருந்தன. கண்ணுக்கெட்டிய தூரம் வரை இறக்கை விரிந்துகொண்டே போனது. மனம் மேன்மை கொள்ளத் தொடங்கியது.

உயரங்களில் வீசும் காற்று வேலையைச் சிக்கலாக்கிய படியேயிருந்தது. உலங்கு வானூர்தியின் விமானிகளும் 'மொஹாக்' இரும்புத் தொழிலாளர்களும் கடினப்பட்டுக்கொண்டிருந் தார்கள். அதை எதிர்கொள்வதில் அனைவருக்கும் அனுபவமும் பயிற்சியும் இருந்தது. நுட்பமும், நேர்த்தியும் அவர்களின் மாண்பு. காற்றும், பனிப்பொழிவின் காரணமாக வேலை பலதடவை

இடை நிறுத்தப்படவேண்டியிருந்தது. உயரமான கோபுரத்திற் கான பெருமையும் பின்போடப்பட்டுக்கொண்டேயிருந்தது.

உலங்குவானூர்தி தொலைத்தொடர்புக் கோபுரத்தின் ஒவ்வொரு பாகங்களைக் கொண்டு வந்துகொண்டிருந்தது. அதற்காகக் கிட்டத்தட்ட ஐம்பத்தாறு தடவைகள் பறக்கவேண்டி யிருந்தது. காலநிலையைச் சாதகமாக்கித் தொழிலாளர்கள் வழமையான நேரத்தைக் கடந்தும் கடமையிலிருந்தார்கள். மேல் செல்லச் செல்ல பணியாளர்கள் குறையவேண்டியிருந்தது. அதன் இறுதிப் பாகம் வந்திறங்கியபோது பிரைனும் அங்கிருந்தார். அதன் இறுதி ஆணியை இறுக்கிப் பொருத்திய கணத்தில் தனது மேன்மையை உணரத்தொடங்கினார். உலகின் உயரமான கோபுரமாக சி.என் கோபுரம் நிமிர்ந்து நின்ற தருணத்தில் பிரைனும் அதன் உயரத்தில் நின்றிருந்தார். 'மொவாக்' என்று சத்தமாகக் கத்தினார். அந்த ஒலியில் அவரது மூலத்தின் வலு இருந்தது. எதிரொலி ஓயாமல் கேட்டபடியே இருந்தது.

ooo

நான் இப்போது ரொரன்டோவின் புறநகர்ப்பகுதியான ஸ்காபுரோவில் வசித்து வருகிறேன். ரொரன்டோவில் முன்பிருந்த 'பாக்டெல்' பகுதியில் உள்ள வைத்தியசாலையில் எனக்கு இப்போது வேலை கிடைத்திருந்தது. எனது வேலை இடைவேளையில் வைத்தியசாலைச் சூழலில் நடைப்பயிற்சி செய்வது எனது வழமை. அவ்வாறான நடை நாளில்தான் வைத்தியசாலைக்கு வெளியே பிரைனைச் சந்தித்தேன். அவர்தான் என்று உறுதிப்படுத்த எனக்கு நாளிகைகள் ஆகின. அவரை 12 வருடங்களுக்குப் பின்பு சந்திக்கிறேன். அவர் ஒரு இயந்திர சக்கரநாற்காலியில் இருந்து கொண்டு புகைத்துக்கொண்டிருந்தார். அவரது குடும்பியும் 'மொஹாக்' சின்னம் பொருத்தப்பட்ட ஜக்கற்றும், சக்கரநாற்காலியில் தொங்கிக்கொண்டிருந்த சிறிய 'ரீம் கச்சர்'ரும் அவர்தான் என்பதை உறுதிசெய்தன. அருகில் சென்று "பிரைன்" என்று அழைத்தேன். அவர் என்னை அடையாளம் கண்டுகொள்ளவில்லை. நான் வைத்தியசாலைச் சீருடையில் இருந்தேன். என்னை அறிமுகப்படுத்தியவுடன் ஆச்சரிய மிகுதியில் இருந்தார்.

"நான் கிழமைக்கு மூன்று நாட்கள் சிறுநீரக சிகிச்சைக்கு வருகிறேன். உன்னை ஒருநாளும் காணவில்லையே" என்றார் பிரைன்.

அவரைக் கடந்து போய்க்கொண்டிருந்த பல ஊழியர்கள் அவரைக் குசலம் விசாரித்தபடி சென்றுகொண்டிருந்தார்கள்.

"எங்கே, அங்கேதான் இருக்கிறீர்களா?" என்றேன்.

“ஆம் அங்கேதான்”

“வாருங்கள் நடப்போம். நானும் எனது பழைய கட்டிடத்தைப் பார்க்கவேண்டும். காலில் ஏதும் பிரச்சினையா பிரைன்” என்று கேட்டேன்.

“அவை இருந்தால் தானே” என்றுவிட்டுத் தனது அடித்தொனியில் சிரித்தார்.

அவரின் வழமையான எதிர்வினைதான். மிக இயல்பாய் அவரால் எல்லாவற்றையும் எதிர்கொள்ள முடிகிறது. அவருக்கு இப்போ பொய்க்கால்கள் பொருத்தப்பட்டிருக்கின்றன.

“முழு மனிதனாய் எனது இரண்டு கால்களாலும் நடந்து கொண்டுதான் உங்கள் வைத்தியசாலைக்கு வந்தேன். எனது இரண்டு கால்களையும் வெட்டி அரை மனிதனாக்கி விட்டீர்கள்” என்றார்; அதே சிரிப்போடு.

எனக்கு உடல் சற்றுப் பதறுவதுபோன்று இருந்தது. அது அவ்வளவு இலகுவானதல்ல.

○○○

எமது பாடசாலைக்கு இயக்கம் திடீரென வந்து தங்கள் பிரச்சாரத்தைச் செய்தார்கள். அவர்களிடம் புதியவகைத் துப்பாக்கிகள் இருந்தன. ஒவ்வொன்று பற்றிய விளக்கங்கள் தரப்பட்டன. தொட்டுப் பார்ப்பதற்கும் அனுமதி தந்தார்கள். சிலவற்றைத் தூக்கிக் குறிபார்க்கவும் தந்தார்கள். விமானத்தைச் சுட்டும் வீழ்த்தக்கூடிய பாரிய துப்பாக்கியை இயக்கவேண்டும் என்ற ஆசை எனக்குத் தோன்றியது. அவற்றைப் பார்த்ததிலிருந்து எனக்குள் ஒரு உத்வேகம் பிறந்தது. அந்தத் துப்பாக்கிகளைச் சுற்றியே எனது கனவும், நினைவும் சுழல ஆரம்பித்தன. துப்பாக்கிகளைக் காவியபடி வாகனங்களிலும், மோட்டார் சைக்கிள்களிலும் திரியும் போராளிகளைப் பார்க்கும்போது பிரமிப்பாய் இருந்தது. அவர்களுக்கு மக்கள் அளிக்கும் மரியாதை என்னை ஈர்த்தவாறு இருந்தது. போராளிகள்போல் வாகனங்களில் வலம்வரும் கனவுகளும் வந்து போய்க்கொண்டிருந்தன. எங்கள் ஊர் குட்டி அண்ணர் இயக்கப் பயிற்சி முடிந்து இந்தியாவிலிருந்து வந்திருந்தார். அவருக்குக் காவலாக இன்னும் பல போராளிகளும் வந்திருந்தார்கள். அவர்களுக்கு எமது ஊரிலிருந்த வரவேற்பு மிகையானது. அவர்கள் ஊரில் இருந்த ஒரு கிழமையும் விதவித உணவுகள் அவர்களை நோக்கிப் போய்க்கொண்டிருந்தன. அவர்கள் கடையடிக்கு வரும்போதெல்லாம் லெமன் பவ்வும், சோடாவும் அவர்கள் கேட்காமலே கிடைத்தது. மாஸ்டரிடம் நின்ற வேனை, மற்றையவர்களிடம் நின்ற மோட்டார் சைக்கிளை அவர்களின் விருப்புப்போல் பாவித்தார்கள். அவர்களுக்காகப்

புதிய ஏசியா சைக்கிள்களும் வந்திருந்தன. குட்டி அண்ணர்போல் வரவேண்டும் என்ற அவா எனக்குள் இருந்தது.

மன்னாரில் இடம்பெற்ற இராணுவத் தாக்குதலில் குட்டி அண்ணர் இறந்தபோது அவரின் படம் அடங்கிய அஞ்சலி சுவரொட்டிகள் யாழ்ப்பாணம் எங்கும் ஒட்டப்பட்டன. பெரும் திரளான மக்கள் அவரின் உடலைப் பார்க்க வந்து போனார்கள். அவரின் மரண ஊர்வலம் பிரமாண்டமாக நடாத்தப்பட்டது. துப்பாக்கிகளுடனான போராளிகளின் அணிவகுத்து வந்தார்கள். புதுப்புதுத் துப்பாக்கிகள் அவர்கள் வசம் இருந்தன. சுடலையில், துப்பாக்கியால் வான் நோக்கிச் சுடப்பட்டு இறுதி மரியாதையும் செலுத்தப்பட்டது. இறந்த பின்னர் அவருக்கு லெப்டினன் கேனல் பட்டமும் வழங்கப்பட்டிருந்தது. லெப்டினன் கேனலாக வரவேண்டும் என்ற எண்ணம் என்னுள் உருப்பெறத் தொடங்கியிருந்தது.

அப்போதுதான் இயக்கத்தினர் எங்கள் பாடசாலைக்கு வந்திருந்தார்கள். இதைவிடச் சரியான தருணம் இனி வாய்க்காது. நான் இயக்கத்திற்குப் போவதென முடிவெடுத்திருந்தேன். குகன் வேலையால் வந்திருந்தான். அவன் வவுனியா கன்னாட்டியைச் சேர்ந்தவன். எங்கள் அயலவர் கடையில்தான் வேலை செய்து வந்தான். குடும்ப வறுமையால் அவனது படிப்பு இடை நிறுத்தப் பட்டிருந்தது. அவனது தாயார்தான் இங்கு கொண்டுவந்து வேலைக்குச் சேர்த்திருந்தார். அவர் ஒவ்வொரு மாதமும் வந்து அவனைப் பார்த்துச் செல்வார். அவனது சம்பளத்திற்காகத்தான் அவர் வந்துபோவது வழமை. அவன் கடையால் வருவதற்கு எட்டு மணியாகும். பின்னர் அவன் குளித்துச் சாப்பிட்டுவிட்டு டிவி பார்க்கக் குந்துவான். அப்போதுதான் அவனைப் பார்க்க முடியும். நானும் டிவி பார்ப்பதற்கு அயலவர் வீடு செல்வது வழமை. சனி அவனுக்கு அரைநாள் வேலை. ஞாயிறு லீவு. ஆயினும் அவனுக்கு வீட்டு வேலைகள் இருக்கும். அவனுக்கு நேரம் இருக்கும்போது எம்மோடு கிரிக்கெட் அல்லது கால்பந்து விளையாடுவதை வழமையாகக் கொண்டிருந்தான். அவன் வேகப்பந்து வீசுவான். அவனது கைகளிலும், கால்களிலும் வேகம் இருந்தது. அவனது பந்து வீச்சை எதிர்கொள்வது எங்களுக்குக் கடுமையான காரியமாக இருக்கும். அதேபோல் அவனது விக்கட்டைச் சரிப்பதும் கடுமை. உதைப்பந்து விளையாடும்போது பந்தை அவன் கால்கள் கையாள்வதை நாம் பார்த்து இரசிப்போம். அவனது தந்தை சிறந்த கால்பந்து விளையாட்டு வீரர் என்று குகன் சொன்னான். குகனிடமிருந்து பந்தை மீட்டெடுப்பது அவ்வளவு இலகுவானதில்லை. அவனோடு எவரும் சைக்கிள் ஓட்டம் செய்ய முடியாது. மிகவேகமாக வந்து கால் பாதத்தைக்கொண்டு டயர்அமர்த்தி ‘பிரேக்’ அடிப்பான்.

நாங்களும் அவன்போல் பிரேக் அடிக்க முயற்சி செய்து நமது பாதத் தோலைப் பிய்ந்ததோடு முடிவுக்கு வந்தது. அவன் மண்ணுக்குள் சைக்கிளைச் சரித்து பிரேக் அடித்து ஒரு முழு வட்டத்தைப் போடுவான். அவன் சாகசக்காரன். அவன் கணக்கிலும் கெட்டிக்காரன். கடையில் அவன் இலகுவாகக் கணக்குப் போடுவதைப் பார்த்திருக்கிறேன். அவன் என்னைவிட ஒருவயது மூத்தவன். நான் பத்தாம் தரத்தில் இருந்தேன். அவனும் பத்தாம் தரத்தை இடையில் நிறுத்தி; கடையில் வேலையில் இருந்தான்.

அன்று அவன் வேலையால் வந்து டிவியைப் பார்த்தபடி யிருந்தான். அவனை மெல்ல கோடிப்பக்கம் இழுத்து வந்து இயக்கம் பள்ளிக்கூடத்திற்கு வந்த விடயத்தைச் சொன்னேன். அவனும் துப்பாக்கிகளைப்பற்றி அறிய ஆவலாய் இருந்தான். எங்கள் சந்திப்புகளின்போது இயக்கக்காரர்பற்றிய பல தகவல்களை அவனுக்குத் தெரிவித்தபடியேயிருந்தேன். எங்கள் பள்ளியிலிருந்து சிலர் இயக்கத்தில் இணைந்திருந்தார்கள். அப்போதுதான் இயக்கத்தின் பயிற்சி முகாம் பழைய பூங்காவில் இருப்பது எனக்குத் தெரியவந்தது. அதையும் அவனுக்குத் தெரிவித்தேன். நான் இயக்கத்திற்குப் போவதற்கு ஆவலாய் இருந்தாலும் தனியே இயக்கத்திற்குப் போவதில் ஒரு தயக்கம் இருந்தது. குகனுடன்தான் எனக்கு நெருக்கம் அதிகம் இருந்தது. அவனும் என்னிடமிருந்து இயக்கக் கதைகள் கேட்பதில் ஆவலாய் இருந்தான். இயக்கத்தின் பல சாகசங்களை அவன் அறிந்திருக்கவில்லை. நான் ஒவ்வொன்றையும் கூறும்போதும் ஆர்வமாய்க் கேட்டுக் கொண்டிருந்தான். நான் எதுவும் சொல்லாத தருணங்களில் அவனே “இன்டைக்கு என்ன கதை” என்று கேட்க ஆரம்பித்தான்.

நான் இயக்கத்திற்கு சேர இருக்கும் எண்ணத்தை அவனிடம் தெரிவித்தேன். அவனுக்கு அந்த ஆர்வம் இருப்பதாய்த் தெரியவில்லை. அவன் ‘அம்மா பாவம்’ என்று கூறியபடியிருந்தான். அவன் இல்லாமல் இயக்கத்தில் சேருவதென்பது எனக்கும் முடியாமல்தான் இருந்தது. அவனை எப்படியாவது என்னோடு இணைத்துக்கொள்ளவேண்டும் என்ற முடிவிலேயே நான் இருந்தேன். எங்கள் பள்ளிக்கூடத்திற்கு வந்த இயக்கப் போராளியைக் கண்டு

“இயக்க முகாமுக்கு வந்துபோக முடியுமா? என்ட சினேகிதனுக்குச் சேர விருப்பம். அவனுக்குத் துவக்குகளைப் பார்க்க வேணுமாம்” என்று கேட்டேன்.

அவரும் அதற்கு சம்மதித்திருந்தார். அதற்கான சரியான சந்தர்ப்பத்தைத் தேடியவாறு திரிந்தோம். எங்கள் கோயில் பொங்கல் நாளில் பெற்றோரும், அயலவர்களும் மும்முரமாக

இருந்த வேளையைப் பாவித்து நானும் அவனும் முகாமுக்குச் சென்றோம். எங்களுக்குத் துவக்குகள் காண்பிக்கப்பட்டன. குகனும் ஆர்வமாய் எல்லாத் துப்பாக்கிகளையும் தூக்கிப் பார்த்தான். அவன் முகத்தில் ஒரு பிரமிப்பு இருந்தது. அவன் முதல் தடவையாக முகாமையும், துப்பாக்கிகளையும் காண்பதால் அங்கிருந்து உடன் கிளம்புவதில் அவனுக்குத் தயக்கமிருந்தது. மீண்டும் கோயிலடிக்கு ஓடி வந்து சேர்ந்தோம்.

"நம்ப முடியாமல் இருக்கு ஐசே" என்று குகன் கூறியபடியே இருந்தான்.

இயக்கத்தில் சேர்வதற்கான நாளைக் குறித்துக் கொண்டோம். இரவு எல்லோரும் தூங்கிய பின்னர் எழுந்து களவாக முகாமுக்குப் போவதென முடிவெடுத்தோம். நாம் பழைய பூங்கா முகாமுக்கு வந்திருந்தோம். காலை எம்மைத்தேடி உறவினர்கள் வந்திருந்தார்கள்.

"நீங்கள் சொல்லுற ஆட்கள் ஒருத்தரும் இஞ்ச இல்லை" என்று இயக்கப் பொறுப்பாளர்கள் அவர்களைத் திருப்பி அனுப்பியிருந்தார்கள்.

பயிற்சி ஆரம்பமானது. கடுமையாக இருந்தது. ஓடுவதி லேயே களைப்புக் கண்டிருந்தேன். அதற்குப் பின்னர் நடக்கும் இராணுவப் பயிற்சிகள் எதையும் செய்ய உடலும் மனமும் தயாராய் இருக்கவில்லை. ஆனால் குகன் உட்சாகமாக இருந்தான்.

"முதல்நாள் இப்பிடித்தான் இருக்குமாம். போகப்போக உடல் இறுகி சரியாய் வருமாம்" என்று குகன் என்னைத் தேற்றியவாறு இருந்தான்.

நானும் அதை நம்பினேன். இரண்டாம் நாள் பயிற்சி இன்னமும் அதிகமாய் இருந்தது. தவறு விட்டவர்களுக்கு இன்னமும் அதிகமாய்ப் பயிற்சிகள் வழங்கப்பட்டன. உடல் மிகுந்த வலி கண்டிருந்தது. கை, கால்களை அசைப்பது பெரும் பாடாய் இருந்தது. சாப்பாடு மோசமானதாய் இருந்தது. வெறும் தரையில் படுக்கவேண்டியிருந்தது. ஆளுக்கொரு சாரமும், துவாயும், சேட்டும் தரப்பட்டன. எல்லாவற்றுக்கும் எமது முறைக்காகக் காத்திருக்கவேண்டியிருந்தது. வீட்டில் அப்படி யில்லை. எனது தேவையின்போது எனக்கு எல்லாமே கிடைத்தன. ஆனால் குகனிடம் எந்த முறைப்பாடும் இருக்கவில்லை. அவன் வழமைபோல் சாதாரணமாகவே இருந்தான். எனக்கு அழுகை வந்தது. அதைக் காட்டிக்கொள்ளாமல் தவிர்த்தபடியிருந்தேன். குகனுக்கு அழுகையைக் காட்டுவதில் வெட்கப்பட்டுக் கொண்டிருந்தேன். அவனுக்கு நான்தான் போராட்ட ஆசையைத் தூண்டியவன். அவன் என்னைப் பெரும் போராளி என்று

நினைத்துக்கொண்டிருக்கிறான். மூன்றாம் நாள் பயிற்சி இன்னமும் அதிகரித்திருந்தது. துப்பாக்கிகள் எங்கள் கண்களுக்கு எட்டவேயில்லை. என்னால் இனியும் தாங்க முடியாது என்ற நிலைக்கு வந்தடைந்திருந்தேன். இதை நான் யாருக்குக் கூறுவது? நான் வீட்டுக்குப் போகப் போகிறேன் என்றால் அவர்கள் ஏற்கவா போகிறார்கள்? குகனுக்கு என்னத்தைச் சொல்வது? குடும்பம், தன் வேலையென்று இருந்தவனை நான்தான் அழைத்து வந்தேன். நான் இங்கிருந்து போகப் போகிறேன் என்று அவனிடம் எப்படிச் சொல்வது? அவன் என்னைப்பற்றி என்ன நினைப்பான்? பயந்தவன். கோழை. என்னால் பயிற்சியைத் தாங்கமுடியாது. இப்பிடித்தான் பயிற்சி இருக்குமென்றால் நான் நிச்சயமாகச் சேர்ந்திருக்கப் போவதில்லை. குகனில் தென்பு குறையவில்லை. அவன் எதையும் எதிர்கொள்ளும் தைரியத்தில் இருந்தான். முன்னரிலும் பார்க்க அவன் கால்களில் வேகம் கூடியிருந்தது. ஒருவருக்கும் சொல்லாமல் முகாமிலிருந்து தப்பி வீடு போவதெனத் தீர்மானித்தேன். இயக்கம் வீடு தேடி வந்தால் அம்மாவும் உறவுகளும் சமாளித்துக்கொள்வார்கள். நான் குகனிடம் சொல்லலாமா என்று யோசித்துப் பார்த்தேன். அது சரியானதாக எனக்குத் தென்படவில்லை. அவனையும் அழைத்துக்கொண்டு போகலாமா என்றும் யோசித்தேன். அவன் என்னைக் காட்டிக்கொடுத்துவிட்டால்? அன்று இரவு முகாம் காவலுக்காக கச்சேரிப்பக்கம் நிறுத்தப்பட்டிருந்தேன். அந்தச் சந்தர்ப்பத்தைப் பயன்படுத்தி வீடு நோக்கி ஓடத்தொடங்கினேன். அச்சமும் என்னைப் பின்தொடர்ந்தது. வீட்டுக்கு இரண்டு கிலோ மீற்றர் தூரம் ஓடவேண்டியிருந்தது. அந்தத் தூரத்தை மிகவேகமாகவே ஓடி முடித்திருந்தேன். மதிலால் பாய்ந்து வீட்டுக்குள் போய் அம்மாவைக் கட்டிப்பிடித்த பின்னர்தான் மனம் ஓய்வுக்கு வந்தது. ஆனால் அம்மா ஓயவில்லை. அப்பாவும் அம்மாவும் மாறி மாறி என்னை அடித்தார்கள். பின்னர் பிள்ளை மீண்ட மகிழ்ச்சியில் இரவு முழுவதும் அணைத்தபடியே கிடந்தார் அம்மா. காலையில் இயக்கம் என்னைத் தேடிவரும் என்ற கலக்கம் அனைவருக்கும் இருந்தது.

'காசை நகையைக் குடுத்து நான் சமாளிக்கிறன்' என்று அப்பா கூறியபடியிருந்தார்.

காலையில் இயக்கம் என்னைத் தேடி வந்தது. நான் வெளியில் வரவில்லை. அம்மா தேனீரைப் பரிமாறினாள். அப்பா சொன்னபடியே சமாளித்தார். என்னை எப்படியாவது கனடாவி லிருக்கும் அண்ணரிடம் அனுப்புவதென்று முடிவாகியது.

இயக்கக் கதைகள் பலவற்றை மற்றையோருக்குச் சொல்லும் ஒருவனாக நான் இருந்திருக்கிறேன். 'இயக்கத்துக்குப் போய்த்

திரும்பி ஓடிவந்தவன்' என்ற கதை என் முன்னேயே சுற்றி வந்தது. பள்ளிக்கூடத்தில் அது பகடியாகி என்னை 'புஸ்வானம்' என்று அழைக்குமளவில் கொண்டுவந்து நிறுத்தியது. அது என்னைப் பெரியளவில் உறுத்தவில்லை.

யாழ் கோட்டை மீதான தாக்குதலை இயக்கம் முடுக்கி விட்டிருந்தது. பல இளைஞர்கள் யாழ் கோட்டையை மீட்க இயக்கத்துடன் இணைந்துகொண்டிருந்தார்கள். அதைக் கேள்வி யுற்ற எனது பெற்றோர்கள் என்னைச் சுற்றி மதிலெழுப்பி வைத்திருந்தார்கள். நான் இயக்கப் பக்கம் திரும்பிச் செல்லும் எண்ணமே இருக்கவில்லை. நான் இயக்கத்திலிருந்து திரும்பி வராதிருந்தால் கோட்டை மீட்பு போரில் இருந்திருப்பேன். தினசரி பல போராளிகள் இறந்த வண்ணம் இருந்தார்கள்.

அன்று மதியம் நாங்கள் குசினிக்குள் சாப்பிட்டபடி யிருக்கும்போது ஓலச் சத்தம் கேட்டது. எல்லோரும் சாப்பாட்டை விட்டுவிட்டு வெளியில் வந்தோம். அயலவர் வீட்டிலிருந்துதான் அந்த ஓலம். அது குகனின் தாயின் கதறல்தான்.

'ஐயோ என்ட புள்ளையின்ட காலை வெட்டியிட்டாங்க ஐயா. செத்த பிணமாய்க் கிடக்கிறான் ஐயா. ஐயா உங்களை நம்பித்தானே புள்ளையத் தந்தேன். ஏன் ஐயா விட்டீங்க? அவனை நம்பித்தானே நாங்க இருக்கோம். ஏன் புள்ளையை விட்டீங்க?"

அவரின் கதறல் ஓயவில்லை. எல்லோரும் அவர் அண்டை போய்த் தேற்றிக்கொண்டிருந்தார்கள். அம்மாவின் பின்னால் சென்ற என்னை வீட்டுக்குத் திரும்புமாறு துரத்தினார் அப்பா. அப்பா என் மீது மிகுந்த ஆத்திரத்தில் இருந்தார்.

எல்லோரும் உறைந்துபோய் இருந்தார்கள். கோட்டை தாக்குதலில் குகன் படுகாயம் அடைந்திருந்தான்.

"உன்ட பிள்ளை செய்த காரியத்தைப் பார்த்தியே" என்ற அயலவர் வார்த்தையால் புண்பட்டு வீடு திரும்பி என்னைத் தேடினார் அம்மா. அவர் ஆத்திரம் தீர மீண்டும் அடிக்கக்கூடும். நான் அறையைப் பூட்டிக்கொண்டு உள்ளேயே இருந்தேன்.

"நாயே நீ செய்த காரியத்தைப் பார்த்தியே. அந்தப் பிள்ளையின்ட காலை எடுத்திட்டாங்களாம். பிணமாய்க் கிடக்கிறானாம். ஏன்டா இதைச் செய்தனீ. நாயே உன்னால வெளியால முளிக்கேலாமல் கிடக்கு"

அம்மா ஆத்திரம் தீரும்வரை திட்டினார். இரவு பட்டிருந்தது. எனக்குப் பசியெழுந்திருந்தது.

"உனக்குப் பட்டினி. உதுக்குள்ளேயே கிட" அம்மாவின் திட்டல் குறையவில்லை.

அவர்கள் உறங்கும் தருணத்திற்காகப் பொறுத்திருந்தேன்.

○○○

இயக்க வாகனமொன்று அயலவர் வீட்டடியில் வந்து நின்றது. அதில் ஆயுதங்களுடன் பல போராளிகள் இருந்தார்கள். குகனும் இருந்தான். குகனைக் கைத்தாங்கலாக இறக்கிக் கொணர்ந்து நாற்காலியில் இருத்தினார்கள். வலக்கால் முழங்காலுக்குக் கீழ் அகற்றப்பட்டிருந்தது. இடக்கால் பாதத்தையும் இழந்திருந்தான். வலது கண்ணும் பார்வை இழந்திருந்தது. அவனைக் கண்டதும் அயல்வீட்டார் அழுது அரவணைத்தார்கள். குகன் வந்திருப்பதை அறிந்து அவனைப் பார்க்க அயலவர்கள் வந்து சேர்ந்தார்கள். அவர்கள் அனைவரும் அவனை அணைத்து தம் அன்பைப் பரிமாறினார்கள். அவனை எதிர்கொள்ளும் மனோநிலையில் நான் இருக்கவில்லை. உள்ளூர என்னை அவர்கள் திட்டியபடியே இருப்பார்கள் என்பதை நான் அறிவேன். அவனைப் பார்க்க வேண்டும் போலவே இருந்தது. வெளியில் வந்தேன். யாரதும் கண்களில்படாத ஒடுக்குக்குள் நின்றுகொண்டிருந்தேன். அவன் கால்களைத் தேடியபடியிருந்தேன். அவனது கால்கள் வேகமாக ஓடியபடியே இருக்கும். அவற்றைக் காணவில்லை.

“இரவு சாப்பிட்டிட்டு சாப்பாட்டுப் பாசல் குப்பைகளை யாரோ பங்கருக்கு வெளியில போட்டிட்டாங்கள். காலம்புர காகம் வந்து பாசல் குப்பைகளைக் கொத்தத் தொடங்கிச்சு. அதை வைச்சு எங்கட பங்கருக்கு செல் அடிக்கத் தொடங்கியிட்டாங்கள். தலைவிட்டு வெளியில எழும்பேலாம போச்சு. அந்தளவுக்கு செல் அடிச்சாங்க. எனக்கு மேல கன ஆட்கள் விழுந்து கிடந்தாங்க. அந்த இடத்திலேயே பன்னிரெண்டு பேர் வீரச்சாவு அடைஞ்சாங்க. பதினெட்டுப் பேருக்கு நல்ல காயம். எனக்குத்தான் கால் போச்சுது” குகன் தனது கதைகளைச் சொல்லிக்கொண்டிருந்தான். ஆழ்ந்த மௌனம் நிலவியபடியிருந்தது.

அந்தக் கால்களை நான் அறிவேன். இயக்கப் பயிற்சியில் நான் அரைச் சுற்று ஓடி முடித்திருக்கும்போது அவன் இரண்டு சுற்று ஓடியிருப்பான். அங்கு அவன்தான் வேகமான ஓட்டக்காரனாய் இருந்தான். அவன் கண் என்னைத் தேடக்கூடும். மறைவிலிருந்து என்னால் வெளியில் வரமுடியாது. அவன் கண்ணைச் சந்திக்க நான் தயாராய் இல்லை. அவனைத் தூக்கி வாகனத்தில் ஏற்றினார்கள். அவனது கால்கள் இருந்திருந்தால் வாகனத்தில் துள்ளி ஏறியிருப்பான். அந்த வாகனத்தை அவனே ஓட்டி யிருப்பான். வாகனத்தில் முன் இருக்கையிலிருந்து எல்லோரை யும் பார்த்துப் புன்னகைத்தான். அந்தப் புன்னகையில் அரும்பு மீசையொன்று பூத்திருந்தது. அம்மா வீடு திரும்பியிருந்தாள். அவரது முறைப்பையும், மௌனத்தின் அர்த்தத்தையும் புரிந்து

கொண்டேன். குகனுக்குக் கால்போன பழியை நான்தான் சுமக்கப் போகிறேன். என் அருகில் வந்து என்னைக் கட்டி அரவணைத்தாள். நான் அதை எதிர்பார்க்கவில்லை. பழியையும் மீறி பிள்ளை உயிருடன் இருப்பதில் அவள் நெகிழ்ந்திருக்கக்கூடும். எந்தத் தாயால்தான் குகனின் நிலையை எதிர்கொள்ள முடியும்? எந்தத் தாயால்தான் பிள்ளையின் மரணத்தை எதிர்கொள்ள முடியும்? குகனைப் பார்த்திருக்கலாம். அவனைத் தனியே விட்டு வந்தமைக்கு மன்னிப்புக் கோரியிருக்கலாம். 'எல்லாவற்றுக்கும் யாரிலாவது தங்கியிருக்கவேண்டிய நிலையில் அவனை நிறுத்தி யிருக்கிறேன்' என்ற குற்றவுணர்வால் அழுத்தப்பட்டிருக்கிறேன். பழி என்னைச் சூழ்ந்தபடியிருந்தது.

○○○

பிரைன் சிரிப்போடு கூறி முடித்ததை என்னால் எதிர்கொள்ள முடியாதிருந்தது. எனது முகம் திடீரென இருண்டு போனதை அவர் கவனித்திருக்கவேண்டும்.

"ஹேய் கவலைப்படாதே. இதுதான் வாழ்க்கை. இலகுவாக எடு." என்றார் பிரைன்.

என்னால் உடனடியாக வழமைக்கு மீள முடியாமல் இருந்தது. எனக்குக் குழப்பமாயிருந்தது. எது இலகு? சுதாரித்துக் கொள்ள நீண்ட இடைவெளி தேவைப்பட்டது.

"திருமதி ஹனிங்ஹாம் என்ன செய்கிறார்" என்று கேட்டேன்.

பிரைன் பலமாகச் சிரித்தார்.

"எங்கள் காதல் கதை சுவாரசியமானது. பொடியன்களால் நின்று பிடிக்க முடியாதல்லவா? நிரந்தரமான அனுபவசாலி தேவையல்லவா? நாங்கள் இருவரும் நல்ல நண்பர்கள்." என்று அவரது வழமையான தொனியில் பலத்துச் சிரித்து ஓய்ந்தார்.

அவரின் சிரிப்பை மேலோங்கி குகனின் காலடியோசை கேட்டவாறு இருந்தது.

"எமது இறப்புக்கு முன்னர் எமது அகங்காரமும், தற்பெருமை யும் இறந்துவிடவேண்டும். நான்தான் முதலில் மன்னிப்புக் கோரினேன். அவர் உண்மையில் வேசியாக இருந்திருந்தாலும்கூட அவரை வேசி என்று சொல்லியிருக்கக்கூடாது. அது எவ்வளவு கடுமையான, கொடுமையான சொல். திருமதி ஹனிங்ஹாமும் தனது வார்த்தைகளுக்காக மன்னிப்புக் கேட்டார். மொழியின் குரூரம். இருவருக்கும் வெட்கமாக இருந்தது" குற்றவுணர்வில் வழமையான அவர் தொனியில் ஒரு கரகரப்பிருந்தது.

"உனக்கு ஒன்று சொல்லவேண்டும். நாங்கள் கருத்தடை பாவிப்பதில்லை. 'டயப்பர்' தான் பாவிக்கிறோம்" என்றுவிட்டு ஓங்கிச் சிரித்து ஓய்ந்தார்.

என்னால் எந்தப் பகடிகளையும் உள்வாங்க முடியா திருந்தது. அந்த நடையில் குகனின் கால்கள் என்னோடு கூடிவருவதுபோன்ற பிரமையேயிருந்தது.

கட்டிடத்தை வந்தடைந்திருந்தோம். பழைய கட்டிடம் வெளியில் புதுமுகத்தோடு இருந்தது. அவரது ஜன்னலூடாக 'ரீம் கச்சர்' தெரிந்தவண்ணமிருந்தது. நினைவின் பிடியில் நான் இருந்தேன். திருமதி ஹனிங்ஹாம் வீட்டைப் பார்த்தேன். அவரது ஜன்னலிலும் பெரிய 'ரீம் கச்சர்' தொங்கியபடியிருந்தது. வாசலில் வானவில்லின் நிறங்களுடனான கொடி பறந்து கொண்டிருந்தது. அவர் கைத்தடி உதவியோடு வெளியே வந்தார். இரவுபடத் தொடங்கியிருந்தது.

"பிரைன் உன்னைத்தான் பார்த்துக்கொண்டேயிருந்தேன். ஏன் பிந்திவிட்டாய்?" என்று எம்மை நோக்கி மெல்ல மெல்ல நடந்து வந்துகொண்டிருந்தார். அவரின் அலங்காரம் இன்னமும் குலையவில்லை. சற்று ஒடுங்கிப்போய் இருந்தார்.

கரடி சிற்பத்துடனான பிடிகொண்ட கைத்தடி. ஆதிக்குடிகளின் ஓவியத்தால் அலங்கரிக்கப்பட்டிருந்தது. பிரைன் என்னை அறிமுகப்படுத்தினார். அவர்களின் முன்னைய சண்டைகளுக்கு நான்தான் சாட்சி என்று சொல்லிவிட்டுச் சிரித்தார்.

"பார்த்தீர்களா? நான் பிரைனுடன் சண்டை பிடிக்கும் போது இவரின் காலை முறிக்கவேண்டும் என்று நினைப்பேன். இப்போ வெட்டிவிட்டிருக்கிறார்கள்."

என்று சிரித்துக்கொண்டே ஒன்டோறியோ ஏரிப்பக்கமாய் மெல்ல மெல்ல நடக்க ஆரம்பித்தார். அவரது சிரிப்பு என்னைச் சுடுவதாயிருந்தது. சி.என் கோபுரம் வானவில் நிறங்களில் ஒளிர்ந்துகொண்டிருந்தது. அதைத் திருமதி ஹனிங்ஹாம் பார்த்துக்கொண்டு நின்றார். நாமும் அவருடன் இணைந்து கொண்டோம்.

"பிரைட் (Pride) வாரமல்லவா? இந்த வார இறுதியில் ரொரன்டோ பிரைட் ஊர்வலமும் இருக்கிறது. அதுதான் வானவில் நிறத்தில் கோபுரம் ஒளிர்கிறது. உனக்குத் தெரியுமா? பிரைன், சி.என் கோபுரத்தை நிறுத்திய இரும்புப் பணியாளர். வானத்தில் நடப்பவர். 'ஸ்கை வாக்கர்'. கால் இல்லாததால் கடினப்படுகிறார்" என்றார் திருமதி ஹனிங்ஹாம்.

நான் பிரைனைப் பார்த்தேன். அவர் சற்று நேரம் அமைதியாக இருந்தார். திருமதி ஹனிங்ஹாம் மெல்ல நடக்கத் தொடங்கியிருந்தார்.

"எந்த உயரங்களை எட்டினாலும் கீழ்மையை மாற்ற முடியுமா?" என்றுவிட்டு ஆழ்ந்த அமைதிக்குச் சென்றுவிட்டார். அவரைப் பார்த்தவாறு நின்றேன். அவர் இலகுவில் உடைந்து போகிறவரில்லை. கீழ்மையின் சாயலாக நான் நிற்பதை அவர் அறிகிறாரா?

"அந்த கோபுரத்திலிருந்து இறங்கிய பின்னர் நான் எந்த உயரங்களுக்கும் ஏறுவதற்கு முட்படவில்லை. முன்னர், சி.என். கோபுரத்தைப் பார்க்கும்போது ஆத்திரமும், எரிச்சலும்தான் எஞ்சும். எத்தனையோ கோபுரங்களை எழுப்பியவர்கள் நாங்கள். எங்களைக் கண்ணியமாக நடத்துகிறார்களா. . ? துரோகமும், ஏமாற்றமும்தான் எஞ்சியது. முழங்காலுக்குக் கீழேயான கால் பகுதி அகற்றிய சத்திர சிகிச்சைக்குப் பின்னர் நீண்டநாள் மயக்க மருந்தோடு கிடந்தேன். அந்த நாட்களில் நான் ஏறிய உயரங்களை யெல்லாம் எனது கால்கள் ஏறி இறங்கின. இல்லாத கால்களின் வலி பற்றி உனக்குத் தெரியுமா? அது பெரும் வலி. எனது மூளை என் கால்களை மறக்கவில்லை. அதன் நினைவில் கால்கள் இருந்துகொண்டேயிருந்தன. காலின் பகுதி அகற்றப்பட்ட பின்பும் பாதங்களின் வலி இருந்துகொண்டேயிருந்தது. கால்கள் இருப்பதாக நினைவில் எழுந்திருக்க முயன்று கீழே வீழ்ந்திருக்கிறேன். புதிதாய்ப் பலவற்றைப் பழகவேண்டியிருந்தது. கால்களுக்குப் பதிலாக எனது இறக்கைகளை விரித்தபோதுதான் அந்த வலி மெல்ல சற்று மறைந்துபோயிருக்கிறது. இப்போது இந்தக் கோபுரம் மிக நெருக்கமாய்த் தோன்றுகிறது. அதன் எல்லா அடுக்குகளிலும் எனது பாதத்தடம் இருக்கிறதல்லவா?" என்று விட்டுக் கோபுரத்தைப் பார்த்தவாறு இருந்தார்.

அவரை அரவணைக்கவேண்டும்போல் இருந்தது. அவரது முதுகைத் த'—வியவாறு இருந்தேன்.

எனது கையைப் பிடித்தவாறு

"நன்றி நண்பரே. உனது பாதம் உன் மண்ணில் இல்லாத போது அந்த வலி உனக்கும் இருந்திருக்குமல்லவா? எம்மிட மிருந்து பிடுங்கப்பட்டவை எம் நினைவிலிருந்து இலகுவில் அகன்றுவிடாது" என்றவாறு சிறு புன்னகையோடு எனது கையை வருடியபடியிருந்தார்.

நான் அகதியாகப் புலம்பெயர்ந்த கதையை அவருடன் பகிர்ந்திருக்கிறேன். ஆனாலும் குகனின் கதையை இதுவரை நான் எவருடனும் பகிரவில்லை. குகன், என் நினைவில் வரும்

போதெல்லாம் என்னைக் கீழ்மையானவனாய் உணர்ந்து குற்றவுணர்வின் அழுத்தத்துக்குள் போய்விடுகிறேன். குகனைப் பற்றிய எந்தத் தகவலும் என்னிடத்தில் இல்லை. குகனை அறிந்தவர்கள் என்று நான் நினைத்தவர்களெல்லாம் அவனை மறந்திருந்தார்கள். அவன் என்ன ஆனான்?

"என்ன செய்கிறீர்கள்" என்று திருமதி ஹனிங்ஹாம் சற்று தூரே நின்று எம்மை அழைத்தார்.

எனது கரங்களை அழுத்தித் தனது கரத்தை விலக்கிக் கொண்டார் பிரைன். கால்களை இழந்த வலி அவரை உள்ளூரத் தாக்கிய வண்ணம் இருந்திருக்கவேண்டும்.

"அவரின் நடை முடிந்துவிட்டது. சவாரிக்காகப் பார்த்துக் கொண்டு நிற்கிறார்" என்றார் பிரைன்.

நாம் அருகில் போனதும் பிரைனின் மடியில் ஏறி அமர்ந்து அவரது கழுத்தைக் கட்டிப்பிடித்தவாறு இருந்தார் திருமதி ஹனிங்ஹாம்.

"சரி நண்பரே மீண்டும் சந்திப்போம்" என்றவாறு தனது இயந்திரச் சக்கர நாற்காலியை முடுக்கத் தொடங்கினார் பிரைன்.

அவர்கள் போன திக்கைப் பார்த்தவாறு நின்றேன். சி.என். கோபுரத்தின் வானவில் வண்ணங்கள் அவர்களிலும் ஒளிர்ந்து கொண்டிருந்தன. என்னால் நடக்க முடியாதிருந்தது. திடீரென எனக்குக் கால்கள் உண்டா என்ற குழப்பத்தில் இருந்தேன். கால்களின் நினைவை மூளை வைத்திருக்கக்கூடும். கால்கள் இருப்பது போன்ற தோற்றத்தை அது தரக்கூடும். தெரு வாங்கில் கைத்தாங்கலாக நின்றேன். மெல்ல வாங்கில் அமர்ந்து குனிந்து பாதங்களைப் பார்த்தவாறு இருந்தேன். அதுவும் மாயையாக இருக்கலாம். என்றுமில்லாதவாறு குகனின் நினைவு மேலெழுந்திருந்தது. என்னைக் கடக்கும் பாதங்களிலிருந்து அவனது காலடி ஒலி எழுவதுபோலிருந்தது.

மெல்லென எழுந்து பாதங்களை மெல்லமெல்ல வைத்து நடக்க ஆரம்பித்தேன். ஒவ்வொரு காலடியிலும் "இல்லாத கால்களின் வலி பற்றி உனக்குத் தெரியுமா?" என்ற பிரைனின் கேள்வி மீண்டுகொண்டிருந்தது.

12—12—2022